നരക സാകേതത്തിലെ ഉള്ളറകൾ

(മുൻ ആർ എസ് എസ് പ്രചാരകന്റെ
25 വർഷത്തെ അനുഭവങ്ങളുടെ കുമ്പസാരം)

naraka sakethathile ullarakal

•

sudheesh minni

•

first edition
september 2015

•

forth edition
september 2015

•

fifth edition
november 2015

•

typesetting & published
chintha publishers, thiruvananthapuram

•

cover
vinod

•

വിതരണം

ദേശാഭിമാനി ബുക്ക് ഹൗസ്

H O തിരുവനന്തപുരം-695 035
phone: 0471-2303026, 6063026
www.chinthapublishers.com
chinthapublishers@gmail.com

ബ്രാഞ്ചുകൾ

ഹെഡ്ഡാഫീസ് ബ്രാഞ്ച് കുന്നുകുഴി • സ്റ്റാച്യു തിരുവനന്തപുരം • കെ എസ് ആർ ടി സി ബസ് സ്റ്റേഷൻ ആലപ്പുഴ • കെ എസ് ആർ ടി സി ബസ് സ്റ്റേഷൻ എറണാകുളം • ചിറ്റൂർ റോഡ് എറണാകുളം • മച്ചിങ്ങൽ ലെയ്ൻ തൃശൂർ • ഐ ജി റോഡ് കോഴിക്കോട് • മാവൂർ റോഡ് കോഴിക്കോട് • എൻ ജി ഒ യൂണിയൻ ബിൽഡിങ് കണ്ണൂർ • സെൻട്രൽ ബസ് ടെർമിനൽ കോംപ്ലക്സ് താവക്കര കണ്ണൂർ

CR - 1454 / 3752

നരക സാകേതത്തിലെ ഉള്ളറകൾ

(മുൻ ആർ എസ് എസ് പ്രചാരകന്റെ
25 വർഷത്തെ അനുഭവങ്ങളുടെ കുമ്പസാരം)

(അനുഭവം)

സുധീഷ് മിന്നി

ചിന്ത പബ്ലിഷേഴ്സ്
തിരുവനന്തപുരം-695 035

സുധീഷ് മിന്നി

കണ്ണൂർ ജില്ലയിൽ തലശ്ശേരി താലൂക്ക് കണ്ടംകുന്ന് വില്ലേജിൽ ആയിത്തറയിൽ ഇടത്തരം കർഷക കുടുംബത്തിൽ ജനനം.

പ്രാഥമിക വിദ്യാഭ്യാസം ആയിത്തറ മമ്പറം സ്കൂളിൽ, തുടർന്ന് വിവിധ വിദ്യാഭ്യാസ സ്ഥാപനങ്ങളിൽ നിന്നായി ഉന്നത പഠനം. ഗണിതശാസ്ത്രം എം എസ് സി ബിരുദാനന്തര ബിരുദം.

പിതാവ്: പൊനോൻ ശ്രീധരൻ. മാതാവ്: മിന്നി സുലോചന. ജ്യേഷ്ഠൻ: മിന്നി സന്തോഷ്. അവിവാഹിതൻ.

5-ാമത്തെ വയസ്സിൽ സംഘ പ്രവേശനം. 11-ാം വയസ്സിൽ ശാഖാ പരിശീലകനായി.

സംഘത്തിന്റെ പരിശീലനങ്ങളായ പ്രാഥമിക ശിക്ഷണ ശിബിരം, പ്രഥമ വർഷ സംഘശിക്ഷാ വർഗ്ഗ്, ദ്വിതീയ സംഘശിക്ഷാ വർഗ്ഗ് എന്നിവ പൂർത്തിയാക്കി. സംഘത്തിന്റെ ബൗധിക് വിഭാഗത്തിൽ രഹസ്യ സ്വഭാവമുള്ള ചാണക്യ എന്ന യൂണിറ്റിൽ 7 വർഷത്തോളം പ്രചാരകനായി. നാഗ്പുരിൽനിന്നും പ്രത്യേകം പരിശീലനം ലഭിച്ചു. സംഘത്തിന്റെ പരിവാർ പ്രസ്ഥാനമായ സ്വദേശി സയൻസ് മൂവ്മെന്റിന്റെ നേതൃത്വത്തിൽ നടക്കുന്ന വേദഗണിതത്തിന്റെ രണ്ടര വർഷത്തെ പരിശീലനവും പൂർത്തിയാക്കി. ഈ സംഘടനയിൽ സംസ്ഥാന വേദഗണിത പരിശീലകനായി പ്രവർത്തിച്ചു. ഒരു വർഷം ബാലഗോകുലത്തിന്റെ കണ്ണൂർ ജില്ലാ അദ്ധ്യക്ഷനുമായിരുന്നു.

ഈസി മാത്സ് എന്ന പേരിൽ ഇന്ത്യൻ ഗണിത ശാസ്ത്രവുമായി ബന്ധപ്പെട്ട് ഇംഗ്ലീഷിൽ ഒരു പുസ്തകം രചിച്ചിട്ടുണ്ട്.

ഇപ്പോൾ സംഘപരിവാറുമായുള്ള ബന്ധം ഉപേക്ഷിച്ച് സി പി ഐ (എം) പ്രസ്ഥാനവുമായി ബന്ധപ്പെട്ട് പ്രവർത്തിക്കുന്നു.

ഉള്ളടക്കം

പ്രസാധകക്കുറിപ്പ്

സ്വയം സേവകസംഘത്തിന്റെ മോഹവലയത്തിൽപ്പെട്ട് ഹിന്ദു രാഷ്ട്രസംസ്ഥാപനത്തിനുവേണ്ടി ഏല്പിച്ചു കിട്ടിയ കൊടുംക്രൂരതയുടെ പാതയിൽ, ആകസ്മികമായി കണ്ടെത്തിയ സത്യത്തിന്റെ മുന്നിൽ പകച്ചുപോയ സുധീഷ് മിന്നി എന്ന മുൻ ആർ എസ് എസ് പ്രചാരകന്റെ 25 വർഷത്തെ സംഘ് അനുഭവങ്ങളുടെ ഏറ്റുപറച്ചിൽ ആണ് ഈ പുസ്തകം.

അകപ്പെട്ടുപോയ നരകജീവിതത്തിൽനിന്നും പുറത്തുവന്ന് ഇനിയെന്ത് എന്ന ചിന്ത, നവകേരള സൃഷ്ടിക്കുവേണ്ടി കമ്യൂണിസ്റ്റുകാർ നടത്തിയ സാമ്രാജ്യത്വ വിരുദ്ധ-ജന്മിനാടുവാഴി വിരുദ്ധ പോരാട്ടങ്ങളുടെയും പുന്നപ്ര വയലാർ, കയ്യൂർ, കരിവെള്ളൂർ, കാവുമ്പായി പോരാട്ടങ്ങളുടെയും വെളിച്ചത്തിൽ സുധീഷ് മിന്നിയെ കൊണ്ടുചെന്നെത്തിച്ചു.

ഇനിയുള്ള കാലം ചെങ്കൊടിയേന്തി സി പി ഐ (എം) ന്റെ പിന്നിൽ അണിചേരാം എന്ന പ്രതിജ്ഞയോടെയാണ് സുധീഷ് മിന്നി ഈ അനുഭവങ്ങൾ എഴുതിവയ്ക്കുന്നത്.

ഒന്നാം പതിപ്പിറങ്ങി പതിനഞ്ചു ദിവസങ്ങൾക്കുള്ളിൽ മൂന്നു പതിപ്പുകൾ. പതിനായിരം കോപ്പികൾ പുസ്തക പ്രസാധനരംഗത്തെ വിസ്മയമായി മാറിയ ഈ പുസ്തകത്തിന്റെ നാലാം പതിപ്പാണിത്.

നവയുവതയുടെ മുന്നിൽ അന്ധകാരരാഷ്ട്രീയത്തിന്റെ ഈ അകത്തള ദൃശ്യങ്ങൾ ഞങ്ങൾ പകർന്നുവയ്ക്കുന്നു. അറിയുക. അറിയിക്കുക.

ചിന്ത പബ്ലിഷേഴ്സ്

ആമുഖം

നാഴികയ്ക്ക് നാല്പതുവട്ടം ഭാരതത്തിലെ മുഴുവൻ ക്രൈസ്തവരും മുസ്ലീങ്ങളും ശത്രുക്കളെന്ന് പറയുന്നവർ എങ്ങനെ മതേതര വാദികളാകും?

ഉത്തരേന്ത്യയിലെ ജാതീയതയുടെ സവർണ്ണാധിപത്യത്തിൽ ഓരോ ദളിതനെയും അവന്റെ ഭാര്യയെയും മകളെയും കാമത്തിന്റെ രാക്ഷസ ക്രീഡയിൽ പീഡിപ്പിക്കുമ്പോഴും നാഗ്പൂരിലെ രാജകൊട്ടാരത്തിൽ നിന്ന് പൊട്ടിച്ചിരിച്ച് അട്ടഹാസം മുഴക്കുന്ന ഇവർ എങ്ങനെ ഹൈന്ദവ നവോത്ഥാനമുണ്ടാക്കും? ഓരോ കലാപത്തിലും രക്തവും സമ്പത്തും ഊറ്റിക്കുടിക്കുന്ന ഈ പൈശാചികതയെ എങ്ങനെ ധർമ്മയുദ്ധമെന്ന് വിശേഷിപ്പിക്കും?

ഒരു ജീവിതാനുഭവമെഴുതി സമൂഹത്തിനുമുൻപിൽ അർപ്പിക്കാൻ മാത്രം ഞാനൊരു മഹദ് വ്യക്തിയല്ല. ആർക്കും മാതൃകയുമല്ല. രാഷ്ട്രീയ സ്വയം സേവകസംഘമെന്ന പ്രസ്ഥാനത്തിന്റെ നരകച്ചുഴിയിൽ അകപ്പെട്ട് ബാല്യവും യൗവനവും നഷ്ടപ്പെടുത്തിയ സാധാരണക്കാരനായ ഒരു യുവാവാണ് ഞാൻ. ആകാശത്ത് വിസ്മയം പടർത്തി കാവിയുടെ പ്രഭാവലയം തീർക്കുന്ന, അസ്തമയ സൂര്യന്റെ നിറംകണ്ട് ഓരോ ഹിന്ദുവിന്റെയും ജന്മാഭിലാഷമാണ് ആ കാഴ്ചയെന്നും ആ നിറം ഹൃദയത്തിൽ ഉൾക്കൊണ്ട് 'ഓരോ സ്വയം സേവകനും സ്വയം മാറുക, ആ നിറത്തിൽ ജീവിതം ഉൾച്ചേർക്കുക' എന്ന വ്യർത്ഥ വാക്യം കേട്ട് ഇറങ്ങിത്തിരിച്ച് നീണ്ട 25 വർഷത്തെ ജീവിതം നരകാഗ്നിയിൽ ഹോമിച്ച ഒരു സാധാരണ യുവാവാണ് ഞാൻ.... എന്റെ സ്വപ്നങ്ങളെല്ലാം ആ 'ഭഗവ'പതാകയ്ക്കു മുമ്പിൽ സമർപ്പിച്ചുപോയ ഞാൻ ആ രാക്ഷസീയതയിൽ നിന്നും മാനവികതയിലേക്കുള്ള മടക്കയാത്രയിലാണ്. ഒരു പുനർച്ചിന്തനത്തിന്റെ ഭാഗമായുള്ള എന്റെ ഈ അനുഭവങ്ങളുടെ ഓരോ

ഏടും നിങ്ങൾ വായിക്കണം.... ആ നീറുന്ന അനുഭവങ്ങളെ പേറാൻ ഇനിയൊരു യൗവനവും വഴിപിഴച്ച് അതിലെത്തരുത്. ആയിരം ചതിക്കുഴികളുള്ള ആ ഡ്രാക്കുള പ്രാകാരത്തിൽ കുടുങ്ങരുത്. നിങ്ങൾ അതിനുള്ള കാവലാൾ ആകണം. ഇനിയൊരു മാതൃവിലാപം ഈ മണ്ണിൽ ഉയരരുത്..... സഹോദരിമാരുടെ വിതുമ്പലുകൾ കേൾക്കരുത് .... പിഞ്ചു ബാല്യങ്ങൾ അനാഥമാകരുത്. ഇതാണ് ഇനിയെന്റെ ലക്ഷ്യം. ശരിയായ പാത കണ്ടെത്തി പോരാടാനുറച്ച യോദ്ധാവാണ് ഞാൻ. ഞാൻ പിൻതിരിയുകയില്ല. ലോകത്തെ മാറ്റിമറിക്കാൻ കഴിയുമെന്ന് തെളിയിച്ച പ്രത്യയശാസ്ത്രവും അതിന്റെ ആചാര്യന്മാരും കാണിച്ചുതന്ന പന്ഥാവിലൂടെ ചെങ്കൊടിയേന്തി ഒരു സഖാവായി സി പി ഐ (എം) നോടൊപ്പം പ്രവർത്തിക്കുമെന്ന പ്രതിജ്ഞയോടെ...

സുധീഷ് മിന്നി

അവതാരിക

പി ജയരാജൻ

ലോകത്തിലെവിടെയും മനുഷ്യ വിദ്വേഷത്തിന്റെ വിഷബീജങ്ങൾ നട്ടുവളർത്തിയാണ് ഫാസിസം അരങ്ങിലെത്തിയത്. ഹിറ്റ്ലറും മുസോളിനിയും എല്ലാം ചരിത്രത്തിലെ കറുത്ത ഏടുകളാണ്. മത വർഗ്ഗീയ വിദ്വേഷത്തിന്റെ കരിവിഷം ഇവരിൽനിന്നും ഏറ്റുവാങ്ങിയ ഫാസിസ്റ്റ് സ്വഭാവമുള്ള ഒരു സംഘടന ഇന്ത്യയിലുണ്ട്. അതിന്റെ പേരാണ് ആർ എസ് എസ് അഥവാ രാഷ്ട്രീയ സ്വയം സേവക് സംഘ്. ഹിറ്റ്ലറുടെ ആശയങ്ങളും മുസോളിനിയുടെ സംഘടനാ ശൈലിയും ഒത്തുചേർന്നാൽ ആർ എസ് എസിന്റെ ചിത്രമായി. മുസോളിനിയുടെ ബാലില പ്രസ്ഥാനത്തെ അനുകരിച്ചാണ് ശാഖാ പരിശീലനം തന്നെ. ഗാന്ധിജിയെ വധിക്കാനുള്ള തോക്ക് പോലും നാഥുറാം വിനായക് ഗോഡ്സെ വാങ്ങിയത് ഇറ്റാലിയൻ പട്ടാള ഓഫീസറിൽ നിന്നാണെന്ന് ചരിത്രം. ഗാന്ധിഘാതകന്റെ അസഹിഷ്ണുതയും ഫാസിസ്റ്റ് ക്രൂരതയും ഒത്തുചേർന്ന ആർ എസ് എസ് ശൈലി ഇന്ത്യയിൽ എത്രയെത്ര മനുഷ്യജീവനുകളാണ് അവസാനിപ്പിച്ചത് എന്നതും ചരിത്രത്തിന്റെ ഭാഗം. കലാപങ്ങളും കൂട്ടക്കൊലകളും സംബന്ധിച്ച അന്വേഷണ റിപ്പോർട്ടുകളിൽ ഈ സംഘടനയുടെ കറുത്ത പേര് എത്രയോ തവണ രേഖപ്പെടുത്തപ്പെട്ടിട്ടുണ്ട്. മത ന്യൂനപക്ഷത്തെയും ജനാധിപത്യവാദികളെയും കമ്യൂണിസ്റ്റുകാരെയും ഉന്മൂലനം ചെയ്യുന്നതിനുവേണ്ടി നടത്തിയ ക്രൂരതകൾ ആവർത്തിച്ചുള്ള നുണ പ്രചാരണങ്ങളിലൂടെ മറച്ചുവയ്ക്കാനാവും എന്ന് ആർ എസ് എസ് കരുതുന്നു. 3 ദിവസംകൊണ്ട് 3000 പേരെ കൂട്ടക്കൊല ചെയ്ത ഗുജറാത്ത് വംശഹത്യയുടെ പാപക്കറ പുരണ്ട നരേന്ദ്രമോദി പ്രധാനമന്ത്രിക്കസേരയിലിരുന്നുകൊണ്ട് നടത്തുന്ന 'പ്രതിച്ഛായ നിർമ്മാണം' ചരിത്രത്തിൽ ഉണ്ടായിരുന്നതിന്റെ വർത്തമാനകാലത്തെ ആവർത്തനം മാത്രമാണ്. ഹിറ്റ്ലറുടെ ആത്മകഥയിലെ ഒരു അദ്ധ്യായത്തിന്റെ പേര് തന്നെ 'യുദ്ധപ്രചാരണ'മെന്നാണ്. അക്കാലത്ത് മികച്ച ഭരണാധികാരിയെന്ന പേര് നേടിയെടുക്കാൻ രാജ്യാതിർത്തി വിപുലപ്പെടുത്താനുള്ള യുദ്ധങ്ങ

ളാണ് ഓരോ ഭരണാധികാരിയും നടത്തിയിരുന്നത്. അതിനുവേണ്ടി യുദ്ധഭ്രാന്ത് പടർത്താനുള്ള പ്രചാരണ പദ്ധതികൾ ആവിഷ്കരിച്ചു. ഇപ്പോഴാവട്ടെ മതഭ്രാന്ത് പടർത്തിക്കിട്ടിയ അധികാരം ഉറപ്പിക്കാനാണ് സംഘപരിവാരത്തിന്റെ ശ്രമം. അതിനുവേണ്ടി കേന്ദ്രസർക്കാർ നടപ്പാക്കുന്ന ജനവിരുദ്ധവും കോർപ്പറേറ്റുകളെ സഹായിക്കുന്നതും ആയ നയങ്ങൾക്കെതിരെ ജനങ്ങളാകെ യോജിച്ച് അണിനിരക്കുന്നതിനെ തടയാൻ അന്യമത വിരോധം പ്രചരിപ്പിക്കാനാണ് പരിശ്രമങ്ങൾ നടക്കുന്നത്. ഹിറ്റ്ലറുടെ ആത്മകഥയിൽ പ്രചാരണത്തിന്റെ നാനാവശങ്ങളെപ്പറ്റി പ്രതിപാദിക്കുന്നുണ്ട്.

> പ്രചാരണം സംബന്ധിച്ച നിർണ്ണായകമായ മറ്റൊരു ചോദ്യം ഇതാണ്? അത് ആരെയാണ് അഭിസംബോധന ചെയ്യേണ്ടത്? തീർച്ചയായും അത് പൊതുജനങ്ങളോടാണ് സംവദിക്കേണ്ടത്. പ്രചാരണത്തിൽ ശാസ്ത്രീയതയ്ക്ക് സ്ഥാനമില്ല. അത് ജനവികാരത്തെയാണ് ആകർഷിക്കേണ്ടത്. അല്ലാതെ അവരുടെ യുക്തിബോധത്തെയല്ല.

ഇങ്ങനെ ഗുരു പഠിപ്പിച്ച പ്രചാരണ രീതിയാണ് ആർ എസ് എസും പിന്തുടരുന്നത്. നുണകൾ ആവർത്തിക്കുന്നതിനെക്കുറിച്ച് ഹിറ്റ്ലർ പറയുന്നത് നോക്കുക: "ആൾക്കൂട്ടത്തിന്റെ ഓർമ്മയിൽ ഒരു കാര്യം മായാതെ കൊത്തിവയ്ക്കപ്പെടും വരെ അത് ആവർത്തിച്ചുകൊണ്ടിരിക്കണം." ഇത്തരമൊരു സംഘടനയിൽ പ്രചാരകനായി പ്രവർത്തിച്ച ഒരാളുടെ കുമ്പസാരമൊഴിയാണ് ഈ പുസ്തകത്തിലുള്ളത്.

അഞ്ചാം വയസ്സിൽ അമ്മ ഒക്കത്തെടുത്ത് ശാഖയിൽ എത്തിച്ചത് മുതൽ സംഘ് തന്നെ സർവ്വതും എന്ന് കരുതിയ ഒരാൾ സംഘപരിവാര ബന്ധമുപേക്ഷിച്ച് സി പി ഐ (എം)ന്റെ ഭാഗമായി മാറുക, അപൂർവ്വമായി മാത്രം നടക്കുന്ന ഒരു കാര്യമാണ്. അതാണ് സുധീഷ് മിന്നിയുടെ കാര്യത്തിൽ സംഭവിച്ചത്. കൂത്തുപറമ്പിനടുത്തുള്ള ആയിത്തറ എന്ന സംഘ താവളത്തിൽ ചെറുപ്പകാലം മുതൽ തനിക്കനുഭവപ്പെട്ട കാര്യങ്ങൾ സത്യസന്ധമായി വിവരിക്കുകയാണ് ഈ പുസ്തകത്തിൽ. ആർ എസ് എസിന്റെ മുഴുവൻസമയ പ്രവർത്തകരായി പ്രവർത്തിച്ച പലരും പില്ക്കാലത്ത് പല കാരണങ്ങളാൽ നിഷ്ക്രിയരായി മാറിയിട്ടുണ്ട്. അവരിൽ പലരും കുടുംബ ജീവിതത്തിൽ ഒതുങ്ങിക്കൂടുകയാണ് പതിവ്. എന്നാൽ സുധീഷിന്റെ കാര്യത്തിൽ അപൂർവ്വമായി നടക്കുന്ന മാറ്റമാണുണ്ടായത്. സംഘപരിവാറിന്റെ ആശയങ്ങൾക്ക് കടകവിരുദ്ധമായ ആശയം പ്രതിനിധാനം ചെയ്യുന്ന കമ്യൂണിസത്തിലേക്കാണ് സുധീഷ് ആകർഷിക്കപ്പെട്ടത്.

നേരത്തെ സംഘപരിവാരത്തിന്റെ ഭാഗമായി പ്രവർത്തിച്ച ഒ കെ വാസുമാസ്റ്ററും എ അശോകനും ബി ജെ പി വിട്ട് സി പി ഐ (എം)ന്റെ ഭാഗമായി മാറി. സി പി ഐ (എം) കേന്ദ്രകമ്മിറ്റിയുടെ അനുവാദത്തോടെ ഇരുവർക്കും പാർട്ടി അംഗത്വം നല്കി. അവരിപ്പോൾ പൊയിലൂരിലെയും ചെറുവാഞ്ചേരിയിലെയും ലോക്കൽ കമ്മിറ്റി അംഗങ്ങളായി പ്രവർത്തിച്ചുവരികയാണ്. സി പി ഐ (എം) ഉം ആർ എസ് എസും തമ്മിൽ

വലിയ തോതിൽ സംഘർഷം നടന്ന ജില്ലയാണ് കണ്ണൂർ. ഈ സംഘർഷത്തിന്റെ ഭാഗമായി നിരവധി സഖാക്കളെ ആർ എസ് എസുകാർ കൊലപ്പെടുത്തിയിട്ടുണ്ട്. ഇത്തരം സംഘർഷങ്ങളിൽ സംഘപരിവാരത്തിന്റെ ഭാഗത്തുനിന്ന് പ്രവർത്തിച്ചവരാണ് ഇരുവരും. അവരെ എന്തുകൊണ്ട് പാർട്ടി ഉൾക്കൊണ്ടു എന്ന ചോദ്യം പലരും ഉയർത്തുകയുണ്ടായി. പാർട്ടി അനുഭാവികൾ മാത്രമല്ല എതിരാളികളും ഇക്കൂട്ടത്തിലുണ്ടായി. പാർട്ടി കൈക്കൊണ്ട നിലപാട് വലതുപക്ഷ മാധ്യമങ്ങളും ഒട്ടും പ്രതീക്ഷിച്ചിരുന്നില്ല.

സംഘപരിവാര ബന്ധമുപേക്ഷിക്കുന്നതിന് മുന്നോടിയായി അതിനകത്ത് ഈ നേതാക്കന്മാരടക്കം ഉന്നയിച്ച പ്രധാന വിഷയങ്ങളിലൊന്നും ആർ എസ് എസ് നേതൃത്വം യാതൊരു പ്രതികരണവും ഇന്നുവരെ നടത്തിയിട്ടില്ല. രാജിവച്ച നേതാക്കളെയും പ്രവർത്തകരെയും പാർട്ടി സ്വീകരിക്കില്ലെന്നാണ് സംഘനേതൃത്വം കരുതിയിരുന്നത്. ഈ വിഷയത്തിൽ പാർട്ടി കൈക്കൊണ്ട നിലപാടിന്റെ ശരി മനസ്സിലാക്കണമെങ്കിൽ കണ്ണൂർ ജില്ലയിലെ സംഘപരിവാരത്തിനകത്ത് നടന്ന തർക്കങ്ങളുടെ ഉള്ളിലേക്ക് കടന്നുചെല്ലേണ്ടതുണ്ട്.

ബി ജെ പി ജില്ലാ പ്രസിഡന്റിനെതിരായി മഹിളാമോർച്ചയുടെ നേതാവിന്റെ ഭർത്താവ് നേതൃത്വത്തിന് നല്കിയ രേഖാമൂലമായ പരാതിയാണ് സംഘപരിവാരത്തിലെ പൊട്ടിത്തെറിക്ക് പെട്ടെന്നുള്ള കാരണം. ബി ജെ പി നേതാവിന്റെ ഫോണിൽ നിന്ന് മഹിളാനേതാവിന്റെ ഫോണിലേക്ക് പോയ മെസേജുകളുടെ തെളിവുകളുമായാണ് ഇക്കാര്യത്തിൽ ഭർത്താവ് അന്വേഷണം ആവശ്യപ്പെട്ടത്. അന്വേഷണം നടന്നെങ്കിലും ആർ എസ് എസ് നേതൃത്വം ഇടപെട്ടതിന്റെ ഫലമായി നടപടികൾ മുന്നോട്ട് പോയില്ല. എന്ന് മാത്രമല്ല ആർ എസ് എസ് നേതൃത്വത്തിന്റെ ഇത്തരം തെറ്റായ ഇടപെടലുകൾക്കെതിരായി ബി ജെ പിക്കകത്ത് ഒരു വലിയ ചേരി രൂപപ്പെട്ടു. അതാണ് നമോ വിചാർ മഞ്ച്. പാർട്ടിക്കകത്ത് തങ്ങളുന്നയിച്ച വിഷയങ്ങൾ അണികളെ ബോദ്ധ്യപ്പെടുത്താൻ രൂപീകരിച്ച സംഘടനയായിരുന്നു ഇത്. ഈ സംഘടനയുടെ പാനൂർ യോഗത്തിലേക്ക് ആർ എസ് എസിന്റെ ഒരുപറ്റം ക്രിമിനലുകളെ പറഞ്ഞയച്ച് നേതാക്കളെയും പ്രവർത്തകരെയും ആക്രമിക്കാനാണ് ആർ എസ് എസ് നേതൃത്വം ആസൂത്രണം നടത്തിയത്. അതായത് ഉന്നയിച്ച വിഷയത്തിൽ അന്വേഷണം നടത്തി വസ്തുതയുണ്ടോ എന്ന് കണ്ടെത്തി നടപടി എടുക്കുന്നതിന് പകരം ആക്രമിച്ച് പരിക്കേല്പിച്ച് ഇനി ആരും ഇത്തരം ആക്ഷേപങ്ങൾ ഉന്നയിക്കരുതെന്ന താക്കീതാണ് ആർ എസ് എസ് നേതൃത്വം നല്കിയത്. എതിരഭിപ്രായക്കാരെ കായികമായി നേരിടുന്ന ആർ എസ് എസ് ശൈലിയാണ് സംഘപരിവാരത്തിനുവേണ്ടി ദീർഘകാലം ജീവിതം ഉഴിഞ്ഞുവച്ച നേതാക്കളുടെ നേരെപോലും പ്രയോഗിച്ചത്. ഇത്തരം ഫാസിസ്റ്റ് ശൈലിയാണ് സംഘപരിവാരം എതിർ ശബ്ദങ്ങൾക്കെതിരെ തുടർന്നുവരുന്നത്. ഇതിനോടുള്ള പ്രതികരണമായാണ് ഈ നേതാക്കളിലും പ്രവർത്തകരിലുമുള്ള വലിയ വിഭാഗം നമോ വിചാർ മഞ്ച് ഉപേക്ഷിച്ച് സി പി ഐ (എം) ന്റെ ഭാഗമായി മാറാൻ കാരണം. പാർട്ടി ഇത്തരക്കാരെ ഉൾക്കൊള്ളാൻ തീരുമാനിക്കുകയും അവർക്കെല്ലാം 2014 ജനുവരി 28 ന് പാനൂരിൽ വച്ച് സ്വീകരണം നല്കുകയും ചെയ്തു. ഈ

തീരുമാനം അറിഞ്ഞതിനെത്തുടർന്ന് ആർ എസ് എസിന്റെ ഉയർന്ന നേതാക്കൾ അടക്കം രാജിവച്ചവരെ തിരികെ എത്തിക്കാൻ വലിയ ശ്രമം നടത്തിയെങ്കിലും അതെല്ലാം പരാജയപ്പെടുകയാണുണ്ടായത്.

ഈ സംഭവവികാസത്തെ പാർട്ടി കൃത്യമായി വിലയിരുത്തുകയും ഉചിതമായ തീരുമാനം കൈക്കൊള്ളുകയും ചെയ്തു. സി പി ഐ (എം) മാർക്സിസം-ലെനിനിസത്തെ അടിസ്ഥാനപ്പെടുത്തി പ്രവർത്തിക്കുന്ന പാർട്ടിയാണ്. മാർക്സിസത്തിന് കൃത്യമായ പ്രപഞ്ച വീക്ഷണം ഉണ്ട്. സാമ്പത്തിക-സാംസ്കാരിക- രാഷ്ട്രീയ വീക്ഷണമുണ്ട്. അതോടൊപ്പം ലെനിനിസ്റ്റ് സംഘടനാ തത്ത്വവും പിന്തുടരുന്ന പാർട്ടിയാണിത്. ജാതി-മത വ്യത്യാസമെന്യേ സമൂഹത്തിന്റെ നാനാതുറകളിലുള്ള അദ്ധ്വാനിക്കുന്ന ജനവിഭാഗങ്ങളുടെ താല്പര്യമാണ് പാർട്ടി സംരക്ഷിക്കുന്നത്. ഈ താല്പര്യ സംരക്ഷണത്തിനുവേണ്ടി പ്രവർത്തിക്കുന്ന പാർട്ടിക്ക് കൃത്യമായ സംഘടനാ തത്ത്വങ്ങളുമുണ്ട്. ജനാധിപത്യ കേന്ദ്രീകരണം എന്ന സംഘടനാതത്ത്വം അനുസരിച്ചാണ് ഉയർന്ന ഘടകത്തിലെ നേതാക്കൾ മുതൽ ഏറ്റവും താഴെയുള്ള പാർട്ടി മെമ്പർമാർ വരെ പ്രവർത്തിക്കേണ്ടത്. വ്യക്തികളായ ഓരോ പാർട്ടി മെമ്പറും പാർട്ടി സംഘടനയുടെ തത്ത്വങ്ങൾക്ക് കീഴ്പ്പെടണം. വ്യക്തിയായ പാർട്ടിമെമ്പറുടെ പ്രവർത്തനവും ജീവിതവും പരിശോധനയ്ക്ക് വിധേയമാക്കണം. ഈ പരിശോധനയ്ക്ക് അവലംബിക്കുന്ന രീതി വിമർശനത്തിന്റെയും സ്വയം വിമർശനത്തിന്റേതുമാണ്. ഇതിലൂടെയാണ് പാർട്ടിമെമ്പർമാരുടെ തെറ്റുകൾ പരിശോധിക്കുന്നതും തിരുത്തുന്നതും. എന്നാൽ ഇത്തരം രീതിയല്ല സംഘപരിവാരത്തിനകത്തുള്ളത്. മേലേതലത്തിൽ സർ സംഘചാലകിന്റെ ആജ്ഞയ്ക്ക് കീഴ്പ്പെട്ടുകൊണ്ടാണ് ആർ എസ് എസ് പ്രവർത്തിക്കുന്നത്. ആജ്ഞാനുവർത്തികളായ പ്രചാരകന്മാരാണ് കാര്യങ്ങൾ ആകെ തീരുമാനിക്കുന്നത്. ഓരോ പ്രദേശത്തും പ്രചാരകരുടെ ആജ്ഞയ്ക്ക് വിധേയമായിട്ടാണ് കാര്യങ്ങൾ നടക്കുന്നത്. ജനാധിപത്യപരമായ ചർച്ചയോ പരിശോധനയോ നടക്കില്ല. ഇതിന്റെ ഫലമായി നിയന്ത്രണമില്ലാത്ത ആൾക്കൂട്ടമായി സംഘം മാറുന്നു. സംഘടനയ്ക്കകത്തെ ജനാധിപത്യത്തെ അടിച്ചമർത്തിയ ആർ എസ് എസ് ശൈലിക്കെതിരെയുള്ള സമരമാണ് വാസു മാസ്റ്ററുടെയും അശോകന്റെയും നേതൃത്വത്തിൽ നടന്നത്.

ജനാധിപത്യത്തിന്റെ കണികപോലുമില്ലാതെയാണ് ആർ എസ് എസ് പ്രവർത്തിച്ചുവരുന്നതെന്ന് സാരം. ഇന്ത്യയിലെ മറ്റു സംസ്ഥാനങ്ങളെ അപേക്ഷിച്ച് ജനാധിപത്യവല്ക്കരിക്കപ്പെട്ട ജനങ്ങളാണ് കേരളത്തിൽ ഉള്ളത്. സ്വാഭാവികമായും ജനാധിപത്യവല്ക്കരണത്തിന്റെ നേട്ടങ്ങളിൽ നിലകൊള്ളുന്ന ജനങ്ങളും ആർ എസ് എസ് ശൈലിയും തമ്മിൽ വൈരുദ്ധ്യം പ്രത്യക്ഷപ്പെടും. ഈ വൈരുദ്ധ്യം കേരളത്തിലെ സംഘപരിവാരത്തിന്റെ എല്ലാ താവളങ്ങളിലും പ്രത്യക്ഷപ്പെടുന്നുണ്ട്. ഇത് ഫലപ്രദമായി പ്രയോജനപ്പെടുത്താനായാൽ അത് സംഘപരിവാരത്തിന്റെ തകർച്ചയ്ക്ക് കാരണമാവും.

ഈ വൈരുദ്ധ്യമാണ് കണ്ണൂർ ജില്ലയിലും പ്രത്യക്ഷമായത്. അതിൽ സി പി ഐ (എം) ഫലപ്രദമായി ഇടപെട്ടു. കേരളത്തിൽ ആർ എസ് എസ് ആക്രമണങ്ങൾക്കെതിരായി ഏറ്റവും കൂടുതൽ ചെറുത്തുനില്പ്

നടന്ന ജില്ലയാണ് കണ്ണൂർ. ഇതിന്റെ ഫലമായി കമ്യൂണിസ്റ്റ് പ്രസ്ഥാനത്തിന്റെ നിരവധി സഖാക്കളുടെ ജീവൻ ബലിയർപ്പിക്കേണ്ടി വന്നു. ഒട്ടേറെ സഖാക്കൾ അംഗഭംഗത്തിന് ഇരയായി. ആർ എസ് എസിനെതിരായിട്ടുള്ള ത്യാഗപൂർണ്ണമായ ഈ ചെറുത്തുനില്പിന്റെ ഫലം കൂടിയാണ് സംഘപരിവാരത്തിൽ നിന്ന് സി പി ഐ (എം)ലേക്കുള്ള ഒഴുക്കിന് കാരണം. എന്നാൽ വലതുപക്ഷ മാധ്യമങ്ങൾ ഇത് മറച്ചുവയ്ക്കാനാണ് പരിശ്രമിക്കുന്നത്.

സി പി ഐ (എം) ഉം ആർ എസ് എസും ഒരുപോലെയാണെന്ന പ്രചാരണമാണ് വലതുപക്ഷ മാധ്യമങ്ങൾ വർഷങ്ങളായി നടത്തിക്കൊണ്ടിരിക്കുന്നത്. ഫാസിസ്റ്റ് ശൈലിയിലുള്ള ആർ എസ് എസും സി പി ഐ (എം) ഉം ഒരുപോലെയല്ല. ജനാധിപത്യ കേന്ദ്രീകരണ തത്ത്വത്തിന്റെ അടിസ്ഥാനത്തിൽ പ്രവർത്തിക്കുന്ന സി പി ഐ (എം)ന്റെ ഭാഗമായി നില്ക്കുന്ന ഏതൊരു വ്യക്തിയുടെ പേരിലും ഉന്നയിക്കപ്പെടുന്ന ആക്ഷേപങ്ങൾ കൃത്യമായി പരിശോധിക്കാറുണ്ട്. അത്തരമൊരു പരിശോധനാരീതി ആർ എസ് എസിൽ ഇല്ലെന്ന് മാത്രമല്ല തികച്ചും രഹസ്യമായി പ്രവർത്തിക്കുന്ന ശൈലിയാണ് അതിനുള്ളത്. ആ രഹസ്യപ്രവർത്തനത്തിന്റെ ഉള്ളറകളിലേക്ക് വെളിച്ചം വീശുന്നതാണ് സുധീഷ് മിന്നിയുടെ ഈ പുസ്തകം.

കണ്ണൂർ ജില്ലയിലെ സംഘപരിവാരത്തിനകത്തെ പൊട്ടിത്തെറിയുടെ ഫലമായി ഒട്ടേറെ രഹസ്യങ്ങൾ പരസ്യമായിട്ടുണ്ട്. അതിലൊന്നാണ് എൻ ഡി എഫ് പ്രവർത്തകനായിരുന്ന ഫസൽവധത്തിന്റെ പിന്നിലെ യാഥാർത്ഥ്യം. സി ബി ഐ അന്വേഷിച്ച ഈ കേസിൽ പ്രതികളാക്കപ്പെട്ടത് സി പി ഐ(എം) നേതാക്കളും അനുഭാവികളുമാണ്. പാർട്ടിയുടെ കണ്ണൂർ ജില്ലാ സെക്രട്ടറിയേറ്റംഗമായ സഖാവ് കാരായി രാജനും തലശ്ശേരി ഏരിയാ കമ്മിറ്റി അംഗം സഖാവ് കാരായി ചന്ദ്രശേഖരനും ഉൾപ്പെടെയുള്ളവരാണ് നിലവിൽ പ്രതിപ്പട്ടികയിൽ. എന്നാൽ ഇരിങ്ങക്കുടക്കാരൻ പ്രചാരകിന്റെ ആസൂത്രണത്തിലാണ് ഫസൽവധം നടന്നതെന്ന് ഇപ്പോൾ പുറത്തുവന്നിരിക്കുകയാണ്. എന്നിട്ടും എൻ ഡി എഫും, ആർ എസ് എസും ഏക സ്വരത്തിലാണ് ഇപ്പോഴും സി പി ഐ (എം) നെ പ്രതിക്കൂട്ടിൽ കയറ്റുന്നത്. ആരാധനാലയങ്ങളിലൂടെ നുഴഞ്ഞു കയറാൻ സംഘപരിവാരം ആസൂത്രണം ചെയ്ത പദ്ധതികളെല്ലാം ഞെട്ടിപ്പിക്കുന്നതാണ്. മലബാറിലെ വലിയൊരു വിഭാഗം ജനങ്ങളുടെ ആരാധനാമൂർത്തിയാണ് മുത്തപ്പൻ. മുത്തപ്പന്റെ മടപ്പുരകളിൽ ഏറ്റവും പ്രധാനമാണ് പറശ്ശിനിക്കടവ്. അന്യസംസ്ഥാനങ്ങളിൽ നിന്നടക്കം ഒട്ടേറെ ഭക്തന്മാർ ഇവിടെ എത്തുന്നുണ്ട്. ഇത്തരം വിശ്വാസികളെ വർഗ്ഗീയവല്ക്കരിക്കാൻ ഒരു ബദൽ മടപ്പുര പണിയാൻ ആർ എസ് എസ് ആസൂത്രണം ചെയ്ത കാര്യമാണ് സുധീഷിവിടെ വെളിപ്പെടുത്തുന്നത്. അതുപോലെ തന്നെ എല്ലാ മതങ്ങളുടെയും സത്തയറിയാൻ നവോത്ഥാന നായകനായ ശ്രീനാരായണ ഗുരു സ്ഥാപിച്ച ആലുവ അദ്വൈതാശ്രമത്തിലെ ഒരു സന്ന്യാസിയെ കെണിയിൽ വീഴ്ത്താനും അതുവഴി അദ്വൈതാശ്രമം തന്നെ സംഘപരിവാരത്തിന്റെ കൈപ്പിടിയിലൊതുക്കുവാനും നടത്തിയ ഒരു മാസക്കാലത്തെ ഒളിവു പ്രവർത്തനത്തെക്കുറിച്ചും സുധീഷ് വിവരിക്കുന്നുണ്ട്. ആരാധനാലയങ്ങളെ മതഭ്രാന്ത്

പ്രചരിപ്പിക്കുവാനുള്ള കേന്ദ്രങ്ങളാക്കി മാറ്റുക എന്നത് സംഘപരിവാരത്തിന്റെ അജണ്ടയാണെന്ന് ഇത് വ്യക്തമാക്കുന്നു. ശിവഗിരിയിലും ഇതേ ശൈലി പിന്തുടർന്ന് താമസിച്ച വിവരവും അദ്ദേഹം പറയുന്നുണ്ട്.

സംഘപ്രവർത്തകനായി തുടങ്ങുമ്പോൾ ഉണ്ടായിരുന്ന സ്വപ്നങ്ങൾ തകർന്നടിഞ്ഞതിന്റെ ചിത്രീകരണമാണ് പുസ്തകത്തിൽ ഉടനീളം. ഹിന്ദു ഏകീകരണം എന്ന കാഴ്ചപ്പാട് മുന്നോട്ട് വയ്ക്കുന്ന ആർ എസ് എസിനകത്ത് ദളിത്-പട്ടികജാതി-പട്ടികവർഗ്ഗ വിഭാഗക്കാരെല്ലാം രണ്ടാം തരക്കാരായി കണക്കാക്കുന്നതിന്റെ അനുഭവങ്ങൾ ഇതിൽ വിവരിക്കുന്നുണ്ട്. ആർ എസ് എസ് തലവൻ മോഹൻ ഭാഗവത് ഭരണഘടന അനുവദിക്കുന്ന സംവരണത്തെപ്പോലും ഇടിച്ചു നിരത്തണമെന്ന് വാദിക്കുമ്പോൾ സുധീഷിന്റെ വിശദീകരണം വായിക്കുന്ന ഒരാൾക്കും അതിശയമുണ്ടാവില്ല.

കുടുംബത്തിലും സമൂഹത്തിലും സൽസ്വഭാവിയായ ഒരാൾ സംഘത്തിന്റെ പരിശീലനക്കളരിയിൽ എത്തിയാൽ നിർണ്ണയിക്കപ്പെട്ട ശത്രുക്കൾക്കെതിരായി എങ്ങനെ ഭ്രാന്തമായ മാനസികാവസ്ഥയിലേക്ക് എത്തിക്കുന്നു എന്നതിന്റെ വിവരണവുമുണ്ടതിൽ. സംഘ് പ്രചരിപ്പിക്കുന്ന അന്യമതവിരോധത്തിൽ കാര്യമില്ലെന്നും മുസ്ലീം തീവ്രവാദ ശക്തികളുമായിപ്പോലും കറൻസി നോട്ടുകളുടെ ഇടപാടിലൂടെ രഹസ്യധാരണയുണ്ടാക്കുന്നതിന്റെ അണിയറക്കാര്യങ്ങളും അദ്ദേഹം വെളിപ്പെടുത്തുന്നുണ്ട്. സംഘകാര്യാലയത്തിന്റെ നിർമ്മാണത്തിൽ സംസ്ഥാനത്തെ പ്രമുഖ കോൺഗ്രസ് നേതാവ് സാമ്പത്തിക സഹായം നല്കിയതിന്റെ വിവരങ്ങളും ഇതിൽ പറയുന്നു. ഉത്തരേന്ത്യൻ സംസ്ഥാനങ്ങളിലെ കാര്യാലയങ്ങളിൽ നടക്കുന്ന പീഡനങ്ങളും നാടുവാഴിത്ത ശക്തികളുടെ ഇപ്പോഴും തുടരുന്ന ആധിപത്യവും നമുക്ക് മനസ്സിലാക്കാനാവും. എങ്ങനെയാണ് സ്വയം സേവകരിൽ അന്ധകാരത്തിന്റെയും അന്ധവിശ്വാസത്തിന്റെയും വിത്തുകൾ പാകുന്നതെന്ന് ഇതിൽ വ്യക്തമാക്കുന്നുണ്ട്. അഗ്നിഹോത്രം ചെയ്യുന്നവരുടെ വീടുകളിൽ ഭോപ്പാൽ ദുരന്തത്തിന്റെ വിഷപ്പുക എത്തിയില്ലെന്ന് നിർല്ലജ്ജം പറയുന്ന കാര്യവാഹകന്റെ ബോധവല്ക്കരണം കേട്ടിരിക്കുന്ന അടിമസമാനമായ ഒരുകൂട്ടം ആളുകളുടെ ചിത്രം സുധീഷ് ഈ പുസ്തകത്തിലൂടെ വരച്ചുകാട്ടുന്നുണ്ട്. ചുരുക്കത്തിൽ ആർഷസംസ്കാരത്തിന്റെയും സമാജസേവയുടെയും പുറംപൂച്ചുകൾക്ക് പിന്നിലുള്ള യാഥാർത്ഥ്യം വായനക്കാർക്ക് മുന്നിൽ തെളിയുന്നുണ്ട്.

ഒരു മുൻ പ്രചാരകന്റെ അനുഭവ വിവരണമാണ് ഈ പുസ്തകത്തിൽ ഉള്ളത്. സാംസ്കാരികപ്രസ്ഥാനമാണെന്ന് സ്വയം വിശേഷിപ്പിക്കുന്ന ആർ എസ് എസിന്റെ ഭീകര മുഖമാണ് ഇവിടെ അനാവരണം ചെയ്യുന്നത്. തങ്ങൾ നടത്തുന്ന കൊലകളും ബീഭത്സമായ കലാപങ്ങളും മറച്ചുവയ്ക്കുന്നതിനുള്ള പ്രതിച്ഛായാ നിർമ്മാണത്തിലാണ് സംഘപരിവാരം ഏർപ്പെട്ടിട്ടുള്ളത്. പ്രചാരണത്തിലൂടെ ബീഭത്സ മുഖം മറച്ചുവയ്ക്കാനുള്ള ശ്രമങ്ങൾക്ക് കനത്ത തിരിച്ചടി നല്കുന്നു, ഈ പുസ്തകം. ഇത് വായനക്കാർ ആകാംക്ഷാപൂർവ്വം സ്വീകരിക്കുമെന്ന് എനിക്കുറപ്പുണ്ട്.

എന്റെ നാട്.......എന്റെ കുടുംബം

കണ്ണൂർ ജില്ലയിൽ കൂത്തുപറമ്പ് പട്ടണത്തിൽ നിന്ന് 10 കി മീ അകലെയുള്ള ആയിത്തറയാണ് എന്റെ ജന്മദേശം. കാടും മലകളും പുഴയും ചേർന്ന് വശ്യമായ പ്രകൃതിഭംഗികൊണ്ട് സുന്ദരമായ പ്രദേശം. ആഴിയിലെ തിരപോലെ നിരപ്പും കുന്നും ചേർന്ന സവിശേഷതയുള്ള തുകൊണ്ടാവാം ആഴിയിലെ തിര എന്നത് ആയിത്തരയായത്. പിന്നീട് എപ്പോഴോ ബസിൽ ആയിത്തറ എന്നെഴുതിയപ്പോൾ ചിലർ ആ പേരിനെ അനുകൂലിക്കുന്ന തരത്തിൽ തറയാക്കി മാറ്റുകയാണുണ്ടായത്. എന്റെ ദേശം രണ്ട് പ്രദേശമായിട്ടാണ് അറിയപ്പെടുന്നത്. ഒന്ന് പുഴയുടെ അക്കര, മറ്റൊന്ന് ഇക്കര എന്ന പേരിൽ അറിയപ്പെട്ടു.

ഞാൻ ഇക്കരയിലാണ് താമസം. ആയിത്തറ സൗത്ത് എൽ പി സ്കൂളിനോട് ചേർന്ന് മുത്തപ്പൻ മഠപ്പുരയും എന്റെ വീടിനടുത്ത് ഒരു ഗുളികൻതറയും ഉണ്ടായിരുന്നു. എന്റെ കുട്ടിക്കാലം ഓലമേഞ്ഞ വീട്ടിലാണ് താമസിച്ചത്. വല്യച്ഛൻ (പുതുശ്ശേരി രാമൻ) മുൻപ് ആയിത്തറയിലെ വലിയ തമ്പുരാന്റെ കാര്യസ്ഥൻ, പിന്നീട് മഠപ്പുരയിലെ കോമരമായി. തമ്പുരാന്റെ അമ്മയുടെ അമ്മയായ മിന്നി പാഞ്ചാലിയുടെ പേരിൽ നാല് ഏക്കറോളം സ്ഥലം ആയിത്തറയിൽ പതിച്ചു നല്കിയ സ്ഥലത്താണ് ഞങ്ങളുടെ വീട്, അച്ഛൻ പൊനോൻ ശ്രീധരൻ. മാനന്തേരിയാണ് അച്ഛന്റെ ജന്മസ്ഥലം. അമ്മയെ കല്യാണം കഴിച്ച ശേഷം അച്ഛൻ ആയിത്തറയിൽ താമസമാക്കി. കൂപ്പിൽ നിന്ന് മരം ലോറിയിൽ കയറ്റലായിരുന്നു ജോലി. അമ്മ മിന്നി സുലോചന. ഞങ്ങൾ മൂന്നു മക്കൾ. അനുജത്തി ചെറുപ്പത്തിലേ ഞങ്ങൾക്ക് നഷ്ടപ്പെട്ടു. ഏട്ടൻ മിന്നി സന്തോഷ്. അന്ന് ആ വീട്ടിൽ അമ്മാവനായ മിന്നി വാസുവും, മാമി കാർത്ത്യായനിയും അവരുടെ മക്കളുമടങ്ങുന്ന കുടുംബവും താമസിച്ചു. അവർ തൊട്ടടുത്ത്

വീട് വച്ചു താമസം മാറി. ഞങ്ങളുടെ ഹൈസ്കൂൾ വിദ്യാഭ്യാസ സമയം അച്ഛൻ ഒരു സ്ഥലമെടുത്ത് ഒരു ചെറിയ വീട് വച്ച് അവിടെ താമസമായി. എന്റെ അച്ഛൻ മാനന്തേരിയിൽ കമ്യൂണിസ്റ്റ് പാർട്ടിയുടെ ബ്രാഞ്ചിൽ പ്രവർത്തിച്ചിരുന്നു. ആയിത്തറയിലെത്തിയ ശേഷം അതൊക്കെ നിർത്തി. വല്യച്ഛൻ ജനസംഘത്തിന്റെയും പിന്നീട് ബി ജെ പി യുടെയും ഭക്തനായി. വല്യച്ഛൻ വാജ്പേയി, അദ്വാനി, ഉമാഭാരതി, മുരളി മനോഹർ ജോഷി എന്നിവരുടെ ആരാധകനായിരുന്നു.

എന്റെ അമ്മയുടെ ചേച്ചി ശാരദയെ കല്യാണം കഴിച്ചത് ഒരു കമ്യൂണിസ്റ്റുകാരനായിരുന്നു. അവരുടെ മകൻ മിന്നി സജീവൻ പാർട്ടി ബ്രാഞ്ച് സെക്രട്ടറിയായിരുന്നു. അതുകൊണ്ടുതന്നെ ആ കാലത്ത് ഞങ്ങൾ ആ കുടുംബത്തോട് മാനസികമായി ഒരു അകലം പാലിച്ചിരുന്നു. ചെറുമക്കളായിട്ടും വല്യച്ഛൻ അവരെ കള്ളന്മാർ എന്നാണ് വിളിച്ചിരുന്നത്. അത്രയും വലിയ കമ്യൂണിസ്റ്റ് വിരോധമാണ് വല്യച്ഛനുണ്ടായിരുന്നത്.

ശാഖാ പ്രവർത്തനത്തിലേക്ക്

എന്റെ കുട്ടിക്കാലത്തെപ്പറ്റി അത്രവലിയ ഓർമ്മകൾ ഒന്നുമില്ല. അമ്മയും വല്യച്ഛനുമൊക്കെ പില്ക്കാലത്ത് പറഞ്ഞ കുറേ കാര്യങ്ങളെ ഓർത്തെടുക്കുകയാണിവിടെ ചെയ്യുന്നത്. എന്റെ നാട്ടിൽ ശാഖ വയലും ഭാഗത്തായിരുന്നു. എനിക്ക് അന്ന് അഞ്ച് വയസ്സുള്ളപ്പോൾ അമ്മ എന്നെ എടുത്തും ഏട്ടന്റെ കൈ പിടിച്ചുമാണ് ഒരു കി മീ ദൂരെയുള്ള ശാഖ യിൽ കൊണ്ടുപോയിട്ടുള്ളത്. ചെറുപ്പത്തിലേ കാക്കി ട്രൗസർ ഉടുത്തി ട്ടാണ് അമ്മ എന്നെ ശാഖയിൽ അയയ്ക്കാറുള്ളത്. എല്ലാ ദിവസവും വൈകുന്നേരം അഞ്ച് മണി മുതൽ ആറ് മണിവരെയാണ് ശാഖ. ചന്ദ്രേ ട്ടനായിരുന്നു മുഖ്യ ശിക്ഷകൻ. ഇതൊക്കെ അമ്മ പറഞ്ഞ അറിവാണ്. മൂന്നാം ക്ലാസു മുതലുള്ള കുറച്ച് ഓർമ്മകൾ എനിക്ക് സ്വന്തമായുണ്ട്. എന്റെ വല്യച്ഛനും അമ്മയും അച്ഛനും ഒക്കെ പുരാണേതിഹാസകഥകൾ നല്ല വശമുള്ളവരായിരുന്നു. കൃഷ്ണന്റെ ബാല്യകാല കുസൃതിക്കഥകൾ ഒരുപാട് പറഞ്ഞുതരും. കണ്ണനോട് അതിയായ ആരാധന എനിക്ക് അന്ന് ഉണ്ടായിരുന്നു. വീട്ടിൽ അന്ന് *പൂമ്പാറ്റ, മുത്തശ്ശി, ബാലമംഗളം* തുടങ്ങി കുട്ടികളുടെ പ്രസിദ്ധീകരണങ്ങൾ സ്ഥിരമായി വാങ്ങാറുണ്ട്. *പൂമ്പാറ്റ* യിലെ വിക്രം ഒരു ത്രില്ലർ കഥാപാത്രമായിരുന്നു. അന്ന് *മഹാഭാരതം* അമർ ചിത്രകഥാ രൂപത്തിലിറങ്ങിയിരുന്നു. അത് മുഴുവനും ഞാൻ വായി ച്ചിട്ടുണ്ട്.

ബാലഗോകുലം ഞായറാഴ്ചയിലാണ്. അച്ചുവേട്ടന്റെ വീട്ടിൽ ഞായറാഴ്ച പത്ത് മണിമുതൽ പതിനൊന്നര വരെയാണ് ബാലഗോ കുലം നടക്കുക. രക്ഷാധികാരി ജയേട്ടനാണ്. 30 ഓളം കുട്ടികൾ ഉണ്ടാ വും. അഭിമന്യു ബാലഗോകുലം എന്നാണ് പേര്. ജയേട്ടനെ എല്ലാവർക്കും ഭയമായിരുന്നു. കൃത്യസമയത്ത് വരണം. ലീവെടുത്താൽ ലീവ് ലെറ്റർ കൊണ്ടുവരണം. വൈകി വന്നാലും വികൃതി കാണിച്ചാലും അടിക്കു

കയും വഴക്കു പറയുകയും ചെയ്യും. കൃഷ്ണന്റെ പ്രതിമയിൽ മാല ചാർത്തി വിളക്കു കൊളുത്തിയ ശേഷം

"കരുണാ മുരളീ ധരാ
മനസ്സ് നിറയ്ക്കുക കണ്ണാ"

എന്ന പ്രാർത്ഥനയോടെയാണ് ബാലഗോകുലം തുടങ്ങുക. ഓരോരുത്തരും പരിപാടികൾ അവതരിപ്പിക്കണം. കുട്ടിക്കവിതകൾ, പുരാണ കഥകൾ തുടങ്ങിയവ കൂടാതെ ഹിന്ദു എന്നത് എന്താണ്, ആരാണ് ഹിന്ദു, ഭഗവദ്ഗീത ഒക്കെ പഠിപ്പിക്കും. അവസാനം "സർവ്വേ വി സുഖിനഃ സന്തു" എന്ന മംഗളശ്ലോകം ചൊല്ലി അവസാനിപ്പിക്കും. ബാലഗോകുലത്തിൽ രക്ഷാധികാരി മുതിർന്ന ആളായിരിക്കും. അദ്ദേഹമായിരിക്കും ബാലഗോകുലം കൈകാര്യം ചെയ്യുക. അദ്ദേഹത്തിന്റെ അസാന്നിദ്ധ്യത്തിൽ സഹരക്ഷാധികാരിയാണ് കൈകാര്യം ചെയ്യുക. അന്ന് സഹരക്ഷാധികാരി ഗംഗേട്ടനായിരുന്നു. അദ്ദേഹം സൗമ്യ പ്രകൃതക്കാരനായിരുന്നു. ആ ബാലഗോകുലത്തിൽ അദ്ധ്യക്ഷൻ കുട്ടികളിലെ പ്രമുഖനായ ഒരാളായിരിക്കും. അന്ന് സുരേഷായിരുന്നു അദ്ധ്യക്ഷൻ. കൃഷ്ണനിൽ മാല ചാർത്തുന്നത് ഓരോരുത്തരുടെയും ഭാഗ്യമായാണ് വിലയിരുത്തപ്പെടുന്നത്. കുട്ടികളിലുള്ള നിഷ്ക്കളങ്ക വിശ്വാസത്തെയും ഭക്തിയെയും കൗതുകത്തെയും ഉപയോഗപ്പെടുത്തി തുടക്കത്തിൽ തന്നെ മതഭ്രാന്തും ഹിന്ദുത്വത്തിന്റെ ആവേശവും അന്യമതക്കാരോടുള്ള വെറുപ്പും വളർത്തുന്നതിനുള്ള ഒരു ഗൂഢമായ രീതിയിലാണ് എല്ലാം നടപ്പിലാക്കുന്നത്. പുറമേക്കു നല്ലതാണെന്ന് തോന്നിപ്പിക്കുന്ന ഈ പ്രക്രിയകളിലൂടെ കുട്ടികളുടെ സ്വതന്ത്ര ചിന്തയെയും മതേതര ബോധത്തെയും തടയുകയാണ് ലക്ഷ്യം.

കലാപരിപാടികളിലൊക്കെ ഞങ്ങളുടെ ബാലഗോകുലം നേട്ടം കൊയ്തിരുന്നു. ബാലഗോകുലം പ്രചാരകനായ ഹർഷേട്ടൻ ബാലഗോകുലം സന്ദർശിച്ചിരുന്നു. സംഘർഷാവസ്ഥയിൽ കണ്ണൂരിലെ പ്രചാരകന്മാർക്കൊക്കെ വ്യാജ പേരായിരുന്നുവല്ലോ... അതുകൊണ്ട് ഈ പേര് യഥാർത്ഥ്യമല്ല എന്നുവേണം കരുതാൻ. അദ്ദേഹം ഒരു മാസത്തിൽ ഒരു തവണ വരും. ശിവജിയുടെയും റാണാ പ്രതാപിന്റെയും കഥകൾ പറഞ്ഞുതരും. ശിവജി, റാണാ പ്രതാപ് എന്നിവരെക്കുറിച്ച് സംഘപരിവാർ എപ്പോഴും പ്രചരിപ്പിക്കുന്ന കള്ളക്കഥകളാണ് കുട്ടികൾക്കും പറഞ്ഞു കൊടുക്കുന്നത്. ശിവജി ഒരു മുസ്ലീം വിരോധിയായിരുന്നുവെന്നും മുസ്ലീം രാജാക്കന്മാർ അദ്ദേഹത്തെ ആക്രമിച്ചിരുന്നത് കൊണ്ടാണതെന്നും പണ്ടു മുതലേ പറഞ്ഞുപരത്തിയ കെട്ടുകഥകളാണെന്ന് കുട്ടികൾക്കറിയില്ലല്ലോ. രണ്ട് രാജാക്കന്മാർ തമ്മിലുള്ള ഏറ്റുമുട്ടലുകൾ ഹിന്ദു-മുസ്ലീം ഏറ്റുമുട്ടലുകളായി പില്ക്കാലത്ത് സംഘപരിവാറും ഹിന്ദു മഹാസഭയും ഒക്കെ പ്രചരിപ്പിച്ച കഥകളാണ്. ശിവജിയുടെ സൈന്യത്തിലെ മുഖ്യകമാന്റർമാർ ദൗലത് ഖാസ, സിദ്ധി മിശ്ര എന്നീ മുസ്ലീങ്ങളായിരുന്നു. ശിവജിയുടെ ഏറ്റവും വിശ്വസ്തനായ വിദേശ കാര്യ സെക്രട്ടറി മുല്ലാ ഹൈദർ എന്ന

മുസ്ലീമായിരുന്നു. സദാ ശിവജിക്കൊപ്പമുണ്ടായിരിക്കുകയും ആഗ്രയിൽ നിന്ന് രക്ഷപ്പെടാൻ അദ്ദേഹത്തെ സഹായിക്കുകയും ചെയ്ത ഏറ്റവും വിശ്വസ്തനായ സേവകൻ മദനി മേത്തർ എന്ന മുസ്ലീമായിരുന്നു. താൻ നിത്യവും ആരാധിക്കാൻ പോയിരുന്ന ജഗദീശ്വര ക്ഷേത്രത്തിനോട് ചേർന്നുതന്നെ തന്റെ കൊട്ടാരത്തിന്റെ തൊട്ടുമുമ്പിൽ മുസ്ലീം പ്രജകൾക്ക് പ്രാർത്ഥിക്കാനായി ഒരു പ്രത്യേക മുസ്ലീം പള്ളി ശിവജി പണി കഴിപ്പി ച്ചിരുന്നു.

ഇതുപോലുള്ള ചരിത്ര യാഥാർത്ഥ്യങ്ങളും സത്യവും മറച്ചുവെച്ചു കൊണ്ടാണ് ആർ എസ് എസ് ശിവജിയെ അവരുടെ ആശയപ്രചാരണ ത്തിന് ഉപയോഗിക്കാവുന്ന ഉപകരണമാക്കി മാറ്റുന്നത്. സംഘപരിവാ റിന്റെ രാഷ്ട്രീയ അജണ്ടകൾക്ക് അനുസൃതമായി ചരിത്രത്തെ വളച്ചൊ ടിക്കാനുള്ള അവരുടെ കഴിവ് ചിന്തിക്കുന്നതിനും അപ്പുറത്താണ്. മുംബൈ കലാപത്തിന്റെ കഥകളും പാകിസ്ഥാനിലെ ഹിന്ദുക്കളുടെ ദയനീയാവസ്ഥയും നമ്മെ കഥകളിലൂടെ പഠിപ്പിക്കും. മുതിർന്നവരുടെ സംഗമം (കൂട്ടായ്മ) വയ്ക്കുമ്പോൾ ഹിന്ദുക്കൾ നേരിടുന്ന ഇത്തരം വെല്ലുവിളികളെ കഥാരൂപത്തിൽ അദ്ദേഹം അവതരിപ്പിക്കും. ഇതൊക്കെ കേട്ട് എന്റെ വല്യച്ഛൻ മുസ്ലീങ്ങൾ രാജ്യദ്രോഹികളാണെന്നും അവരെ ന്തിനാ ഇവിടെ? പാകിസ്ഥാനിൽ പോയിക്കൂടെ? എന്നൊക്കെ ചീത്തയും പറയും. നമ്മുടെ നാട്ടിൽ മീൻവില്ക്കാൻ വരുന്ന മുസ്ലീം ആയ മുഹമ്മദ് മാപ്പിള എന്നു വിളിക്കുന്ന മീൻകാരനുമായി വല്യച്ഛൻ എന്നും വഴക്കാ യിരിക്കും. ബാലഗോകുലത്തിൽ ശ്രീകൃഷ്ണ ജയന്തിയാണ് പ്രധാനം. ഘോഷയാത്രയിൽ കൃഷ്ണനാവുക എന്നത് എല്ലാവരുടെയും ഒരാഗ്ര ഹമാണ്. ഞാൻ ഇതുവരെ ആയിട്ടില്ല. ജയേട്ടൻ കാരണമാണ് അതിനു കഴിയാത്തത്.

നിത്യേനയുള്ള ശാഖ അനുഭവം ഞാൻ നല്ലവണ്ണം ആസ്വദിച്ചി രുന്നു. ഞാൻ അഞ്ചാം ക്ലാസിൽ പഠിക്കുമ്പോൾ ശാഖയെടുത്തത് സജിയേട്ടനായിരുന്നു. നാട്ടിൽ എന്റെ റോൾ മോഡൽ ദാസേട്ടനായിരുന്നു. ദാസേട്ടൻ അന്ന് ശാഖാ കാര്യവാഹകനായിരുന്നു. വല്ലപ്പോഴും മാത്രമേ ശാഖയിൽ വരൂ. വന്നാൽ അദ്ദേഹത്തെ പ്രാണാം ചെയ്യാൻ പറയും. സംഘത്തിന്റെ അഭിവാദനമാണ് പ്രാണാം. എന്റെ വീട്ടുകാർക്കും എന്നും ദാസേട്ടനെക്കുറിച്ച് പറയാൻ എന്തെങ്കിലും കാണും. കമ്യൂണിസ്റ്റ് പ്രവർത്തകർ ഒരിക്കൽ ദാസേട്ടന്റെ ചുറ്റിലും വള ഞ്ഞുപോലും: പെട്ടെന്ന് ദാസേട്ടൻ മായാവിയായി എന്നാണ് അമ്മ പറയുന്നത്. വ്യഭിചാരിയും, മദ്യപാനിയുമാണ് ദാസേട്ടൻ എന്ന വാർത്ത *ദേശാഭിമാനി* യിൽ വന്നിരുന്നു. പ്രേമേട്ടൻ എന്ന പ്രചാരകൻ ശാഖയിൽ വന്നതിനു ശേഷം ദാസൻ പ്രാണാം അധികാരി അല്ലെന്നും താലൂക്ക് സംഘ ചാലകി (സംഘത്തിന്റെ ദൃഷ്ടിയിൽ ശരിക്കും തലശ്ശേരി താലൂക്കാണെങ്കിലും ആർ എസ് എസിന് കൂത്തുപറമ്പ് താലൂക്കാണ്) നെ പ്രാണാം ചെയ്താൽ മതി എന്നുമാണ് പറഞ്ഞത്. ശാഖയിലെ കളികൾ സ്കൂളിലെ

ഗുജറാത്ത് വംശഹത്യ

മറ്റുകുട്ടികളെ കളിപ്പിക്കണമെന്ന നിർബ്ബന്ധം എപ്പോഴും ശാഖയിൽ വരുന്ന കാര്യകർത്താക്കൾക്കുണ്ടായിരുന്നു.

ഒരിക്കൽ ഞാൻ ശാഖയിലെ കളി അഞ്ചാംക്ലാസിലെ എന്റെ സഹപാഠികൾക്ക് പറഞ്ഞ് കൊടുത്തു. പിന്നീട് അവരെ ശാഖയിലേക്ക് കൊണ്ടുവരാനും അത് ഉപകരിച്ചു. മറ്റൊരിക്കൽ നിർബ്ബന്ധിച്ച് കുറച്ച് കുട്ടികളോട് കളിക്കാനാവശ്യപ്പെട്ടപ്പോൾ ഇത് ശാഖയിലെ കളിയാണെന്നും ഇത് കളിക്കാൻ പാടില്ലെന്നും അച്ഛൻ പറഞ്ഞിട്ടുണ്ട് എന്ന് പറ ഞ്ഞ നിഷാദിനെ അടിക്കാൻ ശ്രമിച്ചിരുന്നു. ടീച്ചറോട് പറഞ്ഞപ്പോൾ ഉമ ടീച്ചർ (അന്നത്തെ ശാഖാശിക്ഷക് ദേവന്റെ അമ്മ) നിർബ്ബന്ധിച്ച് കളിപ്പിക്കേണ്ട എന്ന് നിർദ്ദേശിക്കുകയാണുണ്ടായത്.

ഒരു മണിക്കൂർ സമയത്തിലാണ് ശാഖയുടെ ക്രമീകരണം. അതിൽ 20 മിനിട്ട് വിവിധതരം എക്സർസൈസുകൾ (വ്യായാം യോഗ് എന്നാണ് സംഘഭാഷ) ഇതിൽ 13 സൂര്യ നമസ്കാരവും ഉൾപ്പെടും.

"ധ്യോയ സദ സവിദ്യ
മണ്ഡല മദ്ധ്യവർത്തി
നാരായണ സരിജാസന സന്നിവിഷം
കേയൂരവാൻ മകരകുണ്ഡലവാൻ കിരീടിം
ഹാരി ഹിർണ്ണമയ ഭവ്ദൃത ശംഖചക്ര"

എന്ന സൂര്യന്റെ ധ്യാനമന്ത്രത്തോടെ തുടങ്ങി ഓം രമേയ നമഃ തുടങ്ങിയ 13 സൂര്യനാമങ്ങൾ ചൊല്ലി 13-ാമത്തെ മന്ത്രമായ ഓം ശ്രീ

സവിതുസൂര്യ നാരായണായ നമഃ എന്നതിൽ അവസാനിക്കും.

“ആദിത്യസ്വ നമസ്കാര
ഏകുർവ്വന്ത്യ ദിനേ ദിനേ
ആയുർ പ്രജ്ഞാബലം വീര്യം
തേജസ്സ് തേഷാം ചചായതേ”

എന്ന മംഗള ശ്ലോകത്തിൽ സൂര്യ നമസ്കാരം അവസാനിക്കും.

വളരെ മുമ്പ് ഈ മംഗളശ്ലോകം

“അകലെ മൃത്യു ഹരണം
സർവ്വ വ്യാപി വിനാശനം
സൂര്യപാദോദ കം തീർത്ഥം
ജഡരേ ധാര യാമ്യകം” എന്നതായിരുന്നു. അതുകഴിഞ്ഞ് 5 മിനുട്ട് ‘നിയുദ്ധ’ പഠിപ്പിക്കും. കൈകൊണ്ടും കാലുകൊണ്ടും എതിരാളിയെ കീഴ്പ്പെടുത്തുന്ന ആദ്യത്തെ ഇന്ത്യൻ ആയോധനമാർഗ്ഗമാണ് നിയുദ്ധ. സവർണ്ണന്റെ ആയോധനമാണ് നിയുദ്ധ എന്ന് ഉത്തരേന്ത്യയിലെ ഒരു പ്രചാരകൻ ഒരിക്കൽ പറഞ്ഞുകേട്ടിട്ടുണ്ട്. ശേഷം 5 മിനുട്ട് സമതപദ സഞ്ചലത്തിന് (വിവിധതരം ആജ്ഞകളും മാർച്ച് ചെയ്യാനുള്ള ട്രെയിനിങ്ങും) ചെയ്യിക്കും.

ആജ്ഞ	**English Meaning**
ദക്ഷ	Attention
ആരമ	Stand atease
ഉപവിശ	Sitting
ഉത്തിഷ്ഠ	Stand up
ദക്ഷിണവൃത	right side view
വാമവൃത	Left side view
അർദ്ധവൃത	Opposite side view തുടങ്ങി നിരവധി

ആജ്ഞകൾ പഠിപ്പിക്കും. ശേഷം കളികൾ പരിശീലിപ്പിക്കും. 15 മിനിട്ട് ദൈർഘ്യത്തിൽ ‘കബടി’, ‘ഖൊഖോ’ മറ്റ് കളികൾ എന്നിവ ഉൾപ്പെടും. കബടിയിൽ ‘വീര മൃത്യു’ എന്ന കളിയുണ്ട്. തന്റെ വരയുടെ അപ്പുറം മുസ്ലീം തീവ്രവാദകേന്ദ്രം അവിടെ ശ്വാസം തീരുന്നതുവരെ ഓരോ ആളുകളെയും തൊടുക. പിടിച്ചാൽ മരിച്ചതിന് തുല്യമായി പുറത്താകും. ഇതാണ് ഈ കളിയുടെ പ്രത്യേകത. പിന്നീട് ഈ കളി കമ്യൂണിസ്റ്റ് ഗ്രാമത്തിലും ക്രിസ്ത്യൻ ഗ്രാമത്തിലും കടന്നുചെല്ലുന്നതായും ചിത്രീകരിക്കും. ശേഷം വൃത്താകൃതിയിൽ (മണ്ഡല എന്ന സംഘഭാഷ) ഇരുന്ന ശേഷം മുസ്ലീം ക്രിസ്ത്യൻ കമ്യൂണിസ്റ്റ് തലങ്ങളെക്കുറിച്ചും അവ രാജ്യത്ത് വിതയ്ക്കുന്ന പ്രത്യാഘാതങ്ങളും പറഞ്ഞുതരും. നമ്മുടെ രാജ്യത്തെ അമ്മയായി കാണാനും ആ അമ്മയുടെ പേര് ഹിന്ദുരാഷ്ട്ര മാണെന്നുമുള്ള വികാരം ജനിപ്പിക്കാനും ഉള്ള കഥകൾ, പാട്ടുകൾ. ഓരോ മാസവും ഇവ മാറിക്കൊണ്ടിരിക്കും.

ശത്രുക്കളായ മുസ്ലീം, ക്രിസ്ത്യൻ, കമ്യൂണിസ്റ്റ് എന്നിവയെ

പൂർണ്ണമായും ഈ നാട്ടിൽനിന്നും തുടച്ചു നീക്കണമെന്ന വ്യഗ്രത ഓരോ സ്വയം സേവകന്റെയും മനസ്സിൽ ഈ ശാഖാ പദ്ധതിയിലൂടെ ഉടലെടുക്കും. ഞാൻ ആറാം ക്ലാസിൽ ആയിത്തറ മമ്പറം ഹൈസ്കൂളിലാണ് പഠിച്ചത്. ആ ക്ലാസിലെ മറ്റ് മതസ്ഥരോട് സംസാരിക്കാൻ പോലും എനിക്ക് അറപ്പും വെറുപ്പും ഉണ്ടായിരുന്നു എന്നത് സത്യമാണ്. ആ ക്ലാസിലെ ഫൈസൽ എന്ന സാധുകുട്ടിയെ പാകിസ്ഥാന്റെ ചാരനല്ലേ എന്നുപറഞ്ഞ് സ്റ്റീൽ പ്ലേറ്റുകൊണ്ട് തലയ്ക്കടിച്ചത് ഇന്നും ഞാൻ ഓർക്കുന്നു. ഈ അടുത്ത കാലത്താണ് അവനെ കണ്ട് ഒന്നു സംസാരിക്കാൻ എനിക്കു കഴിഞ്ഞത്.

ഒന്നിച്ചു പാടുന്ന (ഗണഗീതം സംഘഭാഷ) പാട്ടുകളിൽ ഹിന്ദു രാഷ്ട്രം സഫലീകൃതമാകുന്ന തരത്തിലുള്ള പാട്ടുകളായിരിക്കും.

"ഹിന്ദുരാഷ്ട്ര ജൈത്രരഥം
അരുണവർണ്ണ ധ്വജസഹിതം
തേജസ്സാ സമുജ്ജ്വലിതം
ആഗതം സുസ്വാഗതം"

തുടങ്ങിയ പാട്ടുകൾ നല്ല ഈണത്തിൽ പാടിക്കഴിയുമ്പോൾ കേൾക്കുന്നവർക്കും ആവേശം ജനിക്കും. തുടർന്ന് ശാഖ തുടങ്ങുന്നത് ധ്വജം (കാവിക്കൊടി) ഉയർത്തിയാണ്. ഈ പതാകയ്ക്ക് രണ്ട് ഇതളാണ് ഉള്ളത്. വലിയ ഇതൾ ആത്മീയവും ചെറുത് ഭൗതിക ജീവിതവുമാണ് സൂചിപ്പിക്കുന്നത്. ആദ്യം പ്രാണാം (കൈ നെഞ്ചോട് ചേർത്തു വയ്ക്കുന്നത്) ചെയ്യുന്നു. പിന്നീട് പ്രാർത്ഥനയാണ്. സംസ്കൃതത്തിലാണ് പ്രാർത്ഥന എഴുതിയിട്ടുള്ളത്.

"നമസ്തേ സദാ വത്സലേ മാതൃഭൂമേ
ത്വയാ ഹിന്ദു ഭൂമെ സുഖം വർദ്ധിതോഹം
മഹാമംഗലേ പുണ്യഭൂമെ ത്വദർ തെ
പദത്വേ ഷകായോ നമസ്തേ നമസ്തേ"

(അർത്ഥം: എപ്പോഴും വാത്സല്യം നിറഞ്ഞ മാതൃഭൂമിയെ ഞാൻ നമിക്കുന്നു. ഹേ ഹിന്ദു ഭൂവേ അങ്ങ് എന്നെ സസുഖം വളർത്തുന്നു. മഹാമംഗലയായ പുണ്യഭൂവേ അങ്ങേക്കുവേണ്ടി ഞാൻ എന്റെ മനസ്സും ശരീരവും സമർപ്പിക്കുന്നു) എന്നിങ്ങനെ തുടങ്ങിയതാണ് പ്രാർത്ഥന. അതുകഴിഞ്ഞ് കൊടിതാഴ്ത്തി വികിര (പിരിഞ്ഞുപോവുക എന്ന സംഘഭാഷ) പറഞ്ഞു പോവും. കമ്യൂണിസ്റ്റ് ആശയധാരികളായ എ കെ ജിയെക്കുറിച്ചും, കൃഷ്ണപിള്ളയെക്കുറിച്ചും ഒരിക്കൽ ശാഖയിൽ വന്ന കൃഷ്ണൻ നമ്പൂതിരി പറഞ്ഞത് അവർ ഹിന്ദുസമുദായത്തെ പൂജയിലൂടെ ഉൽക്കൃഷ്ടരാക്കുന്ന നമ്പൂതിരിമാർക്ക് എതിരായിരുന്നു എന്നാണ്. ഭഗവാൻ പാമ്പിന്റെ രൂപത്തിൽ ചെന്ന് കൃഷ്ണപിള്ളയെ കൊന്നു എന്നും പറഞ്ഞു തന്നിരുന്നു.

ഇത്തരത്തിലുള്ള കെട്ടുകഥകളും അന്ധവിശ്വാസങ്ങളും കൊണ്ട് കുഞ്ഞു മനസ്സുകളുടെ ഉള്ളിൽ വൈകാരികമായ വേലിയേറ്റങ്ങൾ സൃഷ്ടി

ക്കുന്നതിൽ അവരെപ്പോഴും ശ്രദ്ധിച്ചിരുന്നു.

ആർ എസ് എസിൽ 4 പ്രധാന ട്രെയിനിങ്ങുകളുണ്ട്. അതിൽ ആദ്യത്തേത് പ്രാഥമിക സംഘ ശിക്ഷാവർഗ്ഗ് (ഐ ടി സി ഇൻസ്ട്രക്ടർ ട്രെയിനിങ് കോഴ്സ്). 7 ദിവസത്തെ പരിശീലനപരിപാടി കോട്ടയം രാജാസ് ഹൈസ്കൂളിൽ നിന്നാണ് കഴിഞ്ഞത്. ക്രിസ്തുമസ് അവധിക്കാണ് ട്രെയിനിങ് എല്ലായ്പ്പോഴും കേരളത്തിൽ നടക്കുക. 7 ദിവസം അവിടെ താമസിക്കണം. രാവിലെ 4 മണിക്ക് ഉണരണം. പ്രാഥമിക കൃത്യങ്ങൾ കഴിഞ്ഞാൽ 5.35 ന് ഗ്രൗണ്ടിലെത്തും. ഏകാത്മനസ്തോത്രം ചൊല്ലിക്കും.

"ഓം നമഃ സച്ചിദാനന്ദ
രൂപായ പരമാത്മനേ
ജ്യോതിർമയ സ്വരൂപായ
വിശ്വ മാഗല്യ മൂർത്തയേ"

എന്ന് തുടങ്ങുന്ന ശ്ലോക സംഹിതയിൽ എല്ലാ ഹൈന്ദവ ആരാധ്യരെ കുറിച്ചും പറയുന്നുണ്ട്. ഗാന്ധിജിയെക്കുറിച്ച് ഈ സ്തോത്രത്തിൽ പരാമർശിക്കുന്നുണ്ട്. ഒരിക്കൽ ഒരു സ്വയം സേവകൻ ഗാന്ധിജി നമുക്ക് എതിരായിരുന്നില്ലേ എന്ന ചോദ്യത്തിന് ഉത്തരം നല്കിയത് ഇങ്ങനെയായിരുന്നു. "ഏകാത്മന സ്തോത്രം" അവസാനിക്കുന്നത് സകല സുജനേഭ്യ പ്രതിദിനം എന്ന പദത്തിലാണെന്നും അതിന്റെ അർത്ഥം എല്ലാവർക്കും (സുജനൻ) കുറച്ച് ഏഭ്യന്മാർക്കും പ്രണാമം എന്നാണ്. അതിൽ ഗാന്ധിജി എവിടെ എന്ന് മനസ്സിലായില്ലേ എന്നാണ് പറഞ്ഞത്. പിന്നീട് അതികഠിനമായ ട്രെയിനിങ്ങാണ്. ശാഖയിലെ നേരത്തേ പരാമർശിച്ച ഘടകങ്ങളും ദണ്ഡായുധവും ഉൾപ്പെടും. സംവാദങ്ങളും പ്രഭാഷണങ്ങളുമെല്ലാം മുസ്ലീം ക്രൈസ്തവ കമ്യൂണിസ്റ്റ് വിരുദ്ധത മനസ്സിൽ അടിച്ചേല്പിക്കും. വൈകുന്നേരത്തെ കളികളിൽ പച്ചക്കുപ്പായമിട്ട് നുഴഞ്ഞുകയറുന്നവരെ ദണ്ഡകൊണ്ട് നിഷ്പ്രഭമാക്കുന്ന

കളിയൊക്കെ പരിശീലിപ്പിക്കും. മനശ്ശാസ്ത്രപരമായി ഒരു വ്യക്തിയെ എങ്ങനെ മതതീവ്രവാദിയാക്കണമെന്ന് ഈ പരിശീലന പദ്ധതികൾ കാണിക്കുന്നുണ്ട്. ഇവിടത്തെ ഓരോ പരിപാടികളിലും കമ്യൂണിസ്റ്റ് മുസ്ലീം ക്രിസ്ത്യൻ വിരുദ്ധത ഉൾച്ചേർത്തിട്ടുണ്ട്. ഒരു ശാഖ എങ്ങനെ കൈകാര്യം ചെയ്യാമെന്നാണ് ഈ പരിശീലനംകൊണ്ട് ഉദ്ദേശിക്കുന്നത്. അവസാനം ആറ് ദിവസം കഴിഞ്ഞ് ആർ എസ് എസ് സ്ഥാപകനായ ഹെഡ്ഗേവർ, ഭാരതമാതാവ്, ഗുരുജി എന്നിവരുടെ താഴെ ചെറിയ ഓട്ടുവിളക്ക് തെളിയിക്കുന്നു. എല്ലാ ലൈറ്റും ഓഫാക്കും ഇരുട്ടിൽ മൂന്ന് പേർ തെളിഞ്ഞുനില്ക്കും. അശരീരിപോലെ നല്ല ഈണത്തിൽ പാട്ടുപാടും:

"ഏക നിഷ്ഠ സേവകനായ് ഞാൻ മോക്ഷമിന്നു വേറെ
വരികയായി ഞാൻ നിന്നുടെ മുന്നിൽ നീ നമിക്കു മുന്നിൽ
നീ മുന്നിലുണ്ടെന്നാകിൽ എന്തെനിക്കസാദ്ധ്യം
മഹാമേരു മൃത്യു മിത്രമാവും
ആഴക്കടൽ ചെറുകുഴിയായി മാറും
തീ നിലാവുമാകും"

എന്ന ഗാനത്തിൽ എല്ലാവരും ലയിച്ചിരിക്കും. തുടർന്ന് മധുരമായി സംസാരിക്കും. ആ ഇരുട്ടിൽ പ്രതിഫലിക്കുന്ന തിരു രൂപങ്ങളോട് വല്ലാത്ത അഭിനിവേശം ഉടലെടുക്കും.

പ്രിയ സ്വയം സേവകരേ, നമ്മുടെ ഭാരതാംബയെ തകർക്കാൻ കപട മതേതര വാദികളായ കമ്യൂണിസ്റ്റുകാരും, മുസ്ലീങ്ങളും ക്രൈസ്തവരും നടത്തുന്ന ശ്രമങ്ങളെ ജീവൻ കൊടുത്തും തടയാൻ ശ്രമിക്കണം എന്ന വാക്കുകളിൽ എല്ലാവരും വശംവദരാവും. അവസാനം ക്ലാസ് കഴിഞ്ഞാൽ ഒരു മതാന്ധതയുടെ ഉന്മാദാവസ്ഥയിലായിരിക്കും ഓരോരുത്തരും എത്തിച്ചേരുക. അത്രയും ആധികാരികവും നിരവധി വർഷത്തെ ഗവേഷണത്തിലൂടെയും കണ്ടെത്തിയ പദ്ധതിയായാണ് ഇവിടെ അവതരിപ്പിക്കുന്നത്. ക്യാമ്പ് കഴിഞ്ഞതോടെ ശാഖാ പരിശീലകന്റെ (മുഖ്യ ശിക്ഷകന്റെ) ചുമതല എനിക്ക് ലഭിച്ചു. മുപ്പതോളം വരുന്ന ഹൈസ്കൂൾ കുട്ടികളുടെ ശാഖാ ശിക്ഷകനായത് ഞാൻ ആറാം ക്ലാസിൽ പഠിക്കുന്ന സമയത്താണ്. ഞാൻ ക്യാമ്പിൽനിന്നും പരിശീലിച്ച കാര്യങ്ങൾ ശാഖ യിൽ പഠിപ്പിക്കണം.

പാഠ്യപദ്ധതികൾ പലതും ഗോൾവാൾക്കറുടെ *വിചാരധാര*, *We Our Nationhood defined* എന്നീ പുസ്തകങ്ങളിലെ ആശയങ്ങളെ അവലംബിച്ചാണ്.

"വായുവും വെളിച്ചവും കടന്നുവരാൻ പേടിക്കുന്ന ഒരു തുരങ്കത്തിൽ അകപ്പെട്ട പ്രതീതിയാണ് *വിചാരധാര* തുറക്കുമ്പോൾ ഒരു ശരാശരി മനുഷ്യന് അനുഭവപ്പെടുക. അവിടെ ശത്രുതയുടെയും വെറുപ്പിന്റെയും സർപ്പങ്ങൾ പത്തിവിടർത്തിയാടുന്നത് കാണാം. ഇന്ത്യൻ ഫാസിസ്റ്റുകളുടെ ജനവിരുദ്ധതയും അന്യമതശത്രുതയും ജാതിവികാരവും മനസ്സി

ലാക്കുവാൻ അവരുടെ വിമർശകർ പറയുന്നത് കേൾക്കണമെന്നില്ല. മറിച്ച് ആർ എസ് എസിന്റെ അടിസ്ഥാന താത്ത്വിക ഗ്രന്ഥമായ *വിചാരധാര* ഒന്നോടിച്ചു വായിച്ചാൽ മാത്രം മതിയാകും. മാധവസദാശിവ ഗോൾവാൾക്കർ ആർ എസ് എസുകാർക്ക് പരമപൂജനീയ ഗുരുജിയാണ്. 'ഹിന്ദുത്വം അപകടത്തിൽ' എന്ന മുദ്രാവാക്യം നിരന്തരം മുഴക്കിക്കൊണ്ട് സാധാരണ വിശ്വാസികളായ ഹിന്ദുക്കളിൽ വർഗ്ഗീയ വികാരം ആളിക്കത്തിക്കാൻ ശ്രമിക്കുന്നത് ആൾക്കൂട്ട സമാഹരണത്തിന് ഉപയോഗിക്കുന്ന പ്രചാരണ തന്ത്രത്തിന്റെ ഭാഗമാണ്. എൺപത് ശതമാനത്തിലേറെ ഹിന്ദുക്കളുള്ള ഇന്ത്യയിൽ ഹിന്ദുക്കൾ അരക്ഷിതരാണെന്നും മുസ്ലീങ്ങളും കൃസ്ത്യാനികളും കമ്യൂണിസ്റ്റുകാരും ചേർന്ന് അവരെ വേട്ടയാടുകയാണെന്നുമുള്ള നുണയാണ് അവരുടെ പ്രചാരണത്തിന്റെ ആണിക്കല്ല്.

ലോകത്തിന്റെ ജനാധിപത്യവല്ക്കരണപ്രക്രിയയെ തടവിലിടുകയും മാനവികതയുടെ മേൽ അതിക്രൂരമായ കടന്നാക്രമണം നടത്തുകയും ചെയ്ത ഫാസിസത്തിന് അടിത്തറയായി മാറിയ വംശശുദ്ധി സിദ്ധാന്തം സവർണ്ണ ഹൈന്ദവതയുടെയും സംഘപരിവാറിന്റെയും ഊർജ്ജസ്രോതസ്സാണ്. ജർമ്മനിയിലെ നാസിഭരണകാലത്ത് ഹിറ്റ്ലർ നടപ്പിലാക്കിയ ജൂതപീഢനങ്ങളെയും ജൂതവാക്യങ്ങളെയും ആശയപരമായി പിന്തുണച്ചത് ഗോൾവാർക്കറാണ്.

ഫാസിസം അധികാരത്തിലേറിയ ജർമ്മനിയിലും ഇറ്റലിയിലും പ്രചാരം നേടിയ ചിന്താപദ്ധതികളെ ഇന്ത്യൻ സാഹചര്യത്തിൽ ഗോൾവാൾക്കർ അവതരിപ്പിച്ചു.

ആർ എസ് എസ് എന്നരൂപം വിരാടപുരുഷനെ ഉപമിച്ചാണ് പ്രവർത്തന പദ്ധതി

ആർ എസ് എസിന്റെ പദ്ധതിയെക്കുറിച്ച് അറിയാൻ അതിന്റെ രൂപരേഖയും സംഘാടനവും സംബന്ധിച്ച് മനസ്സിലാക്കുന്നത് നല്ലതാണ്. ഓരോ പ്രദേശത്തെ വ്യാപ്തിക്കനുസരിച്ച് നാലോ അഞ്ചോ ശാഖകൾ ചേർന്നാൽ ഒരു മണ്ഡലമായി. അങ്ങനെ ഏഴോ എട്ടോ മണ്ഡലങ്ങൾ ചേർന്നാൽ ഒരു താലൂക്കായി. ഏഴോ എട്ടോ താലൂക്ക് ചേർന്നാൽ ഒരു ജില്ലയായി. രണ്ട് ജില്ലകൾ ചേർന്നാൽ ഒരു വിഭാഗ് ആയി. കണ്ണൂർ ജില്ല എന്നത് സംഘത്തിന് രണ്ട് ജില്ലകളാണ്. കണ്ണൂരും പയ്യന്നൂരും. എന്റെ താലൂക്ക് തലശ്ശേരിയാണ്. പക്ഷേ, സംഘകാഴ്ചപ്പാടിൽ ഞാൻ കൂത്തുപറമ്പ് താലൂക്കിലാണ്. ഇങ്ങനെ പതിനെട്ടോ പത്തൊമ്പതോ വിഭാഗ് ഒരു പ്രാന്തമായി. കേരളം ഒരു പ്രാന്തമാണ്. പ്രാന്ത കാര്യാലയം എളമക്കരയിലെ മാധവ നിവാസാണ്.

ചുമതല

1. **ഘടാ പ്രമുഖ്:** വിവിധ സ്ഥലത്തുനിന്നും ആളുകളെ സ്വാധീനിച്ച് ശാഖയിലേക്കും അതത് സംസ്ഥാനത്തിലേക്കും എത്തിക്കുന്നവരിൽ പ്രമുഖൻ.
2. **മുഖ്യ ശിക്ഷക്**:-ശാഖാ പരിശീലകൻ
3. **ശിക്ഷക്:**- സഹപരിശീലകൻ
4. **ശാഖാ കാര്യവാഹ്:** ശാഖാ കാര്യപരിപാടിയെ പരിപാലിക്കുകയും നിലനിർത്തുകയും ചെയ്യുന്ന ആൾ.
5. **സേവാ പ്രമുഖ്:** സേവാ കാര്യങ്ങൾ നോക്കുന്ന ആൾ

ഇത് മണ്ഡലത്തിൽ

1. **മണ്ഡൽ കാര്യവാഹ്**
2. **സഹ കാര്യവാഹ്**
3. **മണ്ഡൽ ശാരീരിക് പ്രമുഖ്:** ശാഖാ ആയോധപ സഹ ശാരീരിക് പ്രമുഖ് വിഷയങ്ങളിൽ പ്രമുഖൻ.
4. **മണ്ഡൽ ബൗദ്ധിക് പ്രമുഖ്:-** കഥ, കളി തുടങ്ങിയ ചിന്താവിഷയങ്ങളിൽ പ്രമുഖൻ.
5. **മണ്ഡൽ സേവാ പ്രമുഖ്:-** സേവനപ്രവർത്തനങ്ങളിൽ ഉൾച്ചേർക്കുന്നയാൾ.
6. **മണ്ഡൽ സമ്പർക്ക പ്രമുഖ്:-** പേഴ്സണൽ റിലേഷൻ ഓഫീസർ.

താലൂക്കിലും ഇങ്ങനെ തന്നെയാണ്.

താലൂക്കിൽ വരുമ്പോൾ

താലൂക്ക് സംഘ ചാലക്:- ഇതര പരിവാർ പ്രസ്ഥാനങ്ങളെയും സമൂഹത്തെയും ശാഖാ പദ്ധതിയും സംഘ പദ്ധതിയും ആയി കൂട്ടിച്ചേർക്കുന്ന പ്രധാന ചുമതല ആരാധ്യനായ പ്രാണാം അധികാരിയാണ്. ചില താലൂക്കിൽ താലൂക്ക് പ്രചാരകനുണ്ടാവാം. പ്രചാരകൻ എന്നാൽ സംസ്ഥാനത്തെ വിവിധ സ്ഥലത്തുനിന്ന് മുഴുവൻസമയ പ്രവർത്തനത്തിനുവേണ്ടി വിനിയോഗിക്കുന്നവരാണ്. ഇവർക്ക് പ്രചാരകനായാൽ വൈവാഹിക ജീവിതം സാദ്ധ്യമല്ല. ഒഴിവായാൽ വൈവാഹിക ജീവിതം തുടങ്ങാം.

ജില്ലയിൽ ചുമതല ഇതുപോലെ

ജില്ലാ പ്രചാരക്

ജില്ലാ വ്യവസ്ഥാ പ്രമുഖൻ- സാമ്പത്തിക ക്രയവിക്രയങ്ങൾ നടത്തുന്ന ആൾ.

പ്രാന്തീയ തലത്തിലെത്തുമ്പോൾ മുൻ ചുമതലകൾ തന്നെ. പ്രാന്തം എന്ന പദം മുന്നിൽ ചേർക്കും. ഇതിൽ പ്രാന്ത പ്രചാരകൻ, പ്രാന്ത സേവാ പ്രമുഖ്, പ്രാന്താശാരീരി പ്രമുഖ്, പ്രാന്തീയ വ്യവസ്ഥാപ്രമുഖ്, പ്രാന്തീയ സേവാ പ്രമുഖ് എന്നിവർ പൂർണ്ണ സമയ പ്രവർത്തകരായിരിക്കും. മൂന്ന് പ്രാന്തങ്ങൾ ചേർന്നാൽ ക്ഷേത്രമായി. അതായത് തമിഴ്നാട്, കേരള, കർണ്ണാടക ചേർന്നാൽ ഒരു ക്ഷേത്രമായി. അങ്ങനെ പത്തോളം ക്ഷേത്രങ്ങൾ ചേർന്നാൽ 'അഖില ഭാരതീയ' ആയി. ഇവിടെ പൂജനീയ സർ സംഘ ചാലക് എന്ന ഉത്തരവാദിത്വം ഏറ്റവും പരമപ്രധാനമായ ഒരു ചുമതലയാണ്. പിന്നെ സർ കാര്യവാഹ്, സഹ സർ കാര്യവാഹ് എന്നിവ ഉയർന്ന ചുമതലയാണ്. സർ സംഘ ചാലക് എന്ന ചുമതല മരിച്ചാലോ രോഗിയായി മാറി ഗണവേഷം ധരിക്കാൻ പറ്റാത്ത സ്ഥിതിവിശേഷം

വന്നാലോ മാത്രം മാറുന്നതാണ്. അഖില ഭാരതീയ അടിസ്ഥാനത്തിലുള്ള ആരുടെയെങ്കിലും പേര് സർ സംഘ ചാലക് ആയി നിർദ്ദേശിക്കുകയാണ് പതിവ്. ഡോ. ഹെഡ്ഗേവർ, ഗുരുജി ഗോൾവാൾക്കർ, ദേവാസ്-രാജേന്ദ്രസിങ്, സുദർശനൻ- ഡോ. മോഹൻജി ഭഗവത് എന്നിങ്ങനെയാണ് സർ സംഘ പരിപാലകന്റെ പേരുകൾ. ഇപ്പോൾ മോഹൻജി ഭഗവത് ആണ് ഈ ചുമതല വഹിക്കുന്നത്. മുൻപറഞ്ഞ മറ്റുള്ളവരൊക്കെ മരിച്ചു കഴിഞ്ഞു. പ്രാന്തീയ പ്രതിനിധിസഭയിൽ ജില്ലാ വിഭാഗ് അടിസ്ഥാനത്തിലുള്ള ആളുകളുടെ സമിതി ആയിരിക്കും. ഇതിന്റെ കൂടെ പരിവാർപ്രസ്ഥാനങ്ങളിലെ സംഘം കൊടുക്കുന്ന പ്രചാരകന്മാരും. സംസ്ഥാന ചുമതലയിലുള്ളവർ ഉൾപ്പെടും. 'പ്രാന്തീയ കാര്യകാരി' എന്നാണ് ഇവരുടെ വർഷത്തിൽ ഒരിക്കൽ കൂടിച്ചേരുന്ന മീറ്റിങ്ങിന് (ബൈഠക്ക്) നല്കുന്ന പേര്.

അഖിലഭാരതീയ പ്രതിനിധിസഭ മുൻപ് പറഞ്ഞപോലെ പ്രാന്തീയ, ക്ഷേത്രീയ കാര്യകർത്താക്കളും പിന്നെ ക്ഷണിക്കപ്പെട്ട അതിഥികളും (സദസ്യർ എന്നാണ് ഇവരെ പറയുക) ഉൾപ്പെടുന്നതാണ്. അഖിലഭാരതീയ കാര്യകാരി എന്നാണ് വർഷത്തിൽ ഒരിക്കൽ നടത്തുന്ന മീറ്റിങ്ങിന് പറയുന്നത്. സംഘത്തിന്റെ അതത് വർഷത്തെ പ്രവർത്തനം വിലയിരുത്തുന്ന ഈ മീറ്റിങ്ങിൽ (രഹസ്യ മീറ്റിങ്) ചാണക്യന്റെ *അർത്ഥശാസ്ത്ര*ത്തിൽ പറഞ്ഞ കാര്യങ്ങളെ ഇന്നത്തെ പ്രവർത്തനങ്ങൾക്ക് ഉതകുന്ന തന്ത്രങ്ങളാക്കി രൂപാന്തരപ്പെടുത്തുന്നു. അഖില ഭാരതീയ പ്രതിനിധി സഭയിൽ 2% മാത്രമേ ദളിത വിഭാഗം ഉണ്ടാവുകയുള്ളൂ. ഞാൻ പറയുന്ന ചില പേരുകൾക്ക് വ്യക്തത വരാനാണ് സംഘടനാ ചട്ടക്കൂട് ഇവിടെ പ്രതിപാദിച്ചിരിക്കുന്നത്.

ആക്രമണവും ആസൂത്രണവും

ചെറുപ്രായത്തിൽ തന്നെ ഞാൻ മുഖ്യ ശിക്ഷകായെന്ന് ഇതിനു മുമ്പ് സൂചിപ്പിച്ചിരുന്നുവല്ലോ. അതുപോലെ ജ്യേഷ്ഠസഹോദരൻ രാത്രി ശാഖയുടെ (17 വയസ്സിനു മുകളിലുള്ളവരുടെ) ശിക്ഷകായി. ആ ശാഖ നടക്കുന്ന സമയം 7-8 മണിവരെ. മുഖ്യ ശിക്ഷക് സജീവേട്ടനായിരുന്നു. പല പ്രചാരകന്മാരും കാര്യകർത്താക്കളും നാട്ടിൽ പതിവായി വരാറുണ്ട്. ഒരിക്കൽ തൊക്കിലങ്ങാടിയിലുള്ള വത്സേട്ടൻ (അന്നത്തെ താലൂക്ക് കാര്യ വാഹക്) രാജേട്ടൻ (താലൂക്ക് ശാരീരിക് പ്രമുഖ്) വടകരയുള്ള വിനീത (മഹിള പ്രവർത്തക)യും വൈകുന്നേരം വന്നത് ഓർക്കുന്നു. അന്ന് രാത്രി ശാഖയും കഴിഞ്ഞ് എന്റെ വീടിന്റെ പിറകിലുള്ള കുന്നിന്റെ ഏറ്റവും മുകളിൽ കാടിനുള്ളിൽ പെട്രോൾമാക്സിന്റെ വെട്ടത്തിൽ അവർ ഒത്തുകൂടി. ദാസൻ, മനോഹരൻ, രാജൻ, പുരുഷു, സദാനന്ദൻ, സജീവൻ, ചന്ദ്രൻ, സുധാകരൻ പിന്നെ ഞാനും ഏട്ടനും, വൃത്താകൃതിയിലിരുന്നു. വത്സേട്ടനാണ് ചർച്ചയ്ക്ക് തുടക്കമിട്ടത്. ജില്ലയുടെ നിർദ്ദേശപ്രകാരമാണ് വന്നതെന്നും 1984 ലെ കോച്ചക്കണ്ടി രാഘവൻ എന്ന കമ്യൂണിസ്റ്റിനെ വെട്ടിക്കൊന്നത് ഇവിടെയുള്ള 2 സ്വയം സേവകരുടെ ബുദ്ധിയിലുദിച്ച ആസൂത്രണമാണ് എന്നും, അതിൽ പങ്കെടുത്ത ദാസേട്ടനും, ചന്ദ്രനും സംഘം നിശ്ചയിച്ച 15000 രൂപ പാരിതോഷികമായി നല്കുന്നുവെന്നും പറഞ്ഞ് ആ പണം അവരുടെ കൈയിൽ കൊടുത്തു. നമ്മുടെ പാർട്ടി മാർക്സിസ്റ്റ് ഭീകരരുടെ വെല്ലുവിളിയെ ജീവൻ നല്കിയും പ്രതിരോധിക്കണമെന്നും നിരന്തരമായ ആക്രമണമാണ് നമ്മുടെ ശൈലി എന്നും പറഞ്ഞു.

ഇതുകേട്ട ദാസേട്ടൻ പറഞ്ഞു: "ആയിത്തറയിലും സ്ഥിതി വളരെ മോശമാണ്. 1980 ൽ ആയിത്തറ മഠപ്പുര തെയ്യവുമായി ബന്ധപ്പെട്ട് നടന്ന ആക്രമണത്തിൽ ഞങ്ങൾ അവർക്ക് കൊടുത്ത അടിയിൽ അത് ഒതു

ആർ എസ് എസ് പരിശീലനം

ങ്ങിയിരുന്നു. ഇപ്പോൾ കർഷകസംഘമാണ് ആയിത്തറ തമ്പുരാന് എതിരായി നില്ക്കുന്നതും. അതിനാണ് കമ്യൂണിസ്റ്റുകാർ രംഗത്ത് ഇറങ്ങിയിരിക്കുന്നത്. “ഈ ഒരു കാര്യത്തിനും കൂടി ഒരു തീരുമാനമാക്കാനാണ് ഞങ്ങൾ ഇവിടെ വന്നത്. കൃഷിഭൂമി കർഷകർക്ക് എന്ന നിയമം തെറ്റാണ്. ആയിത്തറയിലെ പുഴയോട് ചേർന്നു നില്ക്കുന്ന ഭൂമി തമ്പുരാനുതന്നെ നല്കണം. ആ സമരത്തിന് നേതൃത്വം നല്കുന്ന കല്ലി ബാലകൃഷ്ണനെ (അന്നത്തെ ലോക്കൽ കമ്മിറ്റി മെമ്പർ) കിട്ടിയാൽ തട്ടിക്കളയണം എന്നാണ് തീരുമാനം. തമ്പുരാന് ആക്രമണ സാദ്ധ്യതയുണ്ടെന്ന് പറഞ്ഞ് അദ്ദേഹത്തിന്റെ ഇല്ലത്തിന് ചുറ്റും കാവൽ നില്ക്കണം. അദ്ദേഹത്തിന്റെയും അദ്ദേഹത്തെ ഇഷ്ടപ്പെടുന്നവരുടെയും പ്രീതി ലഭിക്കും. അങ്ങനെ ഇപ്പോൾ ജനകീയ സമിതിക്ക് തെയ്യം നടത്താൻ വിട്ടുകൊടുത്ത തമ്പുരാന്റെ മഠപ്പുര നമ്മൾ കൈവശപ്പെടുത്തണം.” സ്കൂൾ ഗ്രൗണ്ടിനോട് ചേർന്നിരിക്കുന്ന സ്ഥലം ആയിത്തറയിലെ സംഘടനാ പ്രവർത്തനത്തിന് അനുയോജ്യമാണെന്നും അവിടെ കുറച്ചു സ്ഥലം നമ്മുടെ ജില്ലാ ട്രസ്റ്റിന്റെ പേരിലെഴുതി ഒരു വായനശാല പണികഴിപ്പിക്കാൻ സംഘം ആലോചിച്ചിട്ടുണ്ടെന്നും പറഞ്ഞു.

ആയുധങ്ങൾ കുറവാണ് എന്ന് രാജേട്ടൻ സൂചിപ്പിച്ചപ്പോൾ വാളും, മഴുവും പുലർച്ചെ തൊക്കിലങ്ങാടി പുരുഷുവിന്റെ വീട്ടിൽനിന്നും എടുത്ത് തരാമെന്നും ഇനി അങ്ങോട്ട് ബോംബാണ് ഏറ്റവും വലിയ ആയുധമെന്നും പറഞ്ഞു. അത് നിർമ്മിക്കാൻ പഠിപ്പിക്കാനാണ് ഇവിടെ കൂടിയത്. രണ്ട് സഞ്ചികളിൽ നിന്ന് കുറേ ചാക്കു നൂലും ബൾബ്, ആണി കറുത്ത പൊടി എന്നിവയും പുറത്തെടുത്തു. ഞങ്ങളോട് പുരുഷുവേട്ടൻ വീട്ടിൽ പ്പോകാൻ പറഞ്ഞു. റേഡിയോവിൽ കഥകളി പദം തുടങ്ങുമ്പോൾ നിങ്ങൾ അവിടെയുള്ള വിനീതേച്ചിയെ ഇങ്ങോട്ടെത്തിക്കണമെന്നും

അവരെ വേഗം വീട്ടിലെത്തിക്കേണ്ടതുണ്ടെന്നും കൂടി പറഞ്ഞു. ഞങ്ങൾ അതുപോലെ ചെയ്തു. അന്ന് രാത്രി കാട്ടിൽ ഉഗ്ര സ്ഫോടന ശബ്ദം കേട്ട് ഞങ്ങൾ ഞെട്ടി എഴുന്നേറ്റു. സ്കൂളിൽ പോയി തിരിച്ചു വന്നപ്പോൾ വല്യച്ഛൻ വലിയ കത്തിയുമായി വീട്ടിൽനിന്നും ഇറങ്ങി. ചോദിച്ചപ്പോൾ തമ്പുരാന്റെ ജീവനു കമ്യൂണിസ്റ്റുകാരിൽനിന്നും ഭീഷണിയുണ്ടെന്നും അദ്ദേഹത്തെ സംരക്ഷിക്കേണ്ടത് നാടിന്റെ ആവശ്യമാണന്നും പറഞ്ഞു. ഞാൻ ശാഖയിൽ പോയപ്പോൾ സുനിയേട്ടൻ ശാഖ ഇന്നു മുതൽ തമ്പുരാന്റെ വീടിന്റെ മുൻപിൽ വെച്ച് നടത്താൻ പറഞ്ഞു. അങ്ങനെ ഞങ്ങൾ എല്ലാവരും അവിടെ എത്തിയപ്പോൾ ദാസേട്ടനും വല്യച്ഛനു മടക്കം നൂറിലധികം ആളുകൾ വീടിനു ചുറ്റും ആയുധവുമായിരിക്കുന്നു. തമ്പുരാനും ഭാര്യയും മക്കളും വീടിനുള്ളിലിരിക്കാൻ നിർദ്ദേശിച്ചു. ശാഖ യെടുക്കാൻ ദേവേട്ടൻ (തമ്പുരാന്റെ ബന്ധു) സ്ഥലം കാണിച്ചുതന്നു. ഞാൻ വിസിൽ മുഴക്കി ശാഖ തുടങ്ങി. മൂന്ന് ദിവസവും അവിടെയാ യിരുന്നു ശാഖ. റോഡിലൂടെ പോകുന്ന മാർക്സിസ്റ്റ് പാർട്ടി പ്രവർത്ത കരെ കല്ലെറിഞ്ഞ് ഓടിച്ചു. ഈ സംഭവം നാട്ടിൽ അശാന്തി വിതച്ചു. സംഘർഷാന്തരീക്ഷം സൃഷ്ടിച്ചു. പലരും ഭയന്ന് ജോലിക്ക് പോകാതെ യായി. കർഷകസമരം തകർക്കേണ്ടത് നാടിന്റെ ആവശ്യമാണെന്ന് പ്രചരിപ്പിച്ചു. അതിന് ആർ എസ് എസിനെ ശക്തിപ്പെടുത്തണം. മാർക്സിസ്റ്റ് അനുഭാവിയായിരുന്ന മിന്നി രാജൻ, കോൺഗ്രസ് അനു ഭാവിയായിരുന്ന കോടായിഗോപാലൻ എന്നിവർ ആർ എസ് എസിൽ ചേർന്നു. ആർ എസ് എസിന്റെ ജില്ലാ ചുമതലയുള്ള ചന്ദ്രശേഖരേട്ടൻ, രജിത്ത്, മോഹനൻ എന്നിവർ ശാഖയിൽ തമ്പുരാനെ വിളിച്ചു വരുത്തി. എല്ലാവരും അദ്ദേഹത്തെ പ്രാണാം ചെയ്തു. അങ്ങനെ ശാഖയിൽ വെച്ച് ആയിത്തറ മുത്തപ്പൻ മഠപ്പുരയും വേറെ 10 സെന്റ് സ്ഥലവും ആർ എസ് എസിന് നല്കിയതായി അദ്ദേഹം പറഞ്ഞു. പൊതുവെ ശാന്ത മായിരിക്കുന്ന സ്ഥലത്ത് അസ്വസ്ഥത സൃഷ്ടിച്ച് സംഘർഷം വളർത്തുന്ന ആർ എസ് എസ് തന്ത്രത്തിന്റെ മാതൃകയാണിത്.

കർഷക സമരം കോടതിയിലൂടെ തീർപ്പാക്കി കർഷകർക്കു തന്നെ ഭൂമി പതിച്ചു നല്കി സംഘത്തിന്റെ ലക്ഷ്യം നിറവേറ്റുകയും ചെയ്തു. ആ 10 സെന്റ് സ്ഥലത്താണ് ഹെഡ്ഗേവർ സ്മൃതിമന്ദിരം പിന്നീട് പണികഴിപ്പിച്ചത്. അതിനുശേഷമാണ് വയലും ഭാഗത്തുള്ള ശാഖ മുത്തപ്പൻ മഠപ്പുരയ്ക്ക് സമീപമായി മാറ്റിയത്. ജനകീയ സമിതിയിൽ നടത്തിയിരുന്ന മഠപ്പുര ക്ഷേത്ര സംരക്ഷണ സമിതിക്ക് നല്കിയപ്പോൾ പലരും പ്രതിഷേധിച്ചു.

തെയ്യം ആർ എസ് എസ് ഏറ്റെടുക്കുന്നു

മംപ്പുര തിറ നടത്താൻ ആർ എസ് എസ് തീരുമാനിച്ചു. ക്ഷേത്രപ്രസിഡന്റായി സുധാകരനെയും സെക്രട്ടറിയായി ദാസനെയും നിയോഗിച്ചതായി ശാഖയിലറിയിച്ചു. മാർച്ച് 22 ന് തെയ്യം നടത്താൻ തീരുമാനിച്ചു. 10 രൂപയുടെ കൂപ്പണുമായി ചെറിയ കുട്ടികളായ ഞങ്ങൾ വീടുവീടാന്തരം കയറിയിറങ്ങി പിരിവ് നടത്തി. തമ്പുരാൻ ശാഖയിൽ വന്ന് എല്ലാ സഹായ വാഗ്ദാനവും നല്കി. സ്കൂളിൽ പത്താം ക്ലാസ് പരീക്ഷ ആയതുകൊണ്ട് ഞങ്ങൾക്ക് സ്കൂൾ അവധിയായിരുന്നു.

ഒരു ദിവസം രാത്രി ഒരു പറമ്പിലെ കുറെ വാഴക്കുല വാളുകൊണ്ട് അറുത്തെടുത്ത് നമ്മുടെ മുമ്പിലിട്ടുതന്നു. ഇത് ചോദിച്ചപ്പോൾ മമ്പറം പ്രഭാകരൻ നമുക്ക് തന്നതാണെന്ന് ദാസേട്ടൻ പറഞ്ഞു. നൂറിൽപ്പരം വാഴക്കുലകൾ, കൂമ്പ് എന്നിവ ഞങ്ങൾ എല്ലാവരും മംപ്പുരയിലെത്തിച്ചു. അത് മമ്പറത്തെ ലാലുവേട്ടന്റെ വണ്ടിയിൽ കയറ്റി കൊണ്ടുപോയി. പിറ്റേദിവസം ശാഖയിൽ പൊലീസുവന്നു. ശാഖയിൽ കയററുതെന്ന് പൊലീസിനെ വിലക്കി. മമ്പറത്തെ പ്രഭാകരേട്ടനും ഒപ്പം ഉണ്ടായിരുന്നു. അപ്പോഴാണ് ഞങ്ങളറിയുന്നത് അദ്ദേഹം അറിയാതെ മോഷ്ടിച്ചതാണെന്ന്. ധർമ്മം സ്ഥാപിക്കാൻ പല വഴികളിലൂടെയും പോകേണ്ടി വരും എന്ന് കാര്യവാഹക് ആയ മനോഹരൻ ശാഖയിൽ പറഞ്ഞു. തെയ്യത്തിന്റെ പണം സമ്പാദിക്കാൻ പലവഴികളും സ്വീകരിക്കേണ്ടി വരുമെന്ന് അശോകേട്ടനും ശാഖയിൽ പറഞ്ഞു. മിന്നി സദാനന്ദേട്ടന്റെ തെങ്ങുകളിൽ കയറി നിരവധി തേങ്ങകളും ഇളനീരും ഇതുപോലെ മംപ്പുരയിലെത്തിച്ചു. ശാഖകഴിഞ്ഞ് ലാലുവേട്ടന്റെ വണ്ടിയിൽ കയറ്റിക്കൊണ്ടുപോയി. പിറ്റേദിവസം സദാനന്ദേട്ടൻ കരഞ്ഞുകൊണ്ട് ശാഖയിൽ വന്നപ്പോൾ ചന്ദ്രേട്ടൻ ചെകിട്ടത്തടിച്ച് പറഞ്ഞുവിട്ടു. രാവിലെ 5.30 ന്

ബാബറി മസ്ജിദ് പൊളിക്കുന്നു

ഗ്രൗണ്ടിലെത്താൻ ഞങ്ങളോട് ആവശ്യപ്പെട്ടു. ഞങ്ങൾ ഗ്രൗണ്ടിലെത്തി. ദാസേട്ടൻ എല്ലാവരുടെയും കൈയിൽ വലിയ സഞ്ചി തന്നു. കമല എസ്റ്റേറ്റിന്റെ ഭൂമിയിൽനിന്ന് കശുവണ്ടി ശേഖരിക്കാൻ പറഞ്ഞു. നൂറുകണക്കിന് പ്രവർത്തകർ ഓരോരുത്തർക്കും കിട്ടിയ സഞ്ചി നിറയെ കശുവണ്ടി ശേഖരിച്ചു. ഇതൊക്കെ ക്ഷേത്ര സമിതി പ്രവർത്തകർ ചാക്കിലാക്കി വിറ്റു. അന്ന് ശാഖയിലെല്ലാവർക്കും പായസം കിട്ടി. കുട്ടികളെ ഉപയോഗിച്ച് കശുവണ്ടി മോഷ്ടിക്കുകയായിരുന്നു എന്ന് പിന്നീട് മനസ്സിലായി.

തെയ്യം തടയുമെന്ന് കമ്യൂണിസ്റ്റുകാർ പറഞ്ഞിട്ടുണ്ടെന്നും അവരെ പരാജയപ്പെടുത്തണമെന്നും എല്ലാ വീടുകളിലും പോയി പറഞ്ഞു. എല്ലാവരും ഇതുകേട്ട് ജാഗ്രതയോടെ സജീവമായി മുന്നിട്ടിറങ്ങി. കാവിതോരണവും കുരുത്തോലയുംകൊണ്ട് ആയിത്തറ മൊത്തം അലങ്കരിച്ചു. വാളെടുത്ത് നിരവധി മുതിർന്ന പ്രവർത്തകർ മുന്നിലും, പിന്നിൽ ചെറിയ കുട്ടികളായ ഞങ്ങളും നടന്നു. അച്യുതൻ സ്മാരക വായനശാലയുടെ മുന്നിലൂടെ നടന്ന് ഗണഗീതം മുഴക്കി. തെയ്യം സമാധാനപൂർവ്വം നടന്നു. അന്ന് രാത്രി രാജേട്ടനെ (ആർ എസ് എസ് പ്രവർത്തകൻ) കൂത്തുപറമ്പിൽ കമ്യൂണിസ്റ്റുകാർ കൊന്നതായി വാർത്ത വന്നു. അശോകേട്ടനടക്കം കുറേപ്പേർ അവിടെപ്പോയി.

കൂത്തുപറമ്പ് മോർച്ചറിയിൽ നിന്ന് ശവമെടുത്തു വരുമ്പോൾ സി പി ഐ (എം) കൂത്തുപറമ്പ് ഏരിയാ കമ്മിറ്റി ഓഫീസ് തകർത്തുവെന്ന് അശോകേട്ടൻ ഞങ്ങളോട് പറഞ്ഞു. അദ്ദേഹത്തിന്റെ കാലിലെ മുറിവ് അങ്ങനെ പറ്റിയതാണെന്നും കൂത്തുപറമ്പ് ഗവൺമെന്റ് ആശുപത്രിയിൽ നിന്ന് മുറിവ് തുന്നിക്കെട്ടിയതാണെന്നും അമ്മയോട് അശോകേട്ടൻ

പറയുകയുണ്ടായി. അന്ന് വൈകുന്നേരം ശാഖയിൽ നൂറില്പരം ആളുകളുണ്ടായി. അന്നാദ്യമായി അക്കരയിൽനിന്നും ബാബുവേട്ടനും, ശശിയേട്ടനും ശാഖയിൽ വന്നു. രാജേട്ടന്റെ ബലിദാനം മൗനമാചരിച്ച് ആത്മാവിന് മോക്ഷം നല്കാൻ പ്രാർത്ഥിക്കണമെന്ന് മുഖ്യ ശിക്ഷകനായ ഞാൻ ശാഖയിൽ പറഞ്ഞു. രാജേട്ടനെക്കുറിച്ച് സജിവേട്ടൻ ശാഖയിൽ സംസാരിച്ചു. ശേഷം തെയ്യത്തിന്റെ നടത്തിപ്പു കണക്കുകൾ ചുരുക്കത്തിൽ അവതരിപ്പിക്കാൻ പറഞ്ഞു. ദാസേട്ടൻ കണക്ക് അവതരിപ്പിച്ചു. വാഴക്കുലയുടെയും തേങ്ങയുടെയും കശുവണ്ടിയുടെയും കണക്കെവിടെയെന്ന് രാജേട്ടന്റെ ചോദ്യത്തിന് ദാസേട്ടന് ഉത്തരമില്ലായിരുന്നു. ആ കണക്ക് ശാഖക്കു പുറത്തുവച്ച് പറയാമെന്നായിരുന്നു മറുപടി. കുറച്ച് കശപിശകൾ ഉണ്ടായി. സാവധാൻ എന്ന ആജ്ഞ പറയാൻ ദാസേട്ടൻ എന്നോട് ആവശ്യപ്പെട്ടത് ഞാൻ അനുസരിച്ചു (സാവധാൻ എന്നാൽ മൗനമായി നില്ക്കുക എന്നർത്ഥം.) ശാഖാപരിപാടി പ്രാർത്ഥനയോടെ അവസാനിച്ചു. അതിനുമുമ്പേ ദാസേട്ടൻ ഇറങ്ങിപ്പോയി.

സത്യന്റെ കൊലപാതകം

പിറ്റേദിവസം ഉച്ചയ്ക്ക് സത്യൻ എന്ന ഓട്ടക്കാരനെ കൊ ന്നിട്ടുണ്ടെന്ന് സദാനന്ദേട്ടൻ വീട്ടിൽ വന്ന് പറഞ്ഞു. അമ്മയോട് ഞാൻ ചോദിച്ചപ്പോൾ, "സത്യൻ ശരിയല്ല" എന്നാണ് പറഞ്ഞത്. ഇന്ന് ശാഖ വേണ്ടെന്ന് സദാനന്ദേട്ടൻ പറഞ്ഞു. ഗംഗേട്ടന്റെ പീടികയിൽ സാധനം വാങ്ങാൻ പോകാൻ ഏട്ടൻ പറഞ്ഞു. ഞാൻ മിന്നി പീടികയിലെത്തിയപ്പോൾ നിറയെ പൊലീസുകാർ അവിടെ നില്ക്കുന്നു. ഗംഗേട്ടന്റെ പീടികയൊക്കെ അടച്ചിട്ടുണ്ട്. ഞാൻ തിരിച്ചു വീട്ടിലേക്കോടി. അന്ന് ഞങ്ങളൊക്കെ പൊലീസിനെ ഭയന്ന് ദാമുവേട്ടന്റെ വീട്ടിലാണ് നിന്നത്. പൊലീസ് വന്നാൽ അവരെ കീഴ്പ്പെടുത്താൻ ചുറ്റും പ്രവർത്തകർ നിന്നിരുന്നു. നാട്ടിലെവിടെയും പൊലീസ്. മുതിർന്നവരാരും നാട്ടിൽ നില്ക്കാത്ത അവസ്ഥ. ശാഖയെടുക്കാൻ പുരുഷുവേട്ടൻ പറഞ്ഞതനുസരിച്ച് ഭയത്തോടെ ശാഖ എടുത്തത് ഞാൻ ഇന്നും ഓർക്കുന്നുണ്ട്. ശാഖയുടെ ചുറ്റും പൊലീസ് വന്നിരുന്നു.

അന്ന് എനിക്ക് സത്യൻ ആരെന്നറിയില്ല. ഓട്ടക്കാരനാണെന്ന് മാത്രമറിയാം. ഞാൻ അദ്ദേഹത്തെ കണ്ടിട്ടില്ല. അതുകൊണ്ടുതന്നെ ആ കൊലപാതകത്തെക്കുറിച്ച് എനിക്കൊന്നും അറിയില്ല. ഞാൻ പത്താം ക്ലാസിൽ പഠിക്കുമ്പോൾ അഭിമന്യു ബാലഗോകുലത്തിന്റെ രക്ഷാധികാരിയായി. എനിക്ക് മറ്റൊരു ചുമതല കൂടി ലഭിച്ചു. ആ സമയം അശോകേട്ടനോട് ഈ കൊലപാതകത്തെക്കുറിച്ച് ചോദിച്ചപ്പോൾ ഗൗരവതരമായ വിഷയമാണെന്നും നീ അന്വേഷിക്കേണ്ടതില്ല എന്നുമാണ് മറുപടി പറഞ്ഞത്. പില്ക്കാലത്ത് ഈ കേസ് തെളിവില്ലെന്ന് പറഞ്ഞ് കീഴ്ക്കോടതി തള്ളി. അതിനെതിരെ സത്യന്റെ അമ്മ സമർപ്പിച്ച ഹർജി കോടതി പുനർവിചാരണ നടത്തിയപ്പോൾ പ്രതികളിൽ ചിലർ കുറ്റക്കാരെന്ന് കണ്ടു. ഈ കേസ് സംഘമെന്തിനാണ് ഏറ്റെടുക്കുന്നത്

എന്ന് വിഭാഗ് പ്രചാരകനായ വിനോദേട്ടനോട് ചോദിച്ചപ്പോൾ നാം നയിക്കുന്നത് ധർമ്മയുദ്ധമാണെന്നും അതിൽ പലതിനും ഉത്തരമുണ്ടാവില്ല എന്നുമാണ് പറഞ്ഞത്. ഈ സംഭവത്തെക്കുറിച്ച് സുരുവേട്ടൻ പറഞ്ഞതിങ്ങനെയാണ്: "ഒരു സാധാരണ പാവപ്പെട്ട കുടുംബമാണ് സത്യേട്ടന്റേത്. കേരളത്തിലെ തന്നെ ഏറ്റവും പ്രശസ്തനായ ദീർഘദൂര ഓട്ടക്കാരിൽ ഒരാൾ. കേന്ദ്രസർവ്വീസിൽ ജോലിക്ക് കോൾ ലെറ്റർ വന്നപ്പോഴാണ് കൊലപാതകം നടന്നത്. സത്യൻ എന്നും പുലർച്ചെ 3 മണിമുതൽ നാട്ടിലൂടെ ഓടി മുപ്പതോളം കിലോമീറ്റർ പിന്നിട്ട് പെരളശ്ശേരി മമ്പറം ജങ്ഷനിലെത്തും. ഒരിക്കൽ പുലർച്ചെ ഗൃഹനാഥനായ സ്വയം സേവകൻ ജോലിക്കുപോയ വീട്ടിൽ ഒരു സംഘ അധികാരി (ദാസൻ) കയറുന്നത് ഓടുന്ന സമയം സത്യൻ കണ്ടു. വീട്ടിലെ സ്ത്രീ സത്യനെയും കണ്ടു. സംഘ അധികാരിയോട് അക്കാര്യം ആ സ്ത്രീ സൂചിപ്പിച്ചു. ഇതിനെത്തുടർന്നാണ് കൊലപാതക ശ്രമം ആരംഭിക്കുന്നത്. സത്യന്റെ നോട്ടം ശരിയല്ല എന്ന് സ്വയം സേവകനോട് പറയാൻ ആ സ്ത്രീയോട് പറഞ്ഞ് ദാസനിറങ്ങി. തുടർന്ന് പിറ്റേദിവസം പലരും സ്ത്രീ പറഞ്ഞതനുസരിച്ച് കാവൽ നിന്നു. സത്യനവിടെ നോക്കുന്നതുകണ്ടു. അങ്ങനെയാണ് കൊല്ലണമെന്ന ചിന്തയുദിച്ചത്. ഈ കൊലപാതക ആസൂത്രണം വിജയിക്കുമോ എന്ന ഭയം ഉണ്ടായിരുന്നു. ഒരു ദിവസം ദിനേശൻ, ഗണേശൻ എന്നീ കോൺഗ്രസ് അനുഭാവികൾ രാത്രി ശാഖയിൽ വന്ന് നമ്മുടെ സ്വയം സേവകനായ ഒരാളെ ചൂണ്ടി "സ്വന്തം പെങ്ങളെ പിഴപ്പിച്ചവൻ" എന്നു പറഞ്ഞു. അതിന്റെ പ്രതികാരമായി ദിനേശനെ ബസിൽ നിന്നുമിറക്കി ദാസൻ, രാജൻ, ചന്ദ്രൻ എന്നിവർ ചേർന്ന് തലങ്ങും വിലങ്ങും വെട്ടിയിരുന്നു. ഗുരുതര പരിക്കുകളോടെ ദിനേശൻ ദീർഘകാലം ആശുപത്രിയിലായിരുന്നു. പിന്നീട് ഇവരുടെ ഇടയിൽ ജീവിക്കാനാവാതെ ഭയം കൊണ്ട് അവരും സംഘ ബന്ധുക്കളായി. ഈ വധശ്രമം ശരിക്കും സത്യനെ കൊല്ലാനുള്ള ട്രയലായിരുന്നുവെന്ന് സുരുവേട്ടൻ പറ ഞ്ഞു. പിറ്റേദിവസം ഉച്ചയ്ക്ക് കൂത്തുപറമ്പിൽ നിന്നും നാട്ടിലേക്ക് ബസിൽ വരുന്ന സത്യനെ ആയിത്തറയിൽ നിന്നും വലിച്ചിറക്കി കൊല്ലുകയായിരുന്നു. മഴുകൊണ്ട് കുടൽ പിളർന്ന് കുടൽമാല വലിച്ച് പുറത്തേക്കിട്ടു. വയറ്റിൽ പൂഴിവാരിയിടുകയായിരുന്നു. വളരെ പൈശാചികമായ സംഭവമായിരുന്നു ഇത്. ഒരു ചെറു പ്രദേശമാണ് ആയിത്തറ. എല്ലാവരും ഏതെങ്കിലും ഒരു തലത്തിൽ ബന്ധുക്കളാണ്. ഒരുമയും ശാന്തിയും നിലനിന്ന നാട്ടിൽ 'പൈശാചികത' അഴിഞ്ഞാടാൻ തുടങ്ങി. ഓരോ ആഘോഷവും ശക്തിതെളിയിക്കാനുള്ള വേദിയാക്കി അവർ മാറ്റി. കഴുകനെപ്പോലെ രാത്രിയും പകലുമെന്നില്ലാതെ ഇരയെ തേടി അവർ നടക്കാൻ തുടങ്ങി. പൊട്ടിച്ചിരിയും സ്നേഹോല്ലാസവും വഴിമാറി മരണവീടായി ആയിത്തറയെന്ന ചെറിയ ഗ്രാമം. പല പത്രങ്ങളും ഇംഗ്ലീഷ് പത്രമായ *ഇന്ത്യൻ എക്സ്പ്രസ്* അടക്കം നാടിന്റെ ദുഃസ്ഥിതി ലോകത്തെ അറിയിച്ചു. അതെ, അശാന്തിയുടെ കരിനിഴൽ പതിഞ്ഞ

നാടായി എന്റെ നാട് മാറി..... അല്ല........ അവർ മാറ്റി...... രാത്രികാലങ്ങളിൽ ഉഗ്രസ്ഫോടനങ്ങളും വാളിന്റെ സീൽക്കാരവും കേൾക്കാം. ആടും കോഴിയും കപ്പയും വാഴക്കുലകളും കാണാതാവുന്നത് നാട്ടിൽ നിത്യസംഭവമായി മാറി. ഇതിന്റെയെല്ലാം പിറകിൽ ആർ എസ് എസ് ആണെന്ന് സംഘടനയിൽ നിന്ന് തന്നെ മുറുമുറുപ്പ് ഉയർന്നു. സ്വന്തം പെങ്ങളെ വഴിപിഴപ്പിക്കുന്നത് കണ്ട നാട്ടിൽ ആദ്യ OTC (പ്രഥമ വർഷ സംഘ ശിക്ഷാ വർഗ്ഗ്) കഴിഞ്ഞ ശ്രീധരേട്ടൻ സി പി ഐ(എം) ൽ ചേർന്ന് നീർവേലിയിൽ താമസിച്ചു. ഈയൊരു സംഭവം സംഘടനയിൽ വലിയ ചർച്ചാവിഷയമായിരുന്നു. സംസ്ഥാന കാര്യ കർത്താക്കൾ ഇവയെ കുറിച്ചന്വേഷിക്കാൻ വന്നിരുന്നു. മോഹനൻ എന്ന പ്രചാരകൻ ഈ പാട്ടുപാടി:

ഒന്നിച്ചു പോന്നവർ ഇടയ്ക്ക് മടങ്ങിയേക്കാം
നന്നെന്നു വാഴ്ത്തിയവർ നാളെ മറിച്ചു ചൊല്ലാം
തന്നുറ്റ ബാന്ധവർ തളർന്നു നിലംപതിക്കാം
എന്നാൽ ജപിക്ക പരിപാവന സംഘമന്ത്രം

പ്രഥമ സംഘശിക്ഷാ വർഗ്ഗ് മധുരയിൽ

ആയിരത്തിത്തൊള്ളായിരത്തി തൊണ്ണൂറ്റി അഞ്ചിലാണ് ഇ പി ജയരാജനു നേരെ വധശ്രമം നടക്കുന്നത്. ട്രെയിനിൽ ആന്ധ്രപ്രദേശിൽ വെച്ചായിരുന്നു ആ സംഭവം. വെടിവെച്ചു കൊല്ലാനായിരുന്നു ശ്രമം. പക്ഷേ, ജയരാജനെ വെടിവെച്ചവന് ഉന്നം തെറ്റി. വിദഗ്ദ്ധ ചികിത്സയെ തുടർന്ന് ജയരാജൻ അതിസാഹസികമായി രക്ഷപ്പെട്ടു. വിക്രം ചാലിൽ ശശി, പേട്ട ദിനേശൻ എന്നിവരെ അവിടെവെച്ച് തോക്കോടു കൂടിത്തന്നെ റെയിൽവേ പൊലീസ് അറസ്റ്റ് ചെയ്തു. ഇവർ രണ്ടുപേരും എന്റെ ശാഖയിൽ വരാറുണ്ട്. അന്ന് ശാഖയിൽ 'ഈ സിംഹക്കുട്ടികൾ' എന്നാണ് ദാസേട്ടൻ അവരെപ്പറ്റി സംസാരിച്ചത്. ആ ശാഖയിൽ വെച്ച് ഒ ടി സിക്ക് ഈ വർഷം ശാഖയിൽ നിന്ന് 2 പേരെ തെരഞ്ഞെടുത്തിട്ടുണ്ടെന്ന് പറഞ്ഞു. ഞാനും സുനിയേട്ടനുമായിരുന്നു. മധുരയിലാണ് 25 ദിവസത്തെ ക്ലാസ്. തിരുപേടകം വിവേകാനന്ദ കോളേജിൽ വെച്ചായിരുന്നു പരിപാടി. ഏതൊരു സ്വയം സേവകനും ലഭിക്കുന്ന ഏറ്റവും വലിയ അവസരമാണ് ഇത്. ക്യാമ്പ് എനിക്ക് ആനന്ദം നല്കുന്നതായിരുന്നു. ജില്ലയിൽ നിന്നാണ് പേര് നിർദ്ദേശിക്കുന്നത്. കേരളത്തിന്റെ പ്രാന്തതലത്തിൽ നടക്കുന്ന ഈ ട്രെയിനിങ്ങിൽ എല്ലാ വിഭാഗത്തിൽനിന്നും നിശ്ചയിച്ച സ്വയം സേവകരുണ്ടാകും. എസ് എസ് എൽ സി പരീക്ഷ കഴിഞ്ഞാണ് ക്യാമ്പ് തുടങ്ങുന്നത്. ശശിയേട്ടനാണ് അന്ന് കൂത്തുപറമ്പ് താലൂക്ക് പ്രചാരക്. (അന്നത്തെ കൂത്തുപറമ്പ് കാര്യാലയം എരുമത്തെരുവിൽ അമ്മൻകോവിലിന് പിറകിലായിരുന്നു. ഇന്നത് തൊക്കിലങ്ങാടിയിലാണ്). ജില്ലാ പ്രചാരക് ഗണേശേട്ടൻ ആയിരുന്നു. മെഡിക്കൽ പരിശോധന റിപ്പോർട്ട് കാണിക്കണം. ശേഷം പ്രതിജ്ഞയാണ്. താലൂക്ക് സംഘ ചാലക് ആയ സജിയേട്ടൻ പ്രതിജ്ഞ ചൊല്ലിത്തന്നു. ഹിന്ദുമതത്തിലെ അംഗമെന്ന നിലയിൽ

ജീവിതാവസാനം വരെ ഈ പ്രസ്ഥാനത്തിന്റെ ഭാഗമായി നിന്നുകൊണ്ട് എന്റെ ശരീരവും മനസ്സും പൂർണ്ണമായും അർപ്പിക്കുന്നു എന്നതാണ് പ്രതിജ്ഞ. അതിനുശേഷം പ്രഭാഷണമുണ്ട്. അതുകഴിഞ്ഞ് വികാരനിർഭരമായ ഒരനുഭൂതി അവിടെ ജനിപ്പിക്കും. ശിവജിയുടെ സൈന്യത്തെപ്പോലെ. മരണംവരെ പോരാടാനുറച്ച ഹൈന്ദവ സൈന്യം അതാണ് നാമെന്ന് നമുക്ക് തോന്നും.

യാത്രക്കൊരുങ്ങി. 28 ദിവസം മകനെ കാണില്ലല്ലോ എന്ന ദുഃഖം അച്ഛനും അമ്മയ്ക്കുമുണ്ട്. ധീരനായ മകനെ തലയിൽ കൈവെച്ച് യാത്രയയയ്ക്കുന്ന ആ ചടങ്ങിന് മറ്റ് സ്വയം സേവകർ മംഗളമോതി. തലശ്ശേരിയിൽ നിന്നും ട്രെയിനിലായിരുന്നു യാത്ര. ജില്ലയിൽനിന്നും തിരഞ്ഞെടുത്ത ഇരുപത്തഞ്ചോളം സ്വയം സേവകർ. ശശിയേട്ടൻ (താലൂക്ക് പ്രചാരക്) അടങ്ങുന്നവർ ട്രെയിനിൽ കയറി. ദണ്ഡയൊക്കെ അടുക്കിവെച്ചു. പാലക്കാട് എത്തിയപ്പോൾ തൊട്ടടുത്തിരിക്കുന്ന ഒരു അപരിചിതനെ അടിച്ച് അവിടെനിന്നും ഓടിച്ചു. ഞങ്ങൾ ക്യാമ്പിൽ എത്തിയപ്പോഴാണ് ഞാൻ അടിച്ചോടിച്ചയാൾ അവിടത്തെ എസ് ഐ ആണെന്ന് മനസ്സിലായത്. പിന്നീട് അദ്ദേഹം ക്യാമ്പിൽ പരിചയപ്പെടുകയും ആ പ്രശ്നം രമ്യമായി പരിഹരിക്കുകയും ചെയ്തു. ക്യാമ്പ് തുടങ്ങി. ക്യാമ്പിന്റെ അധികാരി ആ കോളേജിലെ വൈസ്പ്രിൻസിപ്പാൾ പ്രൊ. വന്യരാജ് ആയിരുന്നു. പിന്നീട് അദ്ദേഹം സംഘത്തിന്റെ ക്ഷേത്രീയ ചുമതലയിലെത്തി. മുൻ ക്യാമ്പിൽ പഠിച്ച കാര്യങ്ങളും സംഘത്തിന്റെ സംഘടനാ ചട്ടക്കൂടും ഈ ക്യാമ്പിൽ പരാമർശിച്ചു. ശാരീരിക് പരിശീലനം, ദണ്ഡയുദ്ധ, പദവിന്യാസ് തുടങ്ങിയവ കുറച്ചുകൂടി ശാസ്ത്രീയമായി പഠിപ്പിക്കും. ദിവസവും പ്രഭാഷണവും ചർച്ചയും ഉണ്ടാവും. എല്ലാം പഠിക്കണം. എഴുത്തു പരീക്ഷ ഉണ്ടാകും. ഗണവേഷം (കാക്കി ട്രൗസർ, വെള്ള ഷർട്ട്, വെള്ള ബനിയൻ, ബെൽട്ട്, ഷൂസ്, സോക്സ്, കറുത്ത തൊപ്പി, ദണ്ഡ ഇവ അടങ്ങുന്നതാണ്) വളരെ കൃത്യമായി ധരിക്കാൻ പഠിപ്പിക്കും. ക്രിസ്തു, മുസ്ലീം വിഭാഗങ്ങളുടെ ത്വരിത ഗതിയിലുള്ള വളർച്ച, അതിന്റെ പ്രത്യാഘാതങ്ങൾ എന്നിവ അജണ്ടയാണ്. കമ്യൂണിസ്റ്റ് രാഷ്ട്രങ്ങൾ, പ്രത്യയശാസ്ത്രങ്ങൾ എന്നിവ പ്രത്യേകം പരാമർശിക്കും. ക്രൈസ്തവർ, മുസ്ലീങ്ങൾ, കമ്യൂണിസ്റ്റുകാർ എന്നിവർ രാജ്യദ്രോഹികൾ എന്നു കാണിക്കുന്ന നിരവധി സംഭവങ്ങൾ ചാർട്ടുകളിലാക്കി പ്രദർശിപ്പിക്കും. ക്രിസ്ത്യാനികളും മുസ്ലീങ്ങളും ഭാരതസംസ്കാരത്തിന് എതിരാണെന്ന് ഉദ്ഘോഷിക്കും. ഗോൾവാൾക്കർ അവരെപ്പറ്റി ഇങ്ങനെ എഴുതിയിട്ടുണ്ട്: പുതിയൊരു വിശ്വാസക്രമം സ്വീകരിച്ചതിനാൽ മൊത്തത്തിലവർ സ്വന്തം ഹിന്ദു സംസ്കൃതി ഇല്ലാത്തവരായിത്തീർന്നു. അവർ ഉൾപ്പെടുന്നതോ, തങ്ങൾ ഉൾപ്പെടുന്നുവെന്ന് അവർ കരുതുന്നതോ ആയ സാംസ്കാരികത ഹിന്ദുക്കളുടേതിൽനിന്നും പൂർണ്ണമായും വിഭിന്നമാണ്. അവരുടെ വീരനായകന്മാരും വീരാരാധനയും, അവരുടെ മേളകളും ഉത്സവങ്ങളും ആശയങ്ങളും

ജീവിതവീക്ഷണവും ഇപ്പോൾ നമുക്ക് പൊതുവിലുള്ളതല്ലാതായിത്തീർന്നിരിക്കുന്നു. ഭാരതാംബയെ വെട്ടിനുറുക്കാൻ കടൽ കടന്നെത്തിയ ഈ രാക്ഷസന്മാരെ എന്നന്നേക്കുമായി തുരത്താൻ മറ്റൊരു സമരത്തിന് കോപ്പു കൂട്ടേണ്ടിയിരിക്കുന്നു എന്ന് നമ്മെ ഉദ്ബോധിപ്പിക്കും. ദേശഭക്തിഗാനങ്ങളും ഭാരതം അമ്മയാണെന്ന ചിന്തകളുമുണർത്തും. ദേശീയഗാനം, *വന്ദേമാതരമാ*ക്കണമെന്ന ചർച്ചയുണ്ടാകും. *വന്ദേമാതര*ത്തിന്റെ അലയൊലികൾ ക്യാമ്പിലെപ്പോഴും നിറസാന്നിദ്ധ്യമാകും. പുതിയൊരനുഭൂതി ജനിപ്പിക്കും. ക്ലാസിന്റെ അവസാനം രാത്രി അഖണ്ഡഭാരതം വരയ്ക്കും. ചൈന, പാകിസ്ഥാൻ, നേപ്പാൾ, ബംഗ്ലാദേശ്, അഫ്ഗാനിസ്ഥാൻ, ഭൂട്ടാൻ തുടങ്ങിയ മറ്റു രാജ്യങ്ങളെ ചേർത്തു വച്ചാൽ അഖണ്ഡഭാരതമായി. വെള്ളപ്പൊടികൊണ്ട് തറയിലാണ് വരയ്ക്കുന്നത്. ഓരോ സ്ഥലത്തും പ്രധാന പുരാണ വൃത്തങ്ങളെ അടയാളപ്പെടുത്തും. ഉദാഹരണമായി നേപ്പാൾ ജനകന്റെ കൊട്ടാരം, അഫ്ഗാനിസ്ഥാനിൽ ഗാന്ധാരം. തുടർന്ന് ക്യാമ്പിലെ ലൈറ്റ് ഓഫാക്കി ഉദാഹരണമായി ശ്രീലങ്കയുടെ സ്ഥാനത്ത് സ്വയംസേവകൻ ഓട്ടുവിളക്ക് കത്തിച്ചു വയ്ക്കും. അവിടം വ്യക്തമായി കാണാം. അശരീരിപോലെ ഈണത്തിൽ പാട്ടുണ്ടാകും

മുറിഞ്ഞറ്റുപോയി മനോരമ്യ ലങ്ക
മഹാദേവി നിൻ കാലിലെ പൊൻ ചിലങ്ക
മുറിഞ്ഞു വീണു ഗാന്ധാരദേശം
മഹാദേവിനിൻ ദേഹരമ്യ പ്രദേശം

ഇങ്ങനെ ഈ അമ്മയുടെ എല്ലാ അവയവങ്ങളും നഷ്ടപ്പെട്ടു. കാശ്മീർ വിഭജിക്കാൻ ശ്രമിക്കുന്നു. ചൈന ഇന്ത്യൻ കമ്യൂണിസ്റ്റ് പാർട്ടിയുടെ സഹായത്തോടെ രാജ്യത്തെ പിടിച്ചെടുക്കാനുള്ള ശ്രമം നടത്തുന്നു. നാഗാലാന്റിലും അസം അതിർത്തിയിലും ക്രൈസ്തവർ ഭീകരാക്രമണം നടത്തി. ഈ അമ്മയെ നശിപ്പിക്കുന്ന ദുഷ്ട ശക്തികളെ ജീവൻ കൊടുത്ത് ഇവിടെനിന്ന് ആട്ടിയോടിക്കണമെന്ന് പറയും. ഗോഡ്സെയുടെ ചിതാഭസ്മം നിമജ്ജനം ചെയ്യാതെ ഇപ്പോഴും സൂക്ഷിച്ചിട്ടുണ്ടെന്നും എന്ന് അഖണ്ഡഭാരതം സഫലമാകുന്നുവോ അന്നേ അത് നിമജ്ജനം ചെയ്യാൻ കഴിയൂ എന്നും പറഞ്ഞു.

അഖണ്ഡഭാരതത്തിലെ എല്ലാ പുണ്യ സങ്കേതങ്ങളും ദീപപ്രഭയാൽ പ്രകാശിതമാകും. അഖണ്ഡഭാരതമെന്ന ചിന്ത നമ്മെ വൈകാരികതയുടെ അപൂർവ്വമായ ഒരു തലത്തിലെത്തിക്കും. ആ ഒരൊറ്റ പരിപാടിയിൽ നിന്നു തന്നെ മനഃശാസ്ത്രപരമായി മറ്റൊരു തലത്തിലായ ഒരു അവസ്ഥ നമുക്കുണ്ടാകും. ക്രൈസ്തവർ മുസ്ലീം കമ്യൂണിസ്റ്റ് വിഭാഗങ്ങളെ പരിപൂർണ്ണമായും നിർമ്മാർജ്ജനം ചെയ്യാനുള്ള മനഃസ്ഥിതി യഥാവിധം ഓരോരുത്തരിലുമുണ്ടാകും. ആ ക്യാമ്പ് അംഗങ്ങളെ വർഗ്ഗീയതയുടെ മറ്റൊരുന്മാദാവസ്ഥയിലെത്തിച്ചു എന്ന് നിസ്സംശയം പറയാം.

ക്യാമ്പ് കഴിഞ്ഞ് 'ദിക്ഷാന്ത സമാരോഹ' എന്ന അവസാന ചടങ്ങ്

നടന്നു. സംഘം എന്ന മന്ത്രം ഹൃദയത്തുടിപ്പുകളിൽ അലിയിക്കാനാഹ്വാനം ചെയ്യുന്ന കാര്യപരിപാടിയാണത്. ഒരു മണിക്കൂർ ദൈർഘ്യമുള്ള ആ പരിപാടിയിൽ രത്നവർണ്ണ തിലകം തൊട്ട് മധുരപലഹാരങ്ങൾ കഴിച്ച് പിരിയും. ശേഷം മധുര മീനാക്ഷി ക്ഷേത്രം സന്ദർശിക്കുന്ന വേളയിൽ വഴിയിൽ കച്ചവടം ചെയ്യുന്ന മുസ്ലീം ജനങ്ങളായ നാല് കച്ചവടക്കാരെ ദണ്ഡകൊണ്ടടിച്ച് നിലം പരിശാക്കുന്നതിൽ ഞാനും പങ്കാളിയായി. മുസ്ലീം ആയ അവരെ കൊല്ലാനുള്ള രോഷം എനിക്ക് തോന്നിയിരുന്നു. ഏതോ സ്വയം സേവകൻ വിലപേശിയപ്പോൾ നടന്ന കശപിശയാണ് ഇങ്ങനെയൊക്കെയായതിന് തുടക്കം. അവരെ ആശുപത്രിയിലാക്കാൻ നാട്ടുകാരുണ്ടായിരുന്നു. വണ്ടിയിൽ കയറ്റുമ്പോൾ തമിഴിൽ എന്തൊക്കെയോ വിളിച്ച് പറയുന്നുണ്ട്. ആ നാല് കച്ചവടക്കാരുടെയും സാധനങ്ങൾ കടയടക്കം ഞങ്ങൾ കൊള്ള ചെയ്തു. എനിക്ക് മയിലിന്റെ രൂപത്തിലുള്ള ഒരു മുരുകനെ ലഭിച്ചു. അതുമായി ഞാൻ വീട്ടിലെത്തി. ഞാൻ ഇല്ലാത്തപ്പോൾ നടന്ന നാട്ടിലെ സംഭവങ്ങൾ ഓരോന്നോരോന്നായി അമ്മ എന്നോട് പറഞ്ഞു. രാത്രികാലങ്ങളിൽ പല സ്ഥലങ്ങളിൽ നിന്നും ഉഗ്രസ്ഫോടന ശബ്ദം കേൾക്കുന്നുണ്ടെന്നും ധരിപ്പിച്ചു. രക്തഗന്ധം വ്യാപിച്ച കുരുതിക്കളമൊരുക്കിയാണ് എന്റെ നാട് എന്നെ സ്വീകരിച്ചത്. കലാപംകൊണ്ട് വൈകൃതമായ ഒരവസ്ഥയിലാണ് ആ നാട് എന്ന് എനിക്ക് മനസ്സിലായി. മുഖ്യശിക്ഷകനും രക്ഷാധികാരിയുമെന്ന ചുമതലയുള്ളതുകൊണ്ട് ഒ ടി സി കഴിഞ്ഞ് ആ ഉത്തരവാദിത്വം തുടരാൻ സംഘം നിർദ്ദേശിച്ചു. പ്രീഡിഗ്രിക്ക് പ്രസിഡൻസികോളേജിൽ ചേർന്നു. നാട്ടിലെ സ്ഥിതിവിശേഷം മോശമായതിനെ തുടർന്ന് അത്

പൂർത്തിയാവാൻ നില്ക്കാതെ ഏറണാകുളത്ത് MP Dyes Chemical എന്ന കമ്പനിയിൽ പ്യൂണായി നിന്നു. തുടർന്ന് ആർ എസ് എസ് പ്രാന്ത കാര്യാലയവുമായി ബന്ധപ്പെട്ട് മാധവനിവാസിലേക്ക് മാറി. അവിടെ നിന്നും കാര്യാലയ പ്രമുഖ് ആയ പുരുഷുവേട്ടന്റെ സഹായത്തോടെ വ്യവസ്ഥാ പ്രമുഖനായ മോഹൻജി പ്രീഡിഗ്രി എഴുതി എടുക്കാനും തുടർന്ന് ഡിഗ്രി, പി ജി ബിരുദം ഡിസ്റ്റൻസായി എഴുതി എടുക്കാനും നിർദ്ദേശിച്ചു. അതനുസരിച്ച് എനിക്ക് മാധവ നിവാസിലെ സേവാ വിഭാഗിൽ താമസിക്കാൻ അനുവാദം ലഭിച്ചു. അങ്ങനെ സ്വദേശി സയൻസിൽ ജയേട്ടന്റെ പിന്തുണയോടെ വേദഗണിതം കോഴ്സിന് ചേർന്നു.

ഒരു വർഷത്തെ ബേസിക് കോഴ്സും, ഒന്നര വർഷത്തെ അഡ്വാൻസ് കോഴ്സും ഇതായിരുന്നു വേദഗണിത പഠന സിലബസ്. കണക്കിൽ അപാര പാണ്ഡിത്യമുള്ള ത്രിവിക്രമൻ സാർ, വിജയകുമാർ സാർ, ഹരിദാസ് സാർ, ഹൈദരാബാദിലെ നരേന്ദ്രശർമ്മ സാർ എന്നിവരുടെ ക്ലാസുകൾ എനിക്ക് ഗണിതാശയങ്ങളെ വിരസതയില്ലാത്ത ലളിതമായ ഒന്നാണെന്ന് മനസ്സിലാക്കിത്തന്നു. ഈ രണ്ടു കോഴ്സുകൾ ഞാൻ പൂർത്തിയാക്കി. കൂടാതെ ഭാസ്കരാചാര്യരുടെ *ലീലാവതി,* ആര്യഭട്ടന്റെ *ആര്യഭടീയം,* വരാഹമിഹിരന്റെ *ബൃഹത്സംഹിത,* ശ്രീധരാചാര്യരുടെ *തന്ത്ര സംഗ്രഹം* തുടങ്ങി വിസ്മയാവഹങ്ങളായ പൗരാണിക ഗണിത കൃതികൾ ഹൃദിസ്ഥമാക്കി. ഉണ്ണികൃഷ്ണൻ സാറിന്റെ കീഴിൽ വേറെയും പഠനം. ഇതൊക്കെ കഴിഞ്ഞാൽ കേരളത്തിലെ ഏതെങ്കിലും ക്രിസ്ത്യൻ, മുസ്ലീം വിഭാഗങ്ങൾ കൂടുതലുള്ളതോ അതല്ല അവരുടെതോ ആയ വിദ്യാലയത്തിൽ നുഴഞ്ഞു കയറുക. ആ വിദ്യാലയത്തിന്റെ ഓരോ യു പി ഹൈസ്കൂൾ സെക്ഷനിലും പോയി കണക്കെടുത്ത് ഓരോ മായാവലയത്തിൽ കുട്ടികളെ വീഴ്ത്തുക. ഓരോ ക്ലാസിലും ക്ലാസ് കഴിഞ്ഞിറങ്ങുമ്പോൾ അവരുടെ കൈയിൽ അഡ്രസ് എഴുതാനുള്ള ഫോം കൊടുക്കും. അത് പൂരിപ്പിച്ചു തരണം. അല്ലെങ്കിൽ ഫോൺ നമ്പർ കൊടുക്കും. കുട്ടികൾ വീട്ടിലെത്തിയാൽ ഈ കണക്കിന്റെ മായാജാലത്തെക്കുറിച്ച് പറയുമെന്ന് തീർച്ച. രക്ഷിതാക്കൾ തിരിച്ച് ബന്ധപ്പെടും. അവരെ ലക്ഷ്മിപൂജ, വിദ്യ, ഗോപാലാർച്ചന തുടങ്ങിയ പരിപാടികളിൽ ക്ഷണിക്കും. അങ്ങനെ ഹിന്ദുരാഷ്ട്രം എന്ന സങ്കല്പത്തിലേക്ക് അവരെയും ചിന്തിപ്പിക്കും. എന്റെ ജീവിതത്തിൽ 500 ൽപ്പരം വിദ്യാലയങ്ങളിൽ ഞാൻ ക്ലാസെടുത്തിട്ടുണ്ട്. മുൻപ് പറഞ്ഞ പൂജകൾ ചെയ്യാൻ പരിശീലനം ലഭിച്ച ആർ എസ് എസ് പ്രവർത്തകർ തന്നെയുണ്ട്. ആ പൂജ മനഃശാസ്ത്രപരമായി ചിന്തിക്കുന്ന തരത്തിലായിരിക്കും. അത്രയും വലിയ പരിശീലനം സംഘം അവർക്കതിൽ നല്കിയിട്ടുണ്ടാകു. ചാലക്കുടിയിലെ കാർമ്മൽ ഹൈസ്കൂളിൽ നിന്നാണ് ആദ്യമായി എന്റെ ഗണിതാദ്ധ്യാപനം തുടങ്ങിയത്. അവിടെയുള്ള കുട്ടികളെ പതഞ്ജലി യോഗ വിദ്യാപീഠം സംഘ സ്ഥാപനത്തിൽ വിളിച്ചു വരുത്തി പൂജയും

യോഗയും പരിശീലിപ്പിച്ചു. 200 കുട്ടികളും അവരുടെ രക്ഷിതാക്കളും ചേർന്ന ആ പരിപാടിയിൽ ഈ നാട്ടിലെ ക്രൈസ്തവരും മുസ്ലീങ്ങളും രാജ്യദ്രോഹികളാണെന്നും അവർ ഈ ഭാരതാംബയെ പിച്ചിച്ചീന്താനാണ് വന്നത് എന്നുമുള്ള ബോധമുണ്ടാക്കി. ആദ്യത്തെ പരിപാടി തന്നെ വലിയ വിജയമെന്ന് സംഘം പറഞ്ഞു. ഇങ്ങനെ പല വ്യാജപേരിലും വ്യാജ ഇൻസ്റ്റിറ്റ്യൂട്ടിന്റെ പേരിലും സംഘത്തിന്റെ ഹിന്ദുരാഷ്ട്രമെന്ന ലക്ഷ്യം സഫലമാക്കാൻ പല വിദ്യാലയങ്ങളിലും കയറി ഇതേ പ്രവർത്തനം നടത്തി. മര്യാദ പുരുഷനായ രാമന്റെ രാജ്യം സഫലമാക്കാനല്ല പോകുന്നത്. കാമദാഹിയായ, അധികാരദാഹിയായ രാവണരാജ്യം സഫലമാക്കാൻ. രാമനെപ്പോലും മായാവലയത്തിൽ കുടുക്കിയ മാരീചനായി മാറുകയാണ് ഞാനെന്നറിയാൻ ഒരുപാട് വൈകി.

പരിവാർ പ്രസ്ഥാനങ്ങൾ

സംഘത്തിന്റെ പരിവാർ പ്രസ്ഥാനങ്ങളെക്കുറിച്ച് വ്യത്യസ്തങ്ങളായ സംശയങ്ങൾ ഇന്ന് പൊതുജനങ്ങൾക്കിടയിലും സ്വയം സേവകരിലുമുണ്ട്. അധികംപേരിലുമുള്ള സംശയം ബി ജെ പിയും ആർ എസ് എസും ഒന്നാണോ എന്നാണ്. ബി ജെ പിയെ ആർ എസ് എസ് ഭരിക്കുന്നുണ്ടോ? തുടങ്ങിയ നിരവധി സംശയങ്ങൾ നിലനില്ക്കുന്നുണ്ട്.

എന്റെ ചുമതല 'രാമാനുജ സരണി' എന്ന വിഭാഗത്തിൽ 'മാത്തമാറ്റിക്സ് റിസർച്ച് സെന്റർ ' എന്ന വ്യാജപേരിലുള്ള സംഘടനയിലായിരുന്നു. ഇതും സംഘത്തിന്റെ പരിവാർ പ്രസ്ഥാനമാണ്. ഇതുപോലെ പ്രച്ഛന്നവും അല്ലാത്തതുമായ ഒരുപാട് പരിവാർ പ്രസ്ഥാനങ്ങളുണ്ട്. പല പേരിലും പല സ്ഥലങ്ങളിലായി രൂപീകരിച്ച് നടത്തപ്പെടുന്ന ട്രസ്റ്റുകളും ഇതിലുൾപ്പെടും.

എന്താണ് പരിവാർ പ്രസ്ഥാനം

ഒരേ നദിയിലെ വെള്ളം വിവിധ കൈവഴികളിലൂടെ ഒഴുകി വീണ്ടും ഒരുമിക്കുമ്പോൾ അതൊരു മഹാ പ്രവാഹമാകുമ്പോലെ ഹിന്ദു രാഷ്ട്രമെന്ന ലക്ഷ്യത്തിനുവേണ്ടി ഒന്നായ നാം ചിതറിത്തെറിച്ച് വ്യത്യസ്ത രൂപത്തിലും വ്യത്യസ്ത ഭാവത്തിലും സഞ്ചരിച്ച് ശേഖരിച്ച കീഴടക്കിയതെല്ലാം ഒന്നാക്കി മാറ്റുമ്പോഴാണ് മഹാശക്തിയായി സംഘടന മാറുന്നത്. ഗംഗ എന്ന പുണ്യനദി ഇതിനുദാഹരണമായി ചൂണ്ടിക്കാട്ടും. സംഘവും പരിവാർ പ്രസ്ഥാനവും തമ്മിലുള്ള ബന്ധം എന്താണ് എന്നതിന് രണ്ടാമത്തെ സർ സംഘ ചാലക ഗുരുജി ഗോൾവാൾക്കർ പറഞ്ഞത് സംഘം രാമനാണ്, അതിന്റെ പരിവാർ പ്രസ്ഥാനങ്ങൾ ഹനുമാനെ പോലെയാവണം എന്നാണ്. അതായത് രാമൻ മനസ്സിൽ

ചിന്തിക്കുന്നത് ഹനുമാൻ ചെയ്യുന്നതുപോലെ. ഇതിനപ്പുറം മറ്റൊരുദാഹരണം പറയാനുണ്ടാവില്ല. ഓരോ പരിവാർ പ്രസ്ഥാനത്തിനെയും നിയന്ത്രിക്കുന്നത് അഖില ഭാരതീയ കാര്യകാരി, പ്രാന്തിയ കാര്യകാരി എന്നിവർ തീരുമാനിക്കുന്ന പ്രചാരകന്മാരായിരിക്കും. ഓരോ വർഷം കൂടുമ്പോഴും ഇതുപോലെ പ്രചാരകന്മാരെ നല്കും. നല്കുന്ന ഓരോ പ്രചാരകന്മാരെയും ഓരോ കടിഞ്ഞാണ് കൊണ്ട് നിയന്ത്രിക്കുന്നു. നാഗ്പൂരിൽ നിന്ന് വലിക്കുന്നതനുസരിച്ചാണ് ചലിക്കുന്നതും. ഉദാഹരണമായി ശ്യാം മാധവ് എന്ന പ്രചാരകനെ ഇപ്പോഴാണ് ബി ജെ പിക്ക് നല്കിയത്. മുമ്പ് ഇദ്ദേഹം ആർ എസ് എസ് വക്താവായിരുന്നു.

ഓരോ സംസ്ഥാനത്തുമുള്ള പരിവാർ പ്രസ്ഥാനങ്ങൾ വ്യത്യസ്ത രൂപരേഖയിലൂടെയാണ് പ്രവർത്തിക്കുക. ഇതിന് മാർഗ്ഗമൊരുക്കാൻ റിസർച്ച് സെൽ തന്നെയുണ്ട്. ഇതിന്റെ തലപ്പത്ത് ഐ എ എസ്, ഐ പി എസ്, റിട്ട. ജഡ്ജി തുടങ്ങിയ ഉദ്യോഗസ്ഥന്മാരുണ്ടാകും. ഇവരുടെ ആസൂത്രണത്തിലൂടെയായിരിക്കും ഓരോ പരിവാർ പ്രസ്ഥാനങ്ങളും സഞ്ചരിക്കുന്നത്. പരിവാർ പ്രസ്ഥാനങ്ങളും സംഘവും ചേർന്ന് മീറ്റിങ് നടത്തിയാണ് പ്രവർത്തന അജണ്ട തീരുമാനിക്കുന്നത്. ഇതിനെ 'സമന്വയ ബൈഠക്' എന്നാണ് പറയുന്നത്.

യാഥാസ്ഥിതിക ഹിന്ദു കൂട്ടുകുടുംബത്തിന്റെ മാതൃകയിലുള്ള ആർ എസ് എസിന്റെ സംഘടനാ രൂപം ഹിറ്റ്ലറുടെയും മുസ്സോളിനിയുടെയും ഫാസിസ്റ്റ് സംഘടനകളുടെ അനുകരണമാണ്. സംഘപരിവാറിന്റെ സ്വപ്നത്തിലുള്ള രാഷ്ട്രീയ ഘടനയും കേന്ദ്രീകൃതാധികാരത്തിന്റേതാണ്.

കേരളത്തിലെ പരിവാർ പ്രസ്ഥാനങ്ങൾ

വിദ്യാർത്ഥികൾ	-	എ ബി വി പി (അഖില ഭാരതീയ വിദ്യാർത്ഥി പരിഷത്ത്)
കുട്ടികൾ	-	ബാലഗോകുലം (ചെറിയ കുട്ടികളുടെ ഇടയിൽ സംഘടന വളരാൻ വേണ്ടിയാണിത്.)

ബാലഗോകുലത്തിൽ ഉപസംഘടനയുണ്ട്. അമൃത ഭാരതി വിദ്യാപീഠം (സാന്ദീപനി, പ്രബോധനി തുടങ്ങിയ പരീക്ഷകൾ നടത്തുന്നത് ഈ സംഘടനയാണ്). ഓരോ വർഷവും നല്കുന്ന മയിൽപ്പീലി പുരസ്കാരം ഈ സംഘടനയുടേതാണ്. ജനാധിപത്യ പ്രസ്ഥാനങ്ങളിലും ഹിന്ദുക്കളെ കൈയിലെടുക്കുക എന്ന ലക്ഷ്യത്തോടെയാണ് ബി ജെ പിയുടെ പ്രവർത്തനം തുടങ്ങിയത്. ഇതിന്റെ ഉപസംഘടനകളായ യുവമോർച്ച, മഹിളാമോർച്ച എന്നിവയുമുണ്ട്.

ശാസ്ത്രവും, ശാസ്ത്രജ്ഞരെയും കീഴ്പ്പെടുത്തി നമ്മുടെ വരുതിയിലാക്കാൻ ശാസ്ത്ര അഭിരുചിയുള്ള ചെറുപ്പക്കാരെ ഉൾപ്പെടുത്തി ഹൈന്ദവ രാഷ്ട്രം സഫലീകരിക്കാൻ രൂപീകരിച്ചതാണ് സ്വദേശി സയൻസ് മൂവ്മെന്റ്.

ക്ഷാത്ര സദനം-ശിശുവാടിക

ഉത്തരേന്ത്യയിൽ വളരെ വ്യാപകമായി പ്രവർത്തനമുള്ള രഹസ്യ സംഘടനയാണിത്. 'ഈ നാടിന് ക്ഷത്രിയ രക്തമുള്ളവരെ വാർത്തെടുത്താലേ ഹിന്ദുത്വത്തിന് ശക്തിയുള്ളു' എന്ന ദ്വിതീയ സർസംഘ് ചാലകായ ഗുരുജി ഗോൾവാൾക്കറിന്റെ ചിന്താധാരയിൽ സൃഷ്ടിക്കപ്പെട്ട സംഘടനയാണ് ക്ഷാത്ര സദനം അഥവാ ശിശുവാടിക. ഉത്തരേന്ത്യയിലെ സവർണ്ണരായ ആളുകൾ ദളിതരായ സ്ത്രീകളെ പീഡിപ്പിച്ചോ അഥവാ വശംവദരാക്കിയോ സൃഷ്ടിക്കുന്ന കുട്ടികളെ ഉപനയം കഴിച്ച് ക്ഷത്രിയ വംശജരാക്കും. അവരെ പഠിപ്പിച്ച് ക്ഷത്രിയ രീതിയിലെ ആയോധന കലകളിൽ നിപുണരാക്കി പിന്നീട് ഇവരെ സംഘം പല കലാപങ്ങളിലും മറ്റും ഉപയോഗിക്കാറുണ്ട്. 1950-കളിൽ തന്നെ നാഗ്പുരിൽ പ്രവർത്തനമാരംഭിച്ചിട്ടുണ്ട്. ഇത് പിന്നീട് മുസ്ലീം, ക്രിസ്ത്യൻ വിഭാഗങ്ങളിലെ സ്ത്രീകളിലും ക്ഷത്രിയബീജം വളർത്താൻ ഇവർ ബോധപൂർവ്വം ശ്രമം നടത്താറുണ്ട്.

ഉത്തർപ്രദേശ്, മദ്ധ്യപ്രദേശ്, രാജസ്ഥാൻ, ഹിമാചൽപ്രദേശ് എന്നീ സംസ്ഥാനങ്ങളിൽ സംഘ സംസ്കാരം ഉൾക്കൊണ്ട സവർണ്ണ പുരോഹിത വർഗ്ഗങ്ങളാണ് ഈ പ്രവർത്തനം കൂടുതലായി നടത്തുന്നത്. ആശ്രമം പോലുള്ള അന്തരീക്ഷത്തിലായിരിക്കും തികച്ചും രഹസ്യമായി ഈ സദനങ്ങൾ ഉണ്ടായിരിക്കുക.

സ്വദേശി സയൻസ് മൂവ്മെന്റ്

വിജ്ഞാൻ ഭാരത്

എല്ലാ വർഷവും ശാസ്ത്ര പ്രതിഭാ മത്സരം സംഘടിപ്പിക്കുന്നതും ശാസ്ത്ര കോൺഗ്രസ്, ശാസ്ത്രജ്ഞരുമായി മുഖാമുഖം, ആയുർവ്വേദ കോൺഗ്രസ് തുടങ്ങിയ പരിപാടികൾ സംഘടിപ്പിക്കുന്നതും. *സയൻസ് ഇന്ത്യ* എന്ന ഇംഗ്ലീഷ് പ്രസിദ്ധീകരണം നടത്തുന്നതും ഈ സംഘടനയാണ്. ക്രൈസ്തവ മുസ്ലീം എഞ്ചിനീയറിങ് കോളേജ്, മറ്റ് കോളേജുകൾ എന്നിവിടങ്ങളിലാണ് ഇവരുടെ ഒട്ടുമിക്ക പരിപാടികളും നടത്തുന്നത്. ഇതിന്റെ കീഴിൽ പ്രധാനമായും പ്രവർത്തിക്കുന്ന നിരവധി എൻ ജി ഒ സംഘടനകളുണ്ട്. കേന്ദ്രഫണ്ട് ഉപയോഗിച്ചാണ് പ്രവർത്തിക്കുന്നത്.

വിദ്യാഭാരതി

ശാഖാ പ്രവർത്തനം കുട്ടികളിലേക്കെത്തിക്കുക എന്ന ലക്ഷ്യത്തോടെ ഓരോ പഞ്ചായത്തിലും ഒരു വിദ്യാലയം എന്നതാണ് ഈ സംഘടനയുടെ ലക്ഷ്യം. ഇന്ത്യയിൽ 40,000ത്തിലധികം സ്ത്രീകൾ ഈ മേഖലയിലുണ്ട്. കേരളത്തിൽ വിദ്യാനികേതൻ എന്നാണ് ഇതിന്റെ പേര്. സരസ്വതി വിദ്യാനികേതൻ എന്നു പറയുന്നതുപോലെ എല്ലാ പേരിന്റെയും കൂടെ വിദ്യാനികേതൻ ചേർക്കും.

"യാകുന്തേന്ദു തുഷാര ഹാര ധവളാം"

എന്ന് തുടങ്ങുന്ന സരസ്വതി സ്തുതിയോട് കൂടിയുള്ള പ്രാർത്ഥനയോടെ ആരംഭിക്കുന്ന ഈ വിദ്യാലയ പ്രവർത്തനം ശാഖയിലുപയോഗിക്കുന്ന എല്ലാ ആജ്ഞകളും പദ്ധതികളും സ്കൂളിൽ നടപ്പിലാക്കുന്നുണ്ട്. അംഗങ്ങൾ ക്യാമ്പിൽ തന്നെ താമസിക്കണം. സംഘടന അനുഭാവി അല്ലാത്തവരുടെ മക്കളെ കൂടുതൽ കേന്ദ്രീകരിച്ചാകും

ഇവരുടെ പ്രവർത്തനം ഉണ്ടായിരിക്കുക. 'വിദ്യാർത്ഥികളിലൂടെ ഹിന്ദു രാഷ്ട്രത്തിലേക്ക്' എന്ന ആശയമാണ് ഈ സംഘടനയുടേത്. ഹിന്ദു രാഷ്ട്രം അവരുടെ അമ്മമാരെ സ്വാധീനിക്കാൻ മാതൃപൂജ (കുട്ടികളെ കൊണ്ട് അമ്മമാരുടെ കാൽ കഴുകി പൂജിക്കൽ ചടങ്ങ്) നടത്തുന്നു.

ഗുരുപൂജ

ഒരു പ്രദേശത്ത് സംഘടനാബന്ധമൊന്നുമില്ലാത്ത പ്രശസ്തനായ ഒരാളെ വിദ്യാലയത്തിൽ വിളിച്ച് അദ്ദേഹത്തിന്റെ കാൽ വിദ്യാർത്ഥികളെക്കൊണ്ട് കഴുകി പൂജിക്കുന്ന ചടങ്ങാണിത്. ഇത്തരം ചടങ്ങുകൾ വല്ലാത്തൊരു മാനസിക മാറ്റമുണ്ടാക്കും. ഈ വഴിയിലൂടെ ഇവരെ സംഘമെന്ന പ്രവാഹത്തിലെത്തിക്കാൻ വളരെ എളുപ്പമാണ്. ശാഖയിലെ എല്ലാ ആഘോഷപരിപാടികളും ഈ വിദ്യാലയത്തിൽ കൊണ്ടാടും. ഇന്ത്യയിൽ വ്യാപിച്ചു കിടക്കുന്ന ഏറ്റവും വലിയ വിദ്യാഭ്യാസ ശൃംഖലയായി ഇതു മാറിക്കഴിഞ്ഞു. വിദ്യാഭാരതിയുടെ വിദ്യാഭ്യാസ പദ്ധതി മോദി സർക്കാർ ഇന്ന് എല്ലാ വിദ്യാലയത്തിലും നടപ്പിലാക്കാൻ ശ്രമിക്കുന്നു.

വിശ്വഹിന്ദു പരിഷത്ത്

അശോക സിംഘാൾ, പ്രവീൺ തൊഗാഡിയ എന്നിവരുടെ നേതൃത്വത്തിലാണ് ഈ സംഘടന മുന്നോട്ടുപോകുന്നത്. അയോദ്ധ്യ പ്രക്ഷോഭം, പുന്നാട് കലാപം, മുംബൈകലാപം, ഗുജറാത്ത് കലാപം എന്നിങ്ങനെയുള്ള കലാപത്തിന്റെ മുൻപന്തിയിൽ ഈ സംഘടനയുണ്ടെന്ന് അറിയാമല്ലോ. രാജ്യത്ത് ഹിന്ദു തീവ്രവാദം ശക്തിപ്പെടുത്തുക എന്നതാണ് ഇതിന്റെ ലക്ഷ്യം. ഹിന്ദു യുവാക്കൾക്ക് പരസ്യമായി 'തൃശൂൽ' എന്ന ആയുധം മുൻപ് കൊടുത്തിരുന്നു. ക്രിമിനൽ നിയമത്തിൽ അനുശാസിക്കുന്ന ആയുധത്തിന്റെ നീളത്തിന്റെ അളവ് കുറച്ചാണ് ഈ ആയുധം നിർമ്മിച്ചത്. അതുകൊണ്ടുതന്നെ ഇതൊരായുധമായി പൊലീസിന് തെളിയിക്കാൻ കഴിയില്ല എന്നായിരുന്നു ഈ സംഘടന പറഞ്ഞിരുന്നത്. ബജ്രംഗദൾ എന്ന ഉപസംഘടന സ്ത്രീകൾക്കും യുവാക്കൾക്കും പ്രത്യേകം പ്രത്യേകം ആയുധ പരിശീലനം നല്കാറുണ്ട്. കേരളത്തിൽ പത്തനംതിട്ടയിലാണ് പരിശീലനകേന്ദ്രം.

ഹിന്ദു ഐക്യവേദി

കേരളത്തിൽ മാത്രം പ്രവർത്തിക്കുന്ന സംഘടനയാണിത്. വിവിധ ജാതികളെ കോർത്തിണക്കി ഹൈന്ദവ ഐക്യം സാക്ഷാൽക്കരിക്കുക എന്നതാണ് ഇതിന്റെ ലക്ഷ്യം. ആർ എസ് എസിന്റെ സവർണ്ണ പക്ഷപാതിത്വത്തെയും നയങ്ങളെയും മറയ്ക്കാനുള്ള ഒരു തന്ത്രമാണിത്. ഉത്തരേന്ത്യയിൽ ഈ അജണ്ട നടപ്പിലാവില്ല. കാരണം സവർണ്ണന്മാർ

മറ്റ് ജാതികളെ അടുപ്പിക്കുക എന്നത് അസാദ്ധ്യമാണ്. ശശികല ടീച്ചറും, കുമ്മനം രാജശേഖരനും അടങ്ങുന്നതാണ് ഈ സംഘം. ശൂദ്രന് വേദം കേൾക്കാൻ പോലും അനുമതിയില്ല എന്ന് പറയുന്ന മനുസ്മൃതിയുടെ മൂല്യങ്ങൾ മുറുകെപ്പിടിക്കുമ്പോൾ തന്നെ ജാതിഭ്രഷ്ടരെ സംഘപരിവാറിലേക്കടുപ്പിക്കാനുള്ള ശ്രമവും തുടരുന്നു. ഇതിനെപ്പറ്റി അംബേദ്കർ ഇങ്ങനെ നിരീക്ഷിക്കുന്നു:

ഗോൾവാൾക്കറും ആർ എസ് എസും പുഃനസ്ഥാപിക്കാനാഗ്രഹിക്കുന്ന മറാത്താ ഭരണത്തിൻ കീഴിൽ വേദമന്ത്രമുരുവിടുന്ന ഏതൊരാളും തന്റെ നാവ് നഷ്ടപ്പെടുത്താൻ ബാധ്യസ്ഥനായിരുന്നു. യഥാർത്ഥത്തിൽ, പേഷ്വയുടെ കല്പനപ്രകാരം, വൈദിക നിയമത്തിന് വിരുദ്ധമായി വേദമന്ത്രങ്ങളുരുവിടാൻ ധൈര്യം കാണിച്ച സോണാർ (സ്വർണ്ണപ്പണിക്കാർ) ജാതിക്കാരായ നിരവധി പേരുടെ നാവ് ഛേദിച്ചു കളഞ്ഞിട്ടുണ്ട്.

ഭാരതീയ വിചാരകേന്ദ്രം

ചരിത്ര ഗവേഷകരെയും ചിന്തകന്മാരെയും ഹൈന്ദവീയതയിലേക്ക് ആകൃഷ്ടരാക്കാൻ പി പരമേശ്വർജി നടപ്പിലാക്കിയ സംഘടനയാണിത്. സുരേന്ദ്രനും പരമേശ്വർജിയുമാണ് ഇതിന്റെ തലപ്പത്ത്. തിരുവനന്തപുരത്ത് ദലൈലാമ ഉദ്ഘാടനം ചെയ്ത 'ആഗോള ഭഗവദ്ഗീത' സത്രം

നടത്തിയത് ഈ സംഘടനയാണ്. ഭഗവദ്ഗീതയ്ക്ക് മാത്രമായി ഒരു വിഭാഗമുണ്ടിതിന്. വീട്ടിലൊരു ഭഗവദ്ഗീത എന്ന പരിപാടിയുടെ ഭാഗമായി 10 രൂപയ്ക്ക് ഇന്ത്യയിൽ പല സ്ഥലത്തും ഭഗവദ്ഗീത സമ്പർക്ക യജ്ഞം നടത്തിയിട്ടുണ്ട്. ഭഗവദ്ഗീത പാഠ്യ പദ്ധതിയിലൂടെ എങ്ങനെ കൊണ്ടുവരണമെന്നത് ആവിഷ്കരിക്കാൻ ഒരു വിദഗ്ദ്ധ സമിതിയെ തന്നെ നിയോഗിച്ചിട്ടുണ്ട്. ഒന്നുമുതൽ ഏഴ് വരെ പഠിക്കുന്ന കുട്ടികൾക്ക് പാഠ്യപദ്ധതി നിർമ്മിച്ചിട്ടുണ്ട്. പരീക്ഷണമായി വിദ്യാഭാരതിയുടെ വിദ്യാലയങ്ങളിൽ ഇപ്പോഴിത് പഠിപ്പിക്കുന്നുണ്ട്. ഭഗവദ്ഗീതാ പാരായണം, ഭാഗവത സപ്താഹം, ഭാഗവത പാരായണം, രാമായണ പാരായണം ക്ഷേത്രങ്ങളിൽ നടത്താനുള്ള പരിശീലനം ഇവ നടത്തുന്നുണ്ട്.

ബി എം എസ്(ഭാരതീയ മസ്ദൂർ സംഘ്)

'ഹൈന്ദവീയ ശക്തി തൊഴിലാളികളിലൂടെ' എന്നതാണ് ഇതിന്റെ ആശയം. ഇന്ത്യയിലെ ഏറ്റവും വലിയ തൊഴിലാളി പ്രസ്ഥാനമായി ഇത് മാറി. കേരളത്തിൽ *മസ്ദൂർ ഭാരതി* എന്ന പ്രസിദ്ധീകരണം ഈ സംഘടനയുടേതാണ്.

ക്ഷേത്ര സംരക്ഷണ സമിതി

ക്ഷേത്രത്തിന് മാത്രമുള്ള സംഘടനയാണിത്. കേരളത്തിൽ 1966 ലാണിത് സ്ഥാപിച്ചത്. 'ക്ഷേത്രങ്ങളിലൂടെ ഹൈന്ദവീയത' എന്നതാണ് ഇതിന്റെ ലക്ഷ്യം. ഇതിനു നിയോഗിക്കുന്ന പ്രചാരകന്മാർ സംസ്കൃത ത്തിലും വേദാന്തത്തിലും നിപുണന്മാരായിരിക്കും. ക്ഷേത്രകാര്യങ്ങളിൽ ഇവരുടെ ഇടപെടൽ വളരെ ആസൂത്രിതമായിരിക്കും. വാക് സാമർത്ഥ്യ ത്തിലും ക്ഷേത്രകാര്യങ്ങളുടെ അറിവിലും, കമ്മിറ്റിക്കാർ വീഴും. ഒടുവിൽ ഈ സമിതിയുടെ പേരിൽ ക്ഷേത്രം രജിസ്റ്റർ ചെയതിട്ടാവും പ്രചാര കന്റെ മടക്കയാത്രയുണ്ടാവുക. 1996 ൽ ഒരു ക്ഷേത്രമുള്ള ഈ സംഘ ടനയ്ക്ക് 2011 ലെ റിപ്പോർട്ടിൽ കേരളത്തിൽ തന്നെ 500 ലധികം പ്രധാന ക്ഷേത്രങ്ങളുണ്ട്. 2000 ലധികം ക്ഷേത്രങ്ങളിൽ ഇവരുടെ പ്രവർത്ത നമുണ്ട്. വടക്കെ മലബാറിലെ തെയ്യക്കാവുകളും മുത്തപ്പൻ മഠപ്പുരകളും കൈവശപ്പെടുത്താനുള്ള ഈ ശ്രമം ഇപ്പോഴും തുടരുകയാണ്. ക്ഷേത്രത്തിൽ മാതൃസമിതി രൂപീകരിച്ച് അമ്മമാരുടെ ഭജന, പുരാണ പാരായണം, മരിച്ച വീട്ടിൽ രാമായണ പാരായണം, യോഗ എന്നിവ നടത്തി ഈ പ്രവർത്തനം സംഘ പ്രസ്ഥാനത്തിന്റെ ഭാഗമാക്കി മാറ്റ ലാണ് അജണ്ട. യാഗവും യജ്ഞങ്ങളും സംഘടിപ്പിച്ച് കോടിക്കണക്കിന് ആസ്തിയുള്ള സംഘടനയാണിത്.

സേവാഭാരതി

വിദേശങ്ങളിൽ നിന്ന് കോടിക്കണക്കിന് രൂപയുടെ സാമ്പത്തിക സഹായം ലഭിക്കുന്ന നിരവധി അനാഥാലയങ്ങൾ സ്ഥാപിച്ച്, മെഡിക്കൽ

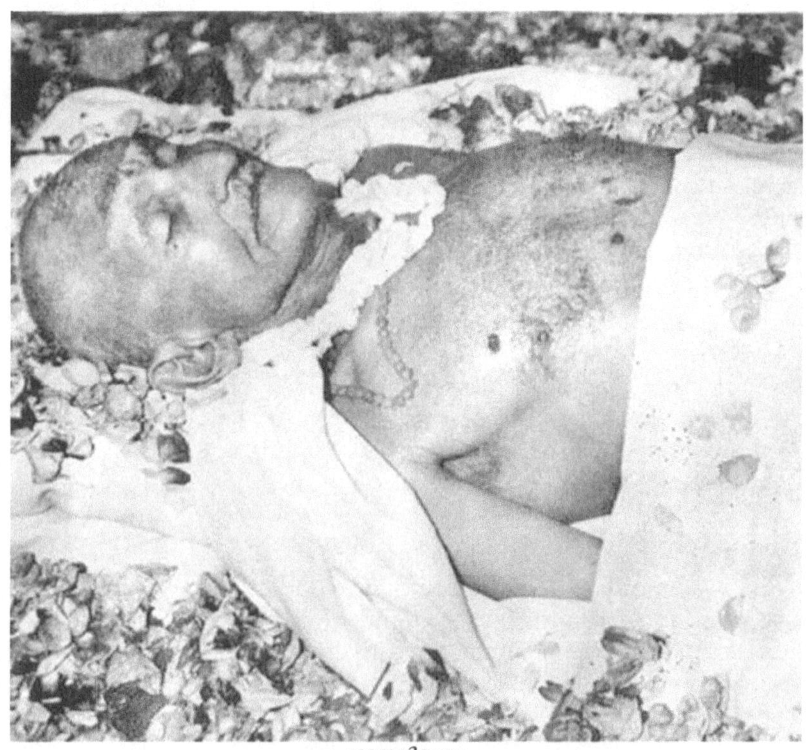

ഗാന്ധിവധം

കോളേജിൽ അന്നദാനം, മരുന്നു വിതരണം എന്നിവ നടത്തുകയാണ് ഈ സംഘടനയുടെ പദ്ധതി. വിവേകാനന്ദ മെഡിക്കൽ മിഷനിൽ അട്ടപ്പാടിയിലും വയനാട്ടിലും ആശുപത്രികളുണ്ട്. വിദ്യാഭ്യാസമുള്ള യുവാക്കളെയും യുവതികളെയും ഉൾപ്പെടുത്തി നിരവധി പ്രവർത്തനങ്ങളാണ് ഭാരതത്തിലുടനീളം ഈ സംഘടന ചെയ്യുന്നത്.

ഭാസ്കർ ജ്യോതി

ആദിവാസി ഊരുകളിൽ പോയി ഭക്തിനിർഭരമായ സിനിമകൾ പ്രദർശിപ്പിക്കുക. പല പ്രധാന പൂജാപരിപാടികളും ക്യാമറയിലും വിഡിയോയിലും പകർത്തുക എന്നിവയാണ് ഈ സംഘടനയുടെ ലക്ഷ്യം.

'വനവാസി കല്യാണാശ്രമം'

ഇന്ത്യയിലെ ആദിവാസികളെ ഹിന്ദു മുഖ്യധാരയിലേക്ക് കൊണ്ടുവരാൻ വിദേശരാജ്യങ്ങളിൽ നിന്നും വൻ വ്യവസായികളിൽ നിന്നും

നിരവധി ഫണ്ടുകൾ ഈ സംഘടനയ്ക്ക് ലഭിക്കാറുണ്ട്. വയനാട്ടിലെ കുറിച്യ വിഭാഗത്തിലെ പെൺകുട്ടികളെ ആയോധന കല പരിശീലിപ്പിച്ച് മതപരിവർത്തനം തടയുക എന്ന ലക്ഷ്യത്തോടെ പീപ്പ് (Peep) എന്ന സംഘടന ഇവിടെ ഉപസംഘടനയായി പ്രവർത്തിക്കുന്നു. എല്ലാ ഊരുകളിലും ഏക്കൽ വിദ്യാലയങ്ങൾ പ്രവർത്തിക്കുന്നുണ്ട്. അവിടത്തെ കുട്ടികൾക്ക് ഹിന്ദു വിചാരം ജനിപ്പിക്കാൻ ഇതിലൂടെ സാധിക്കും.

ഏകലവ്യ വിദ്യാലയം

ഇന്ത്യയിലെ ആദിവാസി ഊരുകളിലും ചേരി പ്രദേശങ്ങളിലുമുള്ള കുട്ടികൾക്ക് വിദ്യാഭ്യാസം നല്കുക എന്ന വ്യാജേന സംഘത്തിൽ ട്രെയിനിങ് കഴിഞ്ഞവരെ മാസശമ്പളത്തിൽ ടീച്ചർമാരായി നിയമിക്കുന്നു. അവിടത്തെ കുട്ടികളെ പഠിപ്പിക്കുന്നതോടൊപ്പം ആയുധ പരിശീലനവും ചില കുട്ടികൾക്ക് നല്കിവരുന്നു. കോടിക്കണക്കിന് ഫണ്ട് ഈ സംഘടനയ്ക്കുണ്ട്. കേരളത്തിൽ വയനാട്ടിലും അട്ടപ്പാടിയിലും ഇടുക്കിയിലും 600 ഏക്കൽ വിദ്യാലയങ്ങളുണ്ട്.

വിവേകാനന്ദ കേന്ദ്രം - കന്യാകുമാരി

ഇന്ത്യയിലെ ഏറ്റവും പ്രധാനപ്പെട്ട തീർത്ഥാടനകേന്ദ്രമാണ് വിവേകാനന്ദ പാറ. സ്വാമി വിവേകാനന്ദൻ എന്ന യുഗ പുരുഷനാൽ സാക്ഷാൽക്കരിക്കപ്പെട്ട ധ്യാന മണ്ഡപ പുണ്യ സ്ഥലം. ഇവിടെ ഇന്ത്യയിലെമ്പാടും യോഗാ പ്രചാരണത്തിനായി പ്രചാരകന്മാരെ സൃഷ്ടിക്കുന്നുണ്ട്. സംഘത്തിന്റെ പരിവാർ പ്രസ്ഥാനമാണിത്.

ഇനിയും നാമറിയുന്നതും അറിയാത്തതുമായ ഒരുപാട് സംഘടനകൾ സംഘ്നുണ്ട്. അയ്യപ്പന്മാർക്ക് അയ്യപ്പ സേവാസമാജം, നൃത്താസ്വാദകർക്കും നർത്തകിമാർക്കും 'കണ്ണകി' എന്ന സംഘടന, *ജന്മഭൂമി* പത്രം, കേസരി, വൃത്താന്തം, ആഗോള പുസ്തക പ്രദർശനം സംഘടിപ്പിക്കുന്ന കുരുക്ഷേത്ര പ്രകാശൻ, ഇപ്പോൾ ജനം ടി വി, ഭാരതീയ അഭിഭാഷക പരിഷത്ത്, വിശ്വ കർമ്മസഭ ഇവയെല്ലാം പരിവാർ പ്രസ്ഥാനങ്ങളാണ്. ഈ സംഘടനയുടെ ഘടന മനസ്സിലാക്കാൻ പ്രതിപാദിച്ചുവെന്നേയുള്ളൂ.

അഖിലഭാരതീയ മത്സ്യ പ്രവർത്തക സംഘം

ഇന്ത്യയിൽ സംഘപ്രവർത്തനത്തിനു നിരവധി കുറുക്കുവഴികളുണ്ട്. 1970 കാലഘട്ടത്തിൽ തെരഞ്ഞെടുത്ത "കടലോരവും മലയോരവും." ഇതിൽ ഒന്നാണ് മലയോരമെന്നത് വനവാസി മേഖലയാണ്. 25 വർഷമായി കോടിക്കണക്കിന് രൂപയുടെ സേവാപ്രവർത്തനങ്ങൾ ഇന്ത്യയിലെ വനവാസി മേഖലകളിൽ സംഘം നടത്തിവരുന്നു. കേരളത്തിലെ സ്ഥിതിയും മറിച്ചല്ല. ഇന്ത്യയിലെ വലിയ വിഭാഗം

ആളുകളും ആദിവാസികളാണെന്ന് സംഘത്തിനറിയാം. അതുപോലെ തന്നെയാണ് 'കടലോരവും.' ഈ മേഖലയിൽ ജീവിക്കുന്ന അധികം ശ്രദ്ധിക്കപ്പെടാതെ പോകുന്ന മത്സ്യത്തൊഴിലാളികളെ ഭക്തിയുടെ മാർഗ്ഗത്തിലൂടെ ഉണർത്തി ഹിന്ദുവികാരം ഉറപ്പിക്കുക എന്നതാണ് സംഘടനയുടെ ലക്ഷ്യം.

സവർണ്ണമൂല്യങ്ങൾ ഉയർത്തിപ്പിടിക്കുമ്പോൾ തന്നെയാണീ പ്രവൃത്തിയും. വർണ്ണങ്ങളെപ്പറ്റി ഗോൾവാൾക്കറുടെ അഭിപ്രായം ഇങ്ങ നെയായിരുന്നു: "വർണ്ണങ്ങളിലൂടെയും ആശ്രമങ്ങളിലൂടെയും അതായത്, സമൂഹത്തിന്റെ ഹിന്ദുചട്ടക്കൂടിൽ ഒതുങ്ങിക്കഴിയുക, ഹിന്ദുനിയമങ്ങൾ അനുസരിക്കുക, ഹിന്ദുമതത്തെയും സംസ്കാരത്തെയും ആദരിക്കുക ആളുകൾക്ക് സ്വയം പുഷ്ടിപ്പെടുത്താനുള്ള ഇടമാണ് ഹിന്ദു രാഷ്ട്രമെന്ന താണ് പ്രധാനം."

കടലമ്മയെ സ്നേഹിക്കുകയും ആരാധിക്കുകയും ചെയ്യുന്ന അവരെ സമുദ്രപൂജ നടത്തി സംഘത്തിലേക്ക് അടുപ്പിക്കും. നിരവധി സാമ്പത്തിക സഹായങ്ങൾ നല്കും. നേരത്തെ പുന്നാട് കലാപത്തിനു ശേഷം നാല് ബോട്ടു വാങ്ങി നല്കിയതും ഈ സംഘടനയുടെ പേരി ലാണ്. കോടിക്കണക്കിനു രൂപയാണ് രണ്ട് മേഖലയ്ക്കുമായി സംഘം ചെലവഴിക്കുന്നത്. സംഘത്തെ സംബന്ധിച്ചിടത്തോളം ആദ്യത്തെ ചവിട്ടുപടിയല്ല ശാഖ. അവരെ ഇത്തരം മായാവലയത്തിൽ കുരുക്കി ക്രമേണ ശാഖാപ്രവർത്തനത്തോടടുപ്പിക്കും.

സംയോജിത് ബൈഠക്ക്

എറണാകുളത്ത് പ്രാന്ത കാര്യാലയത്തിലാണ് ഞാൻ താമസിച്ചത് എന്ന് പറഞ്ഞുവല്ലോ. അവിടത്തെ വൈകുന്നേരത്തെ ശാഖയും, കലൂർ പാവകുളത്തുള്ള വിശ്വഹിന്ദ് പരിഷത്തിന്റെ കാര്യാലയത്തിൽ ഞായറാഴ്ച നടക്കുന്ന ബാലഗോകുലവും ഞാനാണ് എടു ത്തിരുന്നത്. ഒരു ദിവസം സ്വദേശി സയൻസിന്റെ ജയേട്ടൻ ഞാൻ താമസിക്കുന്ന സേവാവിഭാഗിന്റെ റൂമിൽ വന്നു. വെള്ളി, ശനി, ഞായർ പ്രത്യേക ബൈഠക്ക് ഉണ്ടാകുമെന്നും അവിടത്തെ ഗൗഡ സ്വാരസ്യരുടെ ഓഡിറ്റോറിയത്തിലാണ് പരിപാടി നടക്കുന്നതെന്നും പറഞ്ഞു. ഞാനങ്ങനെ ആ പരിപാടിയിൽ പങ്കെടുത്തു. രാജകൊട്ടാരം പോലെ തോന്നിക്കുന്ന തരത്തിലുള്ള അലങ്കാരങ്ങളോടെയുള്ള മനോഹരമായ സ്ഥലമാക്കി ആ ഓഡിറ്റോറിയം മാറ്റിയിരുന്നു. പല പ്രശസ്ത വ്യക്തികളും എത്തിയിരുന്നു. പാസുള്ളവർക്കുമാത്രമേ അവിടെ പ്രവേശനാനുമതി ഉള്ളൂ. മാധ്യമങ്ങൾക്ക് വിലക്ക് ഏർപ്പെടുത്തിയിട്ടുണ്ട്. എന്റെ സംഘടനയുടെ വ്യാപനവും ശക്തിയും എത്രയെന്ന് എനിക്ക് അവിടെവെച്ചാണ് മനസ്സിലായത്. ഉദ്ഘാടന സദസ്സ് പ്രൗഢ ഗംഭീരമായിരുന്നു. അമേരിക്കയിലെ ഫാഷൻ ഡിസൈനിങ്ങിൽ ജോലിചെയ്യുന്ന പ്രശസ്തയായൊരു വനിതയാണ് ഉദ്ഘാടനം ചെയ്തത്.

ഒരു കോടി രൂപയ്ക്ക് സമാനമായ ഡോളർ സംഘടനയ്ക്ക് നല്കിയാണ് ഉദ്ഘാടനം ചെയ്തത്. ഭാരതീയ ചുമർചിത്രങ്ങളെ ഡിസൈനിങ്ങിൽ ഉൾപ്പെടുത്തിയ വസ്ത്രങ്ങൾക്ക് വൻ കമ്പോളമാണെന്നാണ് അവർ പറയുന്നത്. ഹൈന്ദവീയത ലോകത്തിന്റെ പ്രാണവായുവാണെന്നും ഒരു ഹിന്ദുവാകാൻ കഴിഞ്ഞതിൽ ഞാൻ ഭാഗ്യവതിയാണെന്നും കൂടി കൂട്ടി ച്ചേർത്തു. എറണാകുളത്ത് വിവേകാനന്ദ ക്ലബ്ബിന്റെ അന്നത്തെ പ്രസിഡണ്ട് ആശാലതയാണ് മലയാളം പരിഭാഷ ചെയ്തത്. വിവിധ സംസ്ഥാനങ്ങളിലെ ഗവൺമെന്റ് ആസൂത്രണ കമീഷൻ അംഗങ്ങൾ എന്നിവർ ആ പരിപാടിയിൽ പങ്കെടുത്തിട്ടുണ്ട്. മുഖ്യ അജണ്ട വിശദീകരിച്ചത് ജയേട്ടനായിരുന്നു. കേരളത്തിൽ സംഘടനയുടെ പ്രവർത്തനം ദുർബ്ബലമാണ്. മറ്റ് മതവിഭാഗങ്ങൾ ഇവിടെ നേട്ടം കൊയ്യുന്നു. കമ്യൂണിസ്റ്റ് സ്വാധീന പ്രദേശങ്ങളിൽ നമുക്ക് വേരോട്ടമി ല്ലാതെ പോവുന്നു. എന്ത് വിലകൊടുത്തും ഈ സ്ഥിതി മാറ്റണം. അതിനുവേണ്ട ഉപായങ്ങളാണ് മൂന്ന് ദിവസത്തെ ക്യാമ്പുകൊണ്ട് ഉദ്ദേശിക്കുന്നതെന്നാണ് അദ്ദേഹം പറഞ്ഞത്. ഡൽഹിയിൽ സങ്കല്പ എന്ന ഐ എ എസ് കോച്ചിങ് സെന്റർ ഉണ്ടെന്നും സംഘത്തിന്റെ ആ സ്ഥാപനത്തിൽ നിന്ന് വിരിയിച്ചെടുക്കുന്നവരാണ് ഇന്ത്യയിൽ ഏറ്റവും കൂടുതൽ സിവിൽ സർവ്വീസ് മേഖലയിൽ പ്രവർത്തിക്കുന്നവരെന്നുമാണ് ജയേട്ടൻ പ്രസംഗത്തിലൂടെ കൂട്ടിച്ചേർത്തത്.

കേരളത്തിൽ കമ്യൂണിസ്റ്റ് പാർട്ടിയെ തകർത്താലേ ജനങ്ങളിൽ നമുക്ക് വിശ്വാസ്യത ഉണ്ടാക്കാൻ കഴിയൂ. അവരുടെ ആത്മാവ് ഉറങ്ങി കിടക്കു ന്നത് വിപ്ലവമണ്ണിലാണ്. പുന്നപ്രയും, കയ്യൂരും, കരിവെള്ളുരും മൊറാഴയും പോലുള്ള വിപ്ലവ കേന്ദ്രങ്ങളിൽ നുഴഞ്ഞു കയറണം. ഓരോ കേന്ദ്രത്തിന്റെയും രൂപരേഖ സ്കെച്ചടക്കം പ്രത്യേകം പ്രത്യേകം പറഞ്ഞുതന്നു. അവിടത്തെ ഹൈസ്കൂൾ, കോളേജ്, കൂടുതൽ ആശ്രയിക്കുന്ന അമ്പലങ്ങൾ, മാർക്കറ്റ്, ബസ് സൗകര്യങ്ങൾ, ഹോസ്പിറ്റൽ തുടങ്ങിയ കാര്യങ്ങൾ വ്യക്തമായി പറഞ്ഞുതന്നു. ആ സ്ഥലങ്ങളിൽ ജോലി ചെയ്ത ഉദ്യോഗസ്ഥരിൽ നിന്നാണ് ഈ വിവരം ശേഖരിച്ചത്. ഈ വിവരത്തിന്റെയൊക്കെ അടിസ്ഥാനത്തിലാണ് കൂടാളി ഹൈസ്കൂൾ, അഞ്ചരക്കണ്ടി ഹൈസ്കൂൾ എന്നീവിടങ്ങളിൽ മാത്സ് ക്ലബ്ബ് ഉദ്ഘാടനം ചെയ്തതും പിണറായിയിൽ കണക്കിലൂടെ ശാഖയെ ടുക്കാൻ സാധിച്ചതും. ഇതുപോലെ ആദ്ധ്യാത്മിക പ്രവർത്തനം, യോഗ, സേവനമേഖല, ഒരു ട്യൂഷൻ സെന്റർ, ജോബ് ഓറിയന്റഡ് ട്രെയിനിങ്/ പി എസ് സി കോച്ചിങ് സെന്റർ തുടങ്ങിയ വഴികളിലൂടെ കുറച്ചു കുറച്ചായി പ്രവർത്തനം മുന്നോട്ട് പോവണമെന്ന് തീരുമാനമെടുക്കാൻ ആവശ്യപ്പെട്ടു. നാം സ്വയം സേവകരാണ് എന്നത് ഒരു വിധത്തിലും മന സ്സിലാവരുതെന്നും അടുത്തുള്ള ശാഖയിലോ സംഘ പരിപാടികളിലോ പങ്കെടുക്കരുതെന്നും നിർദ്ദേശം നല്കി. തന്റെ ലക്ഷ്യം പൂർത്തിയാകു ന്നതുവരെ അവിടെ തുടരണം. 'ഞാൻ ഹിന്ദുവാണ്' എന്ന ബോധമു

ണ്ടാക്കി സംഘടനാ പ്രവർത്തനത്തിന് വഴിയൊരുക്കാനാണ് ഓരോരുത്തരും നിയോഗിക്കപ്പെട്ടതെന്ന് ആ മൂന്നു ദിവസത്തെ പരിപാടിയിൽ എനിക്ക് മനസ്സിലായി. ഇതുപോലെ ക്രൈസ്തവർ കൂടുതലുള്ള പ്രദേശം അവിടെ ജീവിക്കുന്ന ഹിന്ദുക്കളുടെ അവസ്ഥ, ഹൈന്ദവ ആരാധനാലയങ്ങളിലെ സ്ഥിതി ഇവയെല്ലാം വ്യക്തമായി ഞങ്ങളെ ബോദ്ധ്യപ്പെടുത്തി.

മുസ്ലീങ്ങൾ കൂടുതലുള്ള പ്രദേശം, അവിടെ നടക്കുന്ന തീവ്രവാദ പ്രവർത്തനം നോമ്പുകാലത്ത് നിർബ്ബന്ധിത കട അടപ്പിക്കൽ, അയ്യപ്പന്മാർക്ക് അവിടങ്ങളിൽ നേരിടുന്ന ബുദ്ധിമുട്ട് എന്നിവയും മനസ്സിലാക്കിത്തരും. ശേഷം ഓരോരുത്തരും ഈ തലങ്ങളിൽ സ്വീകരിക്കുന്ന പ്രവർത്തന രേഖ (പ്രോജക്ട്) അതിനുവേണ്ട സാമ്പത്തിക മാർഗ്ഗം എല്ലാം ഒരു പേപ്പറിലെഴുതി രഹസ്യമായി കവറിലിട്ട് കൊടുക്കും. അതീവ രഹസ്യമായി അവർക്ക് സംഘടനയിൽ നിന്ന് സഹായങ്ങൾ ലഭിക്കും. ഈ മൂന്ന് ദിവസത്തെ ക്യാമ്പിൽ നിന്നാണ് ഇവിടെ വന്നവരെല്ലാം കേരളത്തിലെ വിവിധ ഭാഗങ്ങളിൽ പ്രവർത്തിക്കുന്ന പ്രച്ഛന്ന വേഷധാരികളായ മായാവികളാണെന്നും മായാ വിസ്മയങ്ങൾ തീർത്ത് ആ പ്രദേശത്ത് ഹിന്ദുത്വ അജണ്ട നടപ്പാക്കാനാണ് ലക്ഷ്യമിടുന്നതെന്നും മനസ്സിലായത്. ക്യാമ്പ് കഴിയുന്ന ദിവസം എല്ലാവരും അവരുടെ പ്രവർത്തനം എങ്ങനെയായിരിക്കുമെന്ന് എഴുതി അതിനു സംഘടന നല്കേണ്ട തുക എന്നിവ വിശദീകരിച്ച് രഹസ്യമായി കവറിലിട്ട് അക്കൗണ്ട് നമ്പർ എഴുതിവച്ച ശേഷം ക്യാമ്പിൽ നിന്നും വിടവാങ്ങി. എന്നോടത് തയ്യാറാക്കേണ്ടതില്ല എന്നും സ്വതന്ത്രമായി നില്ക്കാനുമാണ് ആവശ്യപ്പെട്ടത്.

മനസ്സുമടുത്ത മൂന്ന് ചാരപ്രവർത്തനങ്ങൾ

സംസ്ഥാനത്തുടനീളം ഗണിതാദ്ധ്യാപകൻ ചമഞ്ഞ് ക്രിസ്ത്യൻ മുസ്ലീം ജനവിഭാഗങ്ങൾ നടത്തുന്ന വിദ്യാലയങ്ങളിൽ കയറിപ്പറ്റി അവിടത്തെ ഹിന്ദു വിദ്യാർത്ഥികളുടെ സെൻസസ് എടുക്കുകയും അവരെ ഉൾപ്പെടുത്തി ലക്ഷ്മിപൂജയും വിദ്യാഗോപാലാർച്ചനയും പോലുള്ള വ്യാജ പൂജാചടങ്ങുകൾ സംഘടിപ്പിച്ച് 'ഞാൻ ഹിന്ദുവാണ്' എന്ന വികാരം ജനിപ്പിക്കുന്ന പ്രവർത്തനങ്ങൾ ഞാൻ ചെയ്തിട്ടുണ്ടെന്ന് മുമ്പ് സൂചിപ്പിച്ചല്ലോ. എന്റെ മനസ്സ് വേദനിപ്പിച്ച അത്യന്തം ഹീനമായ ചില ചാരപ്രവർത്തനങ്ങളെക്കുറിച്ചാണ് ഇനി ഞാൻ ഇവിടെ വിവരിക്കുന്നത്.

പിറവം ചിന്മയാമിഷൻ ആശ്രമത്തിൽ...

കേരളത്തിലൊഴികെ മറ്റുള്ള സംസ്ഥാനങ്ങളിൽ 'ചിന്മയാമിഷൻ' സംവിധാനം ഭൂരിഭാഗവും സംഘിന്റെ നിയന്ത്രണത്തിലാണ്. കേരളത്തിൽ അതിനവർക്ക് സാധിച്ചിരുന്നില്ല. തികച്ചും മതേതരവും സ്വതന്ത്രവു

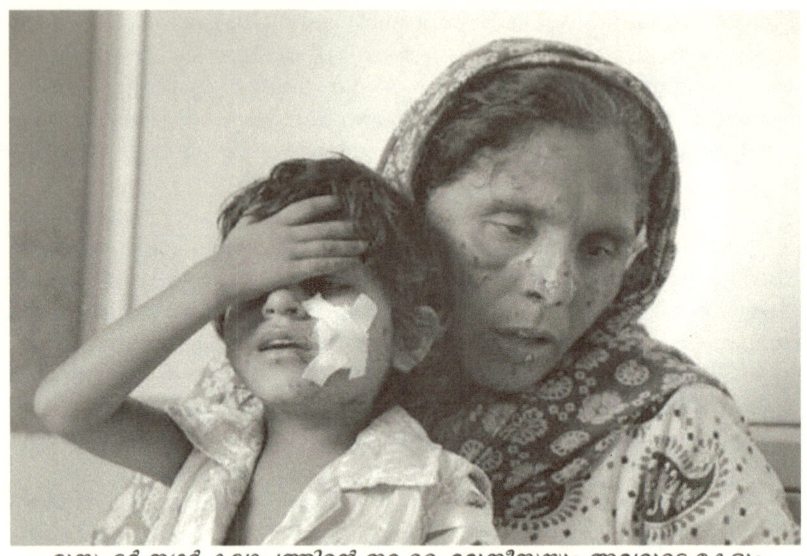

മുസഫർ നഗർ കലാപത്തിന്റെ ഇര ഹൈറുനീസയും അവരുടെ മകളും

മായാണ് കേരളത്തിൽ അതു പ്രവർത്തിക്കുന്നത്. അതിന്റെ ആസ്ഥാനം പിറവത്ത് വെളിയനാട് എന്ന സ്ഥലത്താണ്. ഒരു ഏക്കറോളം വിസ്തൃതിയുള്ള പ്രകൃതിമനോഹരമായ സ്ഥലത്താണ് ആശ്രമം സ്ഥിതിചെയ്യുന്നത്. ആദി ശങ്കരാചാര്യരുടെ പിറവി അവിടെയാണെന്നാണ് വിശ്വാസം. അദ്ദേഹത്തിന്റെ മാതൃവീടായിരുന്നു എന്ന് വിശ്വസിക്കുന്ന എട്ടുകെട്ടുള്ള ഒരു മന ഇവിടെ സ്ഥിതിചെയ്യുന്നു. ആദിശങ്കരൻ പിറവികൊണ്ടതിനാലാണ് പിറവം എന്ന പേര് വന്നതെന്ന് പറയപ്പെടുന്നു. 'വേദനാട്' എന്ന പേര് ലോപിച്ച് വെളിയത്ത് നാടായതാണെന്നാണ് പറയപ്പെടുന്നത്. സ്വാമി ചിന്മയാനന്ദനാണ് ആ മന വിലയ്ക്കുവാങ്ങി ചിന്മയാമിഷന്റെ ആസ്ഥാനമാക്കിയത്. ആശ്രമത്തിലേക്ക് നിരവധി വിദേശ രാജ്യങ്ങളിൽനിന്നും ആളുകൾ വരാറുണ്ട്. ഇവിടെ സംഘത്തിന് കൃത്യമായ സ്വാധീനമുണ്ടാക്കാൻ അസിസ്റ്റന്റ് മാനേജരായി സുജിത്ത് എന്ന സ്വയം സേവകനെ പരമേശ്വർജിയാണ് നിശ്ചയിച്ചത്. അവിടെ വരുന്ന വിദേശികളെ സംഘം നടത്തുന്ന സേവാപ്രവർത്തനങ്ങളുടെ ഭാഗമായ അനാഥാലയങ്ങൾ, വിദ്യാലയങ്ങൾ എന്നിവയ്ക്ക് സാമ്പത്തിക സഹായം ലഭിക്കുന്നതിന് അവിടെ ഇടപെടാൻ എന്നോട് നിർദേശിച്ചു. ഞാനവിടുത്തേക്ക് താമസം മാറ്റി. കണക്കിന്റെ പുസ്തകം എഴുതാനാണ് എന്ന വ്യാജേന സംഘ പ്രചാരകൻ ജയേട്ടന്റെ നിർദ്ദേശ പ്രകാരം സുജിത്താണ് ആ ആശ്രമത്തിലെ 'കാളിദാസ്' എന്ന മുറിയിൽ എന്നെ താമസിപ്പിച്ചത്. ഒരുമാസത്തോളം ഞാനവിടെ താമസിച്ചിരുന്നു. അവിടെ വന്നിരുന്ന നിരവധി വിദേശീയരിൽ നിന്നും ലക്ഷക്കണക്കിന് രൂപയുടെ

സാമ്പത്തിക സഹായം ഇതിനെത്തുടർന്ന് ലഭിച്ചിട്ടുണ്ട്. അവരെ പറഞ്ഞ് ബോദ്ധ്യപ്പെടുത്തി ഇത്രയും പണം സ്വരൂപിച്ചത് റിഷിയേട്ടനായിരുന്നു. ആശ്രമത്തിന്റെ മാനേജർ ഇടതുപക്ഷ ചിന്താഗതിക്കാരനായിരുന്നു. അദ്ദേഹത്തെ ഒഴിവാക്കാനുള്ള നീക്കങ്ങളും കൃത്യമായി ഞങ്ങൾ നടത്തി. കേരളാ ഗവൺമെന്റ് സർവ്വീസിലുള്ള വിവിധ മേഖലകളിലെ ഉദ്യോഗസ്ഥന്മാരുടെ യോഗവും ഞാനിവിടെയുള്ളപ്പോൾ രഹസ്യമായി നടത്തിയിരുന്നു. കേന്ദ്രഗവൺമെന്റ് പദ്ധതിയുമായി ഉൾച്ചേർത്ത് പരമാവധി എൻ ജി ഒ സംഘടനകൾ കേരളത്തിലുടനീളം രൂപീകരിക്കാനും ഇതുവഴി ന്യൂനപക്ഷ സ്വാധീന മേഖലകളും, കമ്യൂണിസ്റ്റ് സ്വാധീനമേഖലകളും കൈപ്പിടിയിലൊതുക്കുവാനും കഴിയണമെന്ന് ആ യോഗത്തിൽ നിർദ്ദേശമുണ്ടായി. ഡൽഹിയിലെ എല്ലാ കേന്ദ്ര മന്ത്രാലയ ഓഫീസുകളിലും സ്വയം സേവകന്മാരായ ഉദ്യോഗസ്ഥന്മാരുടെ പേരു വിവരവും ഫോൺ നമ്പറും അവിടെ പങ്കെടുത്ത എല്ലാവർക്കും കൊടുക്കുകയുണ്ടായി. സ്വയം സേവകരുടെ നേതൃത്വത്തിലുള്ള എൻ ജി ഒയ്ക്ക് മാത്രമേ കേരളത്തിൽ പ്രൊജക്ടുകൾക്ക് അനുവാദം കൊടുക്കുകയുള്ളൂ എന്ന ധാരണയും അവിടെ വന്നവരിൽ ഉണ്ടാക്കി. നൂറിലധികം പേർ പങ്കെടുത്തുകൊണ്ട് രണ്ട് ദിവസം നടത്തിയ ഈ ബൈഠക്കിന് 'നിർമ്മിതി തന്ത്രു' എന്ന പേരാണ് നല്കിയിരുന്നത്. ഇത്തരം നിരവധി വ്യാജ സംഘടനകൾ രൂപീകരിച്ച് പഞ്ചായത്തുകൾ, കോർപ്പറേഷൻ തുടങ്ങിയവകളുടെ ഭരണ നിർവ്വഹണം പഠിക്കാൻ എന്ന വ്യാജേന നിരവധി പ്രോജക്ടുകൾ ഇന്ന് കേരളത്തിൽ നടപ്പിലാക്കി വരുന്നുണ്ട്. ഇത്തരം പ്രോജക്ടുകൾ തയ്യാറാക്കി തരുന്നത് സംഘിന്റെ നിയന്ത്രണത്തിലുള്ള ഐ എ എസ് ഉദ്യോഗസ്ഥന്മാരാണ്. ഇത്തരം സംഭവങ്ങളൊക്കെ നടന്നത് ആശ്രമത്തിൽ വച്ച് തന്നെയായിരുന്നു. ബി ജെ പിയുടെ മുരളീധരൻ ആശ്രമത്തിൽ താമസിക്കാൻ അനുവാദം ചോദിച്ചിരുന്നു. മാനേജർ സമ്മതിച്ചില്ല. സുജിത്തിന്റെ നിർദ്ദേശപ്രകാരം വ്യാജപേരിൽ ഒരു ദിവസം അദ്ദേഹം അവിടെ താമസിച്ചു. ആ ദിവസം എന്നെ മറ്റൊരു ദൗത്യം അദ്ദേഹം ഏല്പിച്ചു.

ആലുവ അദ്വൈതാശ്രമത്തിൽ കയറിപ്പറ്റി അതിലൂടെ ശിവഗിരിയിലെത്താൻ നമുക്ക് കഴിയണമെന്നും ശ്രീനാരായണീയരുമായി കൂടുതലായി നമുക്ക് അടുക്കാൻ കഴിയണമെന്നും അതിനുവേണ്ടി പ്രവർത്തിക്കണമെന്നും എന്നോട് പറഞ്ഞു. ശിവഗിരി മഠത്തിന്റെ കീഴിലുള്ള സ്ഥാപനങ്ങളിൽ സംഘ് ശക്തി വ്യാപനം കുറവാണ്. ഘട്ടം ഘട്ടമായ പ്രവർത്തനങ്ങളിലൂടെ മാത്രമേ അവിടെ സ്വാധീനമുറപ്പിക്കാൻ കഴിയുകയുള്ളൂ. അരുന്ധതിറോയിയുടെ *ഗോഡ് ഓഫ് സ്മാൾതിങ്സ്* എന്ന കൃതിയെ ആസ്പദമാക്കി അവിടെയൊരു ചർച്ച സംഘടിപ്പിക്കണം. ചെറിയ ചുവടുവയ്പുകളിൽ നിന്നാണ് ഏതൊരു വലിയ മഹായാത്രയും ആരംഭിക്കുന്നതെന്ന് മുരളീധർജി പറഞ്ഞു. "കണക്കിന്റെ പുസ്തകം എഴുതണമെന്ന് പറഞ്ഞാണ് അദ്വൈതാശ്രമത്തിൽ കയറി പറ്റേണ്ടത്.

അവിടെ ഒളിക്യാമറ ഉപയോഗിക്കണം" എന്നും പറഞ്ഞു. ഒളിക്യാമറ ഉപയോഗിക്കുന്നതിനെ ഞാൻ എതിർത്തു. ഏതായാലും അദ്വൈതാശ്രമത്തിൽ ഒരു മാസത്തോളം ഞാൻ വി ഐ പി മുറിയിൽ കഴിഞ്ഞു. ശിവഗിരിമഠത്തിലും ഏഴു ദിവസം തങ്ങി. അവിടത്തെ സ്വാമിമാരെപ്പറ്റിയും അവരുടെ പ്രവർത്തനങ്ങൾ സംബന്ധിച്ചും എഴുതി ഞാൻ സംഘിന് സമർപ്പിച്ചു. അദ്വൈതാശ്രമം ഉപമഠാധിപതിക്ക് എന്നോട് വലിയ സ്നേഹമായിരുന്നു. അദ്ദേഹത്തിന്റെ ഏതൊരു യാത്രയിലും എന്നെ കൂടെ കൊണ്ടുപോയിരുന്നു. അദ്ദേഹത്തെ മൂന്നാറിൽ കൊണ്ടുപോയി 'ട്രാപ്പ്'ചെയ്യാനൊക്കെ സംഘം തീരുമാനിച്ചിരുന്നു. എന്റെ വാക്കുകൾ വിശ്വസിച്ച അദ്ദേഹം വളരെ വിശ്വസ്തതയോടെ ആശ്രമത്തിലെ വരവുചെലവ് കണക്ക് പരിശോധിക്കാൻ എന്നെയാണ് ഉപയോഗിച്ചത്. നിരവധി കരയോഗങ്ങളിൽ എന്നെ പങ്കെടുപ്പിച്ചിരുന്നു. ആ മഹാത്മാവിനെ ഞാൻ പറ്റിക്കുകയായിരുന്നുവെന്ന് പിന്നീട് അദ്ദേഹം തിരിച്ചറിഞ്ഞു. അതിനെ തുടർന്ന് ആശ്രമത്തിൽ നിന്ന് ഞാൻ എറണാകുളത്തേക്ക് പോയി. എന്റെ ആ ദൗത്യം വലിയ വിജയമായിരുന്നു എന്നാണ് ജയേട്ടൻ എന്നോട് പറഞ്ഞത്. വിവിധ മഠങ്ങളുടെയും അവയുടെ അധിപന്മാരുടെയും സ്വാമിജിമാരുടെയും സ്വഭാവ സവിശേഷതയും ദൗർബല്യങ്ങളും ശക്തിയും മനസ്സിലാക്കുന്നതിന് സാധിക്കുകയും അത് സംബന്ധിച്ച റിപ്പോർട്ട് തയ്യാറാക്കി സംഘിന് നല്കുകയും ചെയ്തു.

'റാണി' സ്കൂളിൽ

എന്നെ ഏല്പിച്ച അടുത്ത ദൗത്യം 'റാണി സ്കൂളി'ലായിരുന്നു. ഒരു അദ്ധ്യാപകനായി കയറിക്കൂടുക. അവിടെ താമസിക്കുന്ന വടക്കെ ഇന്ത്യയിൽനിന്നും വന്ന 300 ഓളം കുട്ടികളുടെ പേരും അഡ്രസ്സും സംഘടിപ്പിച്ച് സംഘിന് നല്കുക. അവിടെ സൗജന്യമായി പഠിപ്പിച്ച് സംഘത്തെ കെട്ടിപ്പടുക്കുക, പെൺകുട്ടികളെ വിവിധ 'എൻ ജി ഒ' കളിൽ ചേർക്കുക എന്നീ ലക്ഷ്യങ്ങളോടെ 9 മാസക്കാലം ഞാൻ റാണി സ്കൂളിൽ തങ്ങി. അവിടത്തെ സ്കൂൾ ഡയറിയിൽ എന്റെ പേരുമുണ്ടായിരുന്നു. താമസവും ഭക്ഷണവും സൗജന്യമായിരുന്നു. സംഘം ആവശ്യപ്പെട്ടതുപോലെ ഉത്തരേന്ത്യയിലെ മുഴുവൻ കുട്ടികളുടെയും അഡ്രസ് ശേഖരിച്ച് ഞാൻ നല്കി. അതിൽപ്പെട്ട പല പെൺകുട്ടികളും ഇന്നും സംഘിന്റെ പ്രവർത്തകരാണ്. അവരുടെ ഇന്നത്തെ അവസ്ഥയ്ക്ക് കാരണക്കാരനായതോർത്ത് ഞാൻ വല്ലാതെ വേദനിക്കുന്നു. മറ്റുള്ളവരുടെ സ്നേഹ ബഹുമാനങ്ങൾ പിടിച്ചുപറ്റി അവരെത്തന്നെ നിരന്തരം വഞ്ചിക്കുന്ന രീതി എന്നിൽ വല്ലാത്ത മാനസിക പ്രയാസമുണ്ടാക്കി. ഇത്തരം അനുഭവങ്ങൾ ആർ എസ് എസിൽ നിന്ന് പിന്തിരിയാൻ എന്നെ പ്രേരിപ്പിച്ച പ്രധാന ഘടകങ്ങളാണ്.

കേരളത്തിൽ 'ചാണക്യ' എന്ന പേരിൽ 900 ൽ അധികം

പ്രചാരകന്മാർ ഇത്തരത്തിൽ പ്രവർത്തിച്ചു വരുന്നുണ്ട്. കേരളത്തിൽ സംഘിന്റെ പരിശീലന വിങ് ആണ് ഇത്. നിരവധി സ്ഥാപനങ്ങളെയും മഹദ് വ്യക്തികളെയും എണ്ണമറ്റ നിഷ്കളങ്കരായ കുട്ടികളെയുമാണ് ഈ ചാരവൃത്തിയിലൂടെ ചതിച്ചുകൊണ്ടേയിരിക്കുന്നത് എന്നോർക്കുമ്പോൾ അതിതീവ്രമായ ആത്മനിന്ദയും കുറ്റബോധവും എന്നെ വല്ലാതെ കീഴ്പ്പെടുത്തുന്നു.

സുതാര്യമായ പ്രവർത്തനങ്ങൾക്ക് പകരം ചതിയുടെയും നുണകളുടെയും രീതികളാണ് മിക്കപ്പോഴും സംഘം സ്വീകരിക്കുന്നത്.

നാട്ടിലേക്ക്

എറണാകുളത്ത് നിന്ന് നാട്ടിലെത്തി. വിഭാഗ് പ്രചാരകൻ വിനോദേട്ടൻ പറഞ്ഞതനുസരിച്ച് കണ്ണൂർ വിഭാഗ് കാര്യാലയത്തിലേക്ക് വന്നു. നാട്ടിലെ സ്ഥിതി വളരെ മോശമായതായി എന്നെ ധരിപ്പിച്ചു. നാട്ടിൽ സ്വയം സേവകർ നടത്തിയ ഫണ്ട്, കുറി എന്നിവ മുടങ്ങിയതായും എന്താണ് ചെയ്യേണ്ടതെന്ന് അറിയാത്ത സ്ഥിതിയാണിവിടെ ഇപ്പോൾ നിലനില്ക്കുന്നത് എന്നുമാണ് അദ്ദേഹം എന്നെ ധരിപ്പിച്ചത്. സവിനേഷ് എന്ന സ്വയം സേവകന് പേരാവൂരിൽ കമ്പ്യൂട്ടർ കേന്ദ്രം തുടങ്ങുവാനും അവന്റെ കൂടെ കുറച്ചുനാൾ നില്ക്കണമെന്നും ആവശ്യപ്പെട്ടു. അതിനോടൊപ്പം നാട്ടിലെ കണക്ക് കൃത്യമായി രണ്ടുപേരും ചേർന്ന് നോക്കി തിട്ടപ്പെടുത്തിയതിനുശേഷം കൊടുക്കാനുള്ളവരുടെയും വാങ്ങാനുള്ളവരുടെയും പേര്, തുക എന്നിവ കൃത്യമായി രേഖപ്പെടുത്തി റിപ്പോർട്ട് തരാൻ വേണ്ടി പറഞ്ഞു. പേരാവൂരിൽ ‘ജ്യോതിർഗമയ’ എന്ന കമ്പ്യൂട്ടർ സെന്റർ ആരംഭിച്ചു. കണക്ക് ചോദിച്ച് നാട്ടിൽ ചെന്നപ്പോൾ ഭീഷണിയുടെ സ്വരത്തിൽ അവർ പറഞ്ഞു, “അത് ഞങ്ങൾ തീർത്തോളാം നിങ്ങൾ ഇടപെടേണ്ടതില്ല” എന്ന്. വിഭാഗ് പ്രചാരകൻ പറഞ്ഞതനുസരിച്ചാണ് വന്നതെന്ന് പറഞ്ഞു. ശേഷം ഫണ്ട്, കുറി എന്നിവയുടെ രജിസ്റ്റർ സവിനേഷിന്റെ കൈയിൽ കൊടുത്തു. പിറ്റേദിവസം രാത്രി ഞങ്ങൾ രജിസ്റ്റർ തുറന്നു നോക്കി. വാങ്ങിയതു മാത്രമേ കാണാനുള്ളു. ആർക്കും കൊടുത്തതായി കാണുന്നുമില്ല. ഫണ്ടും കുറിയും കൂടി 1.45 ലക്ഷം രൂപയുടെ ബാദ്ധ്യത കാണും. ഫണ്ടിൽ ചേർന്നവരുടെയും കുറിയിൽ ചേർന്നവരുടെയും പരാതിക്കത്തുകൾ എങ്ങനെ പരിഹരിക്കും എന്ന് അറിയാതെ നില്ക്കുമ്പോൾ പേരാവൂരിൽ വിഭാഗ് പ്രചാരകനും ഇരിട്ടിയിൽ വത്സൻ തില്ലങ്കേരിയും സന്ദർശിക്കാനെത്തി. സ്ഥിതി എന്താണെന്ന് അവരെ ധരിപ്പിച്ചു. കേസ് നടത്തിക്കാനും മറ്റും ലക്ഷക്കണക്കിനു തുകയാണ് സംഘം കണ്ണൂരിൽ ചെലവാക്കുന്നത്. ഈ തോന്നിയവാസത്തിനൊന്നും കൂട്ടുനില്ക്കാനാവില്ല എന്നാണ് അവർ മറുപടി പറഞ്ഞത്. എന്താണ് ഇതിന് പോംവഴി എന്ന് വത്സേട്ടൻ എന്നോട് ചോദിച്ചു. ഞാൻ പറഞ്ഞു നാട്ടിലിപ്പോൾ പണ നടത്തൽ (ചെങ്കൽ ക്വാറി) നല്ല ലാഭമാണെന്നും തമ്പുരാന്റെ സ്ഥലത്ത് ചെറിയ

വാടക അദ്ദേഹത്തിന് നല്കിയാൽ പണ നടത്താൻ കഴിയും, ഇതിന്റെ ലാഭം പെട്ടെന്ന് തന്നെ ആവശ്യക്കാർക്ക് കൊടുക്കാൻ കഴിയുമെന്നും പറഞ്ഞു. 'ശരി നോക്കാം' എന്നും പറഞ്ഞ് അവർ പോയി. ഞാൻ പറഞ്ഞ ആശയം അനുസരിച്ച് പണ തുടങ്ങി പുരുഷുവേട്ടനെ ഏല്പിക്കുകയും ചെയ്തു. നല്ല ലാഭത്തിലാണത് പോയത്. നല്ലകല്ല്, ദിവസവും നല്ല വരുമാനമാണ്. പലർക്കും കൊടുക്കാനുള്ള പണം തിരികെ നല്കി. പിന്നീട് ഗതി മാറി. പണയും ബാദ്ധ്യതയായി സംഘടനയ്ക്ക് മാറി. സ്വയം സേവകരുടെ ചർച്ച വായനശാലയിൽ നടന്നു. വിഭാഗ് പ്രചാരകൻ വരാമെന്ന് സമ്മതിക്കുകയും ചെയ്തു. രാവിലെ എന്നോട് കണക്കു നോക്കാൻ ഏല്പിക്കുകയും ചെയ്തു. പുരുഷുവേട്ടന്റെ കണക്കെഴുതൽ കണ്ടപ്പോൾ എനിക്ക് ചിരി അടക്കാനായില്ല. ഒന്നര മാസത്തെ കണക്ക് വളരെ കിറു കൃത്യമായുണ്ട്. പിന്നീട് രാജൻ വന്നു..... വാങ്ങി ദാസൻ വന്നു ...... വാങ്ങി. എത്രയാണ് വാങ്ങിയതെന്നില്ല. എല്ലാം ഡേഷ്+ഡേഷ്= വലിയ ഡേഷ്. പുരുഷുവേട്ടനോട് ചോദിച്ചു എന്താണീ ഡാഷ് എന്ന്. അത് ദാസേട്ടനോട് തന്നെ ചോദിക്കണമെന്നാണ് പറഞ്ഞത്. മറപ്പുരയിലെ ഫണ്ടിലും ഈ ഡാഷാണ് വില്ലനെന്ന് പുരുഷുവേട്ടൻ പറഞ്ഞു. ഹെഡ്ഗേവാർ സ്മൃതിമന്ദിരം നിർമ്മിക്കാൻ സംഘടന നല്കിയ 4 ലക്ഷം പിരിച്ചെടുത്തതു കണ്ടു. ഒടുവിൽ കണക്ക് ബോധിപ്പിച്ചപ്പോൾ ഡേഷായിരുന്നുവെന്നും ഈ കാരണത്താലാണ് സുകുമാരൻ റെയിൽവേ പാളത്തിൽ തലവെച്ച് ആത്മഹത്യ ചെയ്തതെന്നും പറ ഞ്ഞു. ബിൽഡിങ്ങുണ്ടാക്കാനുള്ള കമ്മിറ്റിയിൽ ട്രഷററായിരുന്നു സുകുമാരൻ. ഇദ്ദേഹത്തെ ഭീഷണിപ്പെടുത്തി ധാരാളം പണം ദാസൻ, രാജൻ എന്നിവർ കൈപ്പറ്റിയിരുന്നു. ബിൽഡിങ്ങിന്റെ കണക്ക് ബോധിപ്പിക്കാൻ സംഘം ആവശ്യപ്പെട്ടു. അന്ന് രാത്രി അദ്ദേഹം ആത്മഹത്യ ചെയ്തു. ട്രെയിൻ തലയിലൂടെ കയറി തല ചിതറിയ നിലയിലാണ് ശരീരം ഉണ്ടായിരുന്നത്. ഈ ഡേഷ് വിഭാഗ് പ്രചാരകനെ ഞാൻ കാണിച്ചു. പല സ്ഥലത്തും സാമ്പത്തിക തിരിമറി ഇപ്പോൾ സംഘടനയിൽ സ്ഥിരമാണെന്നും പാനൂരും തലശ്ശേരിയിലും ഈ ദുഃസ്ഥിതി കാരണം ഈ ഡേഷ് ആണെന്നു പറഞ്ഞു. ഞങ്ങൾ പരസ്പരം ചിരിച്ച് ഹസ്തദാനം നടത്തി. ആ ബൈഠക്കിൽ അദ്ദേഹം മൗനം പാലിച്ചു. പ്രശ്നം ഉന്നയിക്കാൻ ആരും ധൈര്യപ്പെട്ടിട്ടില്ല. ആരും ഫണ്ടിലോ കുറിയിലോ ചേർന്നിട്ടില്ലെന്ന് കരുതി ഈ സംഘടനാ പ്രവർത്തനം ശക്തിപ്പെടുത്താൻ ആഹ്വാനം ചെയ്ത് പിരിഞ്ഞു. കിട്ടേണ്ടവർക്ക്........ കിട്ടി. കിട്ടിയവർക്കും..... കിട്ടി

അശ്വിനി കുമാറിന്റെ കൊലപാതകം

ഞാൻ പേരാവൂരിൽ കമ്പ്യൂട്ടർ സെന്ററിൽ പ്രവർത്തിക്കുന്ന സമയത്താണ് അശ്വിനികുമാർ കൊല ചെയ്യപ്പെടുന്നത്. വിശ്വഹിന്ദു പരിഷത്തിന്റെ സംസ്ഥാനനേതാവും വാഗ്മി, ആദ്ധ്യാത്മിക പ്രഭാഷകൻ,

ഭഗവദ്ഗീത പ്രചാരകൻ എന്നിങ്ങനെ പ്രശസ്തനായ നേതാവാണ് അശ്വിനി. സാധാരണക്കാരനായാണ് ജീവിച്ചത്. പാവപ്പെട്ട കുടുംബത്തിലാണ് അശ്വിനി. അദ്ദേഹത്തെ എൻ ഡി എഫ് തീവ്രവാദികൾ ബസിൽ നിന്നുമിറക്കി വെട്ടിക്കൊലപ്പെടുത്തുകയാണുണ്ടായത്. പതിനായിരം പ്രവർത്തകരാണ് ആ ദുഃഖവാർത്ത അറിഞ്ഞെത്തിയത്. പ്രതിഷേധം പല സ്ഥലത്തും അഗ്നിയായി മാറി. പല കടകളും വീടും അഗ്നിക്കിരയായി. നേതാവിന്റെ വിയോഗം ദുഃഖത്തിന്റെ കനലിൽ ചുട്ടെടുത്ത പ്രതികാരമായി മാറി. സുരേഷ്രാജ് പുരോഹിത് എന്ന എസ് പിയുടെ നേരിട്ടുള്ള നിയന്ത്രണത്തിൽ ജില്ലയിലെ മുഴുവൻ പൊലീസും സ്ഥലത്തെത്തി. അന്ത്യ ചടങ്ങുകൾക്ക് സാക്ഷിയാവാൻ ഞാനുമെത്തി. മുസ്ലീമിന്റേതെന്ന് തോന്നിയ എല്ലാ വസ്തുക്കളും കത്തിച്ചു. പല മുസ്ലീം വീടിന്റെ മുന്നിലും സ്വയം സേവകർ കാവൽ നിന്നു. ആരോടും കയറരുതെന്നും ആക്രമിക്കരുതെന്നും നിർദ്ദേശിക്കുകയുണ്ടായി. പുന്നട്ടെ ജോർജേട്ടനോട് കാര്യം തിരക്കി. അശ്വിനിയെ കൊന്നത് മുസ്ലീങ്ങളല്ലേ പിന്നെ എന്തിനാണ് അവരുടെ വീടിന് കാവൽ നില്ക്കുന്നത്. അതൊക്കെ ഉണ്ടെന്നായിരുന്നു ജോർജേട്ടന്റെ മറുപടി. അന്നെനിക്കതിന്റെ അർത്ഥം മനസ്സിലായില്ല. ആ കാവൽ നിന്ന വീട്ടിൽ ആരുമുണ്ടായില്ല എന്നും അവരൊക്കെ രക്ഷപ്പെട്ടിരുന്നു എന്നും ആരാണ് കാവൽ നിന്നത് അവർ തന്നെ പൊലീസ് പോയപ്പോൾ അവിടെയെല്ലാം കൊള്ളയടിക്കുകയാണുണ്ടായത് എന്നകാര്യം എനിക്ക് പിന്നീട് മനസ്സിലായി. മോട്ടോർ, ഫ്രിഡ്ജ്, മിക്സി, ഗ്രൈൻഡർ, ടി വി, ഇസ്തിരിപ്പെട്ടി, സ്വർണ്ണാഭരണങ്ങൾ, പണം, ടോർച്ച്, കസേര വരെ കൊള്ളയടിക്കപ്പെട്ടു എന്നതായിരുന്നു സത്യം. എനിക്കിത് മനസ്സിലാവാൻ രണ്ട് വർഷമെടുത്തു. ആ വിയോഗത്തിൽ പങ്കെടുത്തുകഴിഞ്ഞതിനുശേഷം ഞാൻ വീണ്ടും എറണാകുളത്തേക്ക് പോയി.

ദ്വിതിയ സംഘ ശിക്ഷാവർഗ്ഗ്

അന്നത്തെ പ്രാന്ത പ്രചാരക് ആയ സേതുവേട്ടന്റെ സഹപ്രാന്ത പ്രചാരക് ആയ ഗോപാലകൃഷ്ണേട്ടന്റെ ആവശ്യപ്രകാരം എറണാകുളം ജില്ലയിൽ നിന്നുള്ള ശിക്ഷാർത്ഥിയായ ദ്വിതിയ സംഘ ശിക്ഷാവർഗ്ഗിൽ പങ്കെടുക്കാൻ അവസരം ലഭിച്ചു. തൃശ്ശൂർ ചേർപ്പിലെ സി എൻ എൻ സ്കൂളിലായിരുന്നു 28 ദിവസത്തെ ശിബിരം. ഏതൊരു സ്വയം സേവകനെ സംബന്ധിച്ചിടത്തോളവും ഏറ്റവും ഭാഗ്യമായി കരുതുന്ന നിമിഷമാണിത്. വളരെ കുറച്ചുപേർ മാത്രമേ ഈ ശിബിരത്തിൽ പങ്കെടുക്കുകയുള്ളൂ. ദ്വിതിയ സംഘ ശിക്ഷാവർഗ്ഗിന്റെ പങ്കാളിത്തം അങ്ങനെ ദ്വിതിയ സംഘ ശിക്ഷാവർഗ്ഗ് ചേർപ്പിൽ ആരംഭിച്ചു. പ്രഥമ സംഘ ശിക്ഷാ വർഗ്ഗ് പോലെ കുറച്ചുകൂടി കൂടുതൽ കാര്യങ്ങൾ ദ്വിതിയ സംഘ ശിക്ഷാവർഗ്ഗിൽ ഉണ്ടാകും. ഇതിലോരോ വിഷയക്രമമനുസരിച്ച് ഓരോരുത്തർക്കും സെലക്ട് ചെയ്യാം.

നിയുദ്ധ

പദവിന്യാസ് = ഓരോ യുദ്ധമുറ പരിശീലനത്തിനും ഉപയോഗിക്കുന്ന പദചലനം.

ദണ്ഡയുദ്ധ = ദണ്ഡകൊണ്ടുള്ള യുദ്ധമുറ എന്നിങ്ങനെ വിഷയങ്ങൾ ക്രമീകരിച്ചിട്ടുണ്ട്. ഞാൻ പദവിന്യാസ് ആണ് എടുത്തത്. മറ്റ് വിഷയങ്ങൾ ഇതിൽ കുറച്ച് പഠിക്കേണ്ടി വരും. ഈ ക്ലാസിൽ ഭൂമിശാസ്ത്രം, മറ്റ് മതത്തിന്റെ വേലിയേറ്റം, കമ്യൂണിസ്റ്റ് വ്യാപനം എന്നിവ സ്കെച്ചിലൂടെ കാണിച്ചു തരും. ഇന്ത്യയിലെ പ്രധാന നഗരങ്ങൾ, തീർത്ഥാടന കേന്ദ്രങ്ങൾ എന്നിവിടങ്ങളിൽ മറ്റ് മതസ്ഥരുടെ അധിവാസം, സംഘശക്തി എന്നിവയും കാണിച്ചു തരും. അഖണ്ഡഭാരതം, പുണ്യനഗരങ്ങളിലെ വിശേഷങ്ങൾ, രാഷ്ട്രീയ കാഴ്ചപ്പാടുകൾ, ഹിന്ദു നവോത്ഥാനത്തിന് നാം ഏതൊക്കെ വഴികൾ തെരഞ്ഞെടുക്കാം. ഗാന്ധിജിയുടെ ഹൈന്ദവ വിരുദ്ധത, എ കെ ജിയുടെ മാർക്സിസ്റ്റ് ഹൈന്ദവ വീക്ഷണം എന്നിവ ഉണ്ടാകും. സംഘാധികാരികളാകാനുള്ള വ്യക്തമായ കാഴ്ചപ്പാടുകൾ ഇവിടെനിന്നും ലഭിക്കും. കേരളത്തിലെ ഹിന്ദു മറ്റു മതസ്ഥരാൽ ചവിട്ടേറ്റ് വീണിരിക്കുകയാണെന്നും അവരെ സിംഹങ്ങളാക്കി ഈ നാടിനെ ഹൈന്ദവീയതയിലൂടെ ഉണർത്തണമെന്നും ആഹ്വാനം ചെയ്ത് വികാരനിർഭരമായ കുറേ നിമിഷങ്ങൾ സമ്മാനിച്ചു. ഈ ശിബിരത്തിൽ സർ സംഘചാലക് പ്രാണാം ഉണ്ട്. അന്നത്തെ സർ സംഘചാലക് സുദർശനായിരുന്നു. അദ്ദേഹം ആ ചടങ്ങിന് ആതിഥ്യമരുളിയിരുന്നു. ക്ലാസുകഴിഞ്ഞാൽ പ്രചാരകന്മാരുടെ ബൈക്കിൽ എന്നോട് ചാലക്കുടി പതഞ്ജലി യോഗ വിദ്യാപീഠത്തിൽ തന്റെ പ്രവർത്തനം തുടരാൻ സംഘം ആവശ്യപ്പെട്ടു.

ചാലക്കുടി പതഞ്ജലി യോഗ വിദ്യാപീഠ്

ചാലക്കുടി ഗവൺമെന്റ് ആശുപത്രിക്കടുത്ത് സംഘത്തിന്റെ പ്രവർത്തനങ്ങൾക്കായി പുത്തൻ കാട്ടൂർ ലക്ഷ്മിക്കുട്ടി എന്നവർ ദാനം ചെയ്ത 60 സെന്റ് സ്ഥലത്താണ് പതഞ്ജലി യോഗ വിദ്യാപീഠം സ്ഥിതി ചെയ്യുന്നത്. സംഘത്തിന്റെ ആഭിമുഖ്യത്തിലുള്ള ജഗത്ഗുരു ട്രസ്റ്റാണ് ഈ സ്ഥാപനം നടത്തുന്നത്. ഇവിടെ ബാലസേവാ കേന്ദ്രം, യോഗ വിദ്യാ കേന്ദ്രം എന്നീ രണ്ട് സ്ഥാപനങ്ങളുണ്ട്. ഇതിൽ യോഗ വിദ്യാ കേന്ദ്രത്തിൽ മോഹനൻ എന്ന പ്രചാരകനും ബാലവികാസകേന്ദ്രത്തിൽ ഞാനുമായിരുന്നു. സംഘത്തിന്റെ ഇരിങ്ങാലക്കുട ജില്ലയിൽ സംഘ താലൂക്ക് ചാലക്കുടി, 'ആശ്രമം ശാഖ' എന്ന പേരിൽ കുട്ടികൾക്ക് വേണ്ടി ശാഖ ഉണ്ടായിരുന്നു.

പതഞ്ജലി യോഗ വിദ്യാപീഠ്

ജഗദ്ഗുരു ട്രസ്റ്റാണ് ഇതിന്റെ മേൽനോട്ടം വഹിക്കുന്നത് ട്രസ്റ്റിന്

വ്യാസ വിദ്യാനികേതൻ എന്ന വിദ്യാലയം (അന്ന് 4-ാം ക്ലാസ് വരെ) ജീവൻ രക്ഷാവേദി, അപകടത്തിൽ പെട്ടവരെ രക്ഷിക്കാനുള്ള ആംബുലൻസ് എന്നിവയും കൂടാതെ യോഗയിലൂടെ ഹിന്ദുത്വം എന്ന അജണ്ട നടപ്പാക്കാൻ വേണ്ടിയും കൂടിയാണ് പതഞ്ജലി യോഗ വിദ്യാപീഠം ഉണ്ടാക്കിയത്. കേരളത്തിൽ വിവിധ ജില്ലകളിൽ യോഗാദ്ധ്യാപകരാകാൻ താല്പര്യമുള്ള സംഘ സ്വയം സേവകരാണ് ഇതിൽ പങ്കെടുക്കുന്നത്. മറ്റുള്ളവർക്കും പങ്കെടുക്കാം. *കേസരി, ജന്മഭൂമി* പത്രങ്ങളിൽ ഇതിനെ കുറിച്ച് വാർത്തകളുണ്ടാകും. കോഴ്സുകഴിഞ്ഞ വർക്ക് കന്യാകുമാരി വിവേകാനന്ദ യോഗാകേന്ദ്രത്തിന്റെ സർട്ടിഫിക്കറ്റ് നല്കും. യോഗാചാര്യൻ രാജേഷായിരുന്നു. അന്നത്തെ അവിടത്തെ താലൂക്ക് പ്രചാരകിന്റെ പേര് രാജേഷ് എന്നായിരുന്നു. ജില്ലാ പ്രചാരക് രാജേട്ടനും.

വിവേകാനന്ദ- ബാല വികാസകേന്ദ്രം

എന്റെ ഉത്തരവാദിത്വം എന്നത് ഭാരിച്ചതാണ്. അതിരപ്പിള്ളി, വാഴച്ചാൽ, മലക്കപ്പാറ, അടിച്ചിതൊട്ടിലിൽ തുടങ്ങി ആദിവാസികളുള്ള ഊരുകളിൽ നിന്ന് മുപ്പതോളം വിദ്യാർത്ഥികൾ (1 മുതൽ ഹയർ സെക്കന്ററി തലം വരെ) അവിടെ ഉണ്ട്. ചാലക്കുടി ഗവ: ഹൈസ്കൂളി ലായിരുന്നു കൂടുതൽ പേരും പഠിക്കുന്നത്. ഇവരുടെ വിദ്യാഭ്യാസം, വസ്ത്രം, ഭക്ഷണം എന്നതിന്റെ പൂർണ്ണ ഉത്തരവാദിത്വം എനിക്കാണ്. എല്ലാദിവസവും ദേശീയ ദിനപത്രത്തിൽ വരുന്ന ചരമകോളം വായിച്ച് കുട്ടികളെക്കൊണ്ട് കത്തെഴുതിപ്പിക്കും.

“ഞങ്ങൾ ചാലക്കുടി വിവേകാനന്ദ ബാലവികാസകേന്ദ്രത്തിലെ വനവാസികളായ കുട്ടികളാണ്. പല ഊരുകളിൽനിന്നും പഠിക്കാൻ യാതൊരു സാഹചര്യവുമില്ലാത്തതിനാലാണ് ഞങ്ങളീ സ്ഥാപനത്തിൽ വന്നത്. അങ്ങയുടെ ബന്ധു മരിച്ചതിൽ ദുഃഖിക്കുന്നു. അങ്ങയുടെ ദുഃഖത്തിൽ പങ്കുചേരുന്നു. മരണാനന്തര കർമ്മങ്ങളിൽ ഞങ്ങൾക്കും പങ്കുചേരണമെന്നുണ്ട്. പുറത്തേക്ക് യാത്രചെയ്യുന്നതിൽ ഞങ്ങൾക്ക് ബുദ്ധിമുട്ടുണ്ട്. അതുകൊണ്ട് ഞങ്ങൾക്ക് അന്നദാനം നടത്തി ആത്മാവിന്റെ മോക്ഷപ്രാപ്തിയിൽ പങ്കുചേരാം”. ഇങ്ങനെ ഒരു ദിവസം 100 കത്തുകൾ പോസ്റ്റ് ചെയ്യും. ഇങ്ങനെ ഒരു മാസം 2500 കത്തുകൾ വരെ അയക്കും. ഇതിൽ 60 പേരെങ്കിലും 1000 രൂപ ബാങ്കിലയക്കും. പിന്നെ പിറന്നാൾ, കല്യാണം എന്നിവയുമുണ്ടാകും. ഒരു മാസം 30000 രൂപയുടെ ചെലവ് ഇങ്ങനെയാണ് നികത്തുന്നത്. കുറച്ചു ദിവസം കഴിഞ്ഞപ്പോൾ ഫ്രാൻസിലെ ഒരു കുടുംബം യാദൃച്ഛികമായി എത്തി. മലയാളി ഗൈഡ് രാജശേഖരൻ കൊണ്ടുവന്നതാണ്. അപ്പോഴാണ് എനിക്ക് മനസ്സിലായത് ഗൈഡ്മാരിലും സംഘ പ്രചാരകന്മാരുണ്ട് എന്ന്. അവർ അവിടത്തെ ഹിന്ദുസഭാ എന്ന സംഘടനയിൽ അംഗമാണ്. ജീവകാരുണ്യ പ്രവർത്തനമാണ് ലക്ഷ്യം. ആ ഒരു അവസരത്തിൽ

ട്രസ്റ്റിന്റെ ചെയർമാൻ പത്മനാഭസ്വാമിയും എത്തിയിരുന്നു. ഓരോ കുട്ടിയുടെയും വീട്ടിലെ ദൈന്യാവസ്ഥ വീഡിയോയിൽ പകർത്തി അയച്ചുതന്നാൽ 25 ലക്ഷം വരെ നല്കാമെന്നു പറഞ്ഞു. അതനുസരിച്ച് അട്ടപ്പാടിയിൽ ഒരു സിനിമാ സെറ്റുപോലെ മുളകൊണ്ട് 40 വീടുണ്ടാക്കി (മുള്ളി എന്ന സ്ഥലത്ത്). ജല ലഭ്യതയില്ലാതെ വാഹന സൗകര്യമില്ലാതെ കറണ്ടില്ലാതെയുമുള്ള ഈ സ്ഥലത്ത് ജീവിതം ബുദ്ധിമുട്ടാണെന്ന് വരുത്തിത്തീർക്കാനാണിത്. അട്ടപ്പാടിയിലെ ഊരിലെ അമ്മമാരെയും അച്ഛന്മാരെയും രോഗിയായി കിടക്കുന്നവരെയൊക്കെ പണം കൊടുത്ത് അവിടെ എത്തിച്ചു. നമ്മുടെ ബാലവികാസ കേന്ദ്രത്തിലെ കുട്ടികളുടെ കുടുംബാംഗങ്ങളാണ് ഇവരെന്ന് വരുത്തിത്തീർത്തു. ഷൂട്ടിങ് നടത്തി ഒരു സിനിമാ കഥപോലെ ആരു കണ്ടാലും കരഞ്ഞു പോകുന്ന തരത്തിലുള്ള സ്ക്രിപ്റ്റായിരുന്നു അത്. എഡിറ്റ് ചെയ്ത് സി ഡി അവർക്ക് അയച്ചുകൊടുത്തു. 1.50 ലക്ഷം ചെലവായി. 3 മാസം കഴിഞ്ഞ് ഇന്ത്യൻ മണി 30 ലക്ഷം രൂപയും ഒരു കത്തും വന്നു എന്ന് ഹരിയേട്ടൻ പറഞ്ഞിട്ടാണ് അറിഞ്ഞത്. പത്ത് ഗ്രൂപ്പുകൾ (വ്യത്യസ്ത ആളുകൾ) ആണ് അയച്ചു തരുന്നത്. 40 വീട് പ്രാഥമിക സൗകര്യം കൊടുക്കുക ഇതായിരുന്നു കത്തിന്റെ ഉള്ളടക്കം. ആ പണം കൊണ്ടാണ് ഇപ്പോഴത്തെ ചാലക്കുടി വ്യാസ വിദ്യാപീഠം പണി കഴിപ്പിച്ചത്. ഈ സി ഡി മറ്റ് വിദേശ രാജ്യങ്ങളിലേക്കും അയച്ചിരുന്നു. മറുപടി വരുമ്പോഴേക്കും ഞാൻ മാറിയിരുന്നു. ആ കണക്ക് എവിടെയെന്ന് എനിക്ക് അറിയില്ല. വേദഗണിത ക്ലാസ് ആ വിദ്യാലയത്തിൽ വെച്ച് നടത്തിയിരുന്നു. പ്രൊ. സാവിത്രി ലക്ഷ്മണൻ ആണ് (എം എൽ എ) ഉദ്ഘാടനം ചെയ്തത്. ഒരു വർഷം കഴിഞ്ഞ് അവിടെ നിന്ന് അട്ടപ്പാടിയിലേക്ക് മാറി.

അട്ടപ്പാടിയിൽ പോകുന്നതിനു മുമ്പ് നാട്ടിലേക്ക് വന്നു. നാട്ടിലെ സംഘർഷസ്ഥിതി കാരണം തലശ്ശേരി കാര്യാലയത്തിലാണ് താമസിക്കുന്നത്. അവിടെ വച്ചുണ്ടായ പരിചയത്തിലാണ് ഇരിട്ടിയിലൊരു വീട്ടിലെത്തുന്നത് (റിട്ട: സർക്കാർ ഉദ്യോഗസ്ഥനായിരുന്നു). മകളെ കണക്ക് പഠിപ്പിക്കാൻ വേണ്ടി രണ്ടാമത്തെ നിലയിലെ വരാന്തയിൽ നില്ക്കുമ്പോൾ രണ്ട് കാറുകൾ ഒന്നിച്ച് ആ വീട്ടിലെത്തി. ഒന്നാമത്തെ കാറിൽ വത്സൻജി, ശങ്കരൻജി, പ്രശാന്ത്ജി, വിനോദ്ജി. മറ്റേകാറിൽ ഒരു ഡ്രൈവറും വെള്ള തൊപ്പിയിട്ട താടിവെച്ച വേറൊരാളും വീട്ടിലെത്തി. എല്ലാവരും വീട്ടിലെത്തി ചർച്ചയൊക്കെ കഴിഞ്ഞ് വെള്ള തൊപ്പിക്കാരൻ കാറിൽ കയറിപ്പോയി. ശേഷം മുകളിൽ നിന്ന് എന്നെ വിളിച്ചു വരുത്തി. വത്സൻജി എന്നോട് സംസാരിച്ചു. “സുധീഷ്ജി നമസ്കാരം എപ്പോ എത്തി.” ഞാൻ കുറച്ചു സമയം മുമ്പാണ് വന്നതെന്ന് ഉത്തരം പറഞ്ഞു. ശേഷം ആ ചടങ്ങ് എന്താണ് എന്ന് എന്നോട് പറഞ്ഞ് മനസ്സിലാക്കി തന്നു. അശ്വിനിയുടെ കൊലപാതകവും അനുബന്ധമായി വന്ന കേസുകൾക്കൊക്കെയും പ്രതികാരമായി മറ്റൊരു കലാപം സൃഷ്ടിക്കരുതെന്ന സമ്മതപത്രമാണ് അവിടെ ചർച്ചയിൽ ആർ എസ് എസ് നേതൃത്വം

നല്കിയത്. അതിന് പ്രതിഫലമായി പെട്ടി നിറയെ പണവും തുറന്നു കാണിച്ചു തന്നു. 'ജില്ലയിലെ സംഘടന വലിയ സാമ്പത്തിക പ്രതിസന്ധിയിലാണെന്നും ഈ മാർഗ്ഗമല്ലാതെ മറ്റു വഴിയില്ലെന്നും പറഞ്ഞു. അവർ ആ ദിവസം അവിടെ താമസിച്ച് പിറ്റേദിവസം രാവിലെ തിരുവനന്തപുരത്ത് ബാങ്കിൽ സംഘത്തിന്റെ സഹകാർ ഭാരതിയുടെ പേരിൽ നിക്ഷേപിക്കാൻ പോവുകയാണ് എന്നും പറഞ്ഞു പോയി. അവരുടെ കൂടെ ഞാൻ തലശ്ശേരിവരെ പോയിരുന്നു തലശ്ശേരി കാര്യാലയത്തിലേക്കാണ് ഞാൻ പോയത്. അവിടെനിന്നും രഞ്ജിത്തേട്ടന്റെ കൂടെ കണ്ണൂർ വിഭാഗ് കാര്യാലയത്തിലേക്ക് പോയി. അവിടെനിന്നും വിനോദ്ജിയും, സതീശേട്ടനും ഞാനും രഞ്ജിയേട്ടനും മംഗലാപുരത്ത് ട്രെയിനിലാണ് യാത്ര ചെയ്തിരുന്നത്. ട്രെയിൻ മംഗലാപുരത്തെത്തി. അവിടെ ഒരു റൂമെടുത്തു. അവിടെ വച്ചാണ് എന്തിനാണ് വന്നത് എന്ന് ഞാൻ അറിഞ്ഞത്. പുന്നാട് കലാപത്തിൽ മുസ്ലീങ്ങളുടെ വീട്ടിൽനിന്നും കൊള്ളയടിച്ച സ്വർണ്ണവും പണവും മംഗലാപുരത്തെ ബി ജെ പി വ്യവസായിക്കാണ് ഇവർ നല്കിയത്. ആ പണം ബാങ്കിൽ നിക്ഷേപിച്ചിരിക്കുകയാണ്. അദ്ദേഹത്തെ കാത്താണ് അവർ അവിടെ നില്ക്കുന്നത് എന്ന് പറഞ്ഞു. 'പാലാഴി മഥനം' എന്ന ധാർമ്മിക പ്രവൃത്തി അസുരന്മാരെയും കൂടെ നിർത്തിയാണ് ചെയ്തത്. അതുപോലെയാണ് ഈ കാര്യവും എന്ന് പ്രചാരകൻ പറഞ്ഞു. മത്സ്യബന്ധനമേഖലയിലെ ഹിന്ദുക്കളുടെ ദൈന്യം അവർ എനിക്ക് വിവരിച്ചു തന്നു. മറ്റ് മതസ്ഥർ അവിടെ സഹായവുമായി അവരുടെ ആളുകളിൽ എത്തുമ്പോൾ ഹിന്ദുക്കളായ മത്സ്യത്തൊഴിലാളികളുടെ ദുഃഖം കാണാൻ നാമേയുള്ളു. സർക്കാരും പണവും മറ്റ് മതസ്ഥർക്ക് സഹായകമാകുമ്പോൾ നമ്മുടെ സഹോദരന്മാർ ദുഃഖിക്കാൻ ഇടവരുന്നു. ഇതിന് പ്രതിവിധിയായാണ് നമ്മൾ ഇവിടെ നില്ക്കുന്നത്. 4 മത്സ്യബന്ധന ബോട്ടുകളും 4 വലകളും. സംഘടന ഈ പൈസകൊണ്ട് വാങ്ങിക്കാനുള്ള വ്യവസ്ഥ ചെയ്തിട്ടുണ്ടെന്നുമാണ് എന്നോട് പറഞ്ഞത്. കന്നഡ സംസാരിക്കുന്ന കുറച്ചുപേർ അവിടെ വന്നു. എന്തൊക്കെയോ സംസാരിച്ചു. അന്നവിടെ തങ്ങി. ബോട്ടുവാങ്ങിക്കാനുള്ള അഡ്വാൻസ് കൊടുത്തതായി പറഞ്ഞു. രാത്രി രഞ്ജിയേട്ടൻ ബോട്ടു ജട്ടിയിൽ പോയി. വൈകിയാണ് എത്തിയത്. ബോട്ടിന്റെ ഡിസൈൻ എങ്ങനെ വേണമെന്ന് തീരുമാനിക്കാനാണ് പോയതെന്ന് പറഞ്ഞു. പിറ്റേദിവസം രാവിലെ ഞങ്ങൾ കണ്ണൂരിലേക്ക് തിരിച്ചു വന്നു. ബോട്ടുകൾ മംഗലാപുരത്തു നിന്ന് കടൽമാർഗ്ഗം തലശ്ശേരിയിൽ എത്തിച്ച് പൂജയും കഴി ഞ്ഞ് കണ്ണൂരിലെ അഴീക്കൽ തുറമുഖത്തെത്തിക്കാനും പദ്ധതിയിട്ടു.

അട്ടപ്പാടി

തലശ്ശേരിയിൽ നിന്ന് അട്ടപ്പാടിയിലേക്കാണ് ഞാൻ പോയത് ആ യാത്ര ആസ്വാദ്യവും അനുഭൂതി പകരുന്നതുമായിരുന്നു. കാടിന്റെ

വശ്യതയും കാനനമൊരുക്കിയ പ്രകൃതിഭംഗിയും ചേർന്ന കളിവീടായ അട്ടപ്പാടിയിലേക്ക്, മണ്ണാർക്കാട്ടിൽ നിന്ന് 'മയിൽ വാഹനം' എന്നു പേരുള്ള ബസിൽ കയറി മലമുകളിലൂടെയുള്ള യാത്ര ആർക്കും ആനന്ദം പകരുന്ന ഒന്നാണ്. മുക്കാലി എത്തുമ്പോൾ ചെക്ക്പോസ്റ്റുണ്ട്. അവിടെ എത്തിയപ്പോൾ ചെറിയൊരു ചാറ്റൽമഴ. ആ നാട്ടിലെത്തുന്ന വിരുന്നുകാരെയും അതിഥികളെയും സ്വീകരിക്കാൻ പ്രകൃതി ഒരുക്കിയ വിരുന്ന് സൽക്കാരമാണ് ആ മഴ എന്ന് തോന്നി.

ചെമ്മണ്ണൂരിലെത്തുമ്പോൾ ഇടതുഭാഗത്തായി ദൂരെ കാതിലെന്തോ രഹസ്യം പറയുന്നതുപോലെ തൊട്ടുരുമ്മി നില്ക്കുന്ന മലകൾ. എല്ലാവരും ആ മലയെ നോക്കി തല തൊട്ട് നെറ്റിയിൽ വയ്ക്കുന്നത് കണ്ടു. അതുപോലെ ഞാനും ചെയ്തു. തൊട്ടടുത്ത യാത്രക്കാരനാണ് പറഞ്ഞത് 'ആ മല മല്ലീശ്വരമുടിയാണെന്ന്.' മല്ലീശ്വരൻ പാർവ്വതിയുടെ മുമ്പിൽ ശിവപ്രണയ സായകം തീർത്തപ്പോൾ ആ ശൈവനൃത്തത്തിൽ അരുളിയ ദേവനാദമാണ് മല്ലീശ്വരൻ എന്ന് എന്റെ അമ്മ പറഞ്ഞതോർക്കുന്നുണ്ട്. മല്ലീശ്വരൻ എന്നാൽ ശിവനാമമാണ്. അട്ടപ്പാടിയിലെ പാവങ്ങളായ ആദിവാസി സമൂഹത്തിന്റെ ഒരിക്കലും പെയ്തുതീരാത്ത ദുഃഖവും ദുരിതവും പറയാനും കേൾക്കാനും അവരാരാധിക്കുന്ന ദേവ സങ്കല്പമാണ് ആ മല. ശിവരാത്രി, ആ നാടിന്റെ ഉത്സവമാണ്. 3 വിഭാഗങ്ങളാണ് അട്ടപ്പാടിയിൽ പ്രധാനമായും ഉള്ളത്. ഇരുള, കുറുമ്പ, മുടുക തുടങ്ങിയ ജാതിയിൽ പെട്ടതാണ് ഇവിടത്തെ ആദിവാസികൾ. മൂന്ന് ജാതിയിലെയും നിശ്ചയിക്കപ്പെട്ട മൂപ്പന്മാർ ശിവരാത്രി ദിവസം ആ മല കയറി ഏറ്റവും മുകളിൽ വിളക്കു കൊളുത്തും. ആ ദീപപ്രഭയോടെ ഉത്സവത്തിന്റെ കൊടിയേറ്റമാകും. ശേഷം ആ ദീപപ്രഭ അട്ടപ്പാടിയിലെ എല്ലാ ഊരിൽനിന്നും കാണാൻ കഴിയും. ആ ദീപം കണ്ട് അവർ ചെമ്മണ്ണൂരുള്ള മല്ലീശ്വരൻ ക്ഷേത്രത്തിലെത്തും. ഉറക്കമിളച്ച് ശിവരാത്രി ആഘോഷിക്കും. ലോകത്തിന്റെ ഏതുകോണിൽ അവർ ചിതറി വീണാലും ആ ഉത്സവത്തിനു സാന്നിദ്ധ്യമായി, ആ ദിവ്യ മുഹൂർത്തത്തെ സ്വീകരിക്കാൻ ശിവരാത്രിയിൽ കുടുംബങ്ങളൊത്ത് എല്ലാവരും ഉണ്ടാകും. മല്ലീശ്വരൻ ആ നാടിന്റെ ആത്മാവാണ്. സഹയാത്രികന്റെ ഈ ചരിത്ര വിവരണം എനിക്ക് നന്നേ ഇഷ്ടപ്പെട്ടു. ഗുളി പീടിക എന്ന സ്ഥലത്തിറങ്ങാനായിരുന്നു എന്നോട് പറഞ്ഞത്. ഗുളി പീടികയിൽ ഇറങ്ങി ഓട്ടോറിക്ഷയിൽ നെല്ലിപ്പതി എന്ന സ്ഥലത്തു പോയി. അവിടെ മല്ലീശ്വര വിദ്യാനികേതൻ എന്ന സംഘത്തിന്റെ വിദ്യാലയത്തിന്റെ താഴത്തെ ഭാഗത്താണ് എനിക്ക് താമസ സൗകര്യം ഒരുക്കിയത്. കുറേ വർഷമായി അവിടെയുള്ള തങ്കപ്പേട്ടൻ (കോട്ടയം) എന്നെ സ്വീകരിച്ചു. സംഘ ദൃഷ്ടിയിൽ താലൂക്കാണ് അട്ടപ്പാടി. ഒറ്റപ്പാലം ജില്ല, അവിടത്തെ ജില്ലാ പ്രചാരകന്റെ പേരും വിനോദൻ ആയിരുന്നു. അട്ടപ്പാടി മതപരിവർത്തനം കൂടുതൽ നടക്കുന്ന ആദിവാസിമേഖല ആയതുകൊണ്ട് കുറേ പ്രചാരകന്മാർ ഉണ്ടായിരുന്നു. ശിവപ്രസാദ് അതിൽ ഒരാളാണ് (ആർ

എസ് എസ്). ഇദ്ദേഹം കൊല്ലം ജില്ലയിൽ ഒരു കൊലക്കേസിൽ ഒന്നാം പ്രതിയായിരുന്നു. ഹരിദാസ് മറ്റൊരാൾ (വനവാസി കല്യാണാശ്രമം). ഇദ്ദേഹം ഈ അടുത്ത കാലത്ത് അഗളി ഊരിലെ വല്ലി എന്ന ആദിവാസി സ്ത്രീയെ വിവാഹ വാഗ്ദാനം നല്കി പീഡിപ്പിച്ചതായി പത്രവാർത്ത ഉണ്ടായിരുന്നു. പിന്നീട് ഡോക്ടർ നാരായൺജി അവിടെ എത്തി. വിവേകാനന്ദ ആശുപത്രിയിലെ ഡോക്ടറുമാണ്. അദ്ദേഹത്തിന്റെ സ്വയം പ്രയത്നമാണ് ഇന്നത്തെ വലിയ ആശുപത്രിയായി അത് മാറിയത്. ചൈൽഡ് സ്പെഷലിസ്റ്റായ ഡോക്ടർ ഊരുകളിലൊക്കെ പോയി നിരവധി സേവന പ്രവർത്തനങ്ങൾ നടത്തിയിട്ടുണ്ട്. വിഭാഗ് പ്രചാരകൻ ഹരികൃഷ്ണേട്ടനാണ്. തങ്കപ്പേട്ടൻ സംഘത്തിന്റെ വിദ്യാലയമായി മല്ലീശ്വര വിദ്യാനികേതനിലെ ചുറ്റുപാടുകളിലും കൃഷി കൈകാര്യ ചെയ്യാൻ സംഘം നിയോഗിച്ച പ്രചാരകനാണ്. കൂടാതെ മോഹൻജി എന്ന പ്രചാരകനും വന്നിരുന്നു. ഹൃദയ സംബന്ധമായ അസുഖം കാരണം ഇപ്പോൾ അനാഥാലയത്തിന്റെ നടത്തിപ്പുകാരനായി ചുമതല വഹിക്കുന്നു. രണ്ട് ദിവസം കഴിഞ്ഞ് താലൂക്ക് പ്രചാരക് ശിവപ്രസാദ്, ജില്ലാ പ്രചാരക് വിനോദൻ, വിഭാഗ് പ്രചാരക് ഹരികൃഷ്ണൻ, മോഹനൻ എന്നിവർ അടങ്ങുന്ന മീറ്റിങ് വിദ്യാലയത്തിൽ വിളിച്ചു.

വിഭാഗ് പ്രചാരകൻ ആയ ഹരികൃഷ്ണേട്ടനാണ് സംസാരിച്ചത്. ഭൂമി ശാസ്ത്രപരമായ സവിശേഷത പറഞ്ഞുതന്നു. മതപരിവർത്തനത്തിന്റെ ദൂഷ്യഫലം അനുഭവിക്കുന്ന മേഖലയാണിത്. കോടിക്കണക്കിന് വിദേശ ഫണ്ടുകൾ-ക്രിസ്ത്യൻ, മുസ്ലീം വിഭാഗങ്ങൾക്കിവിടെ ആദിവാസികളെ മതപരിവർത്തനം നടത്താൻ അവർക്കു ലഭിക്കുന്നുണ്ട്. സംഘത്തിന്റെ എല്ലാ പരിവാർ പ്രസ്ഥാനങ്ങളും ഒന്നിച്ച് നിന്ന് തന്ത്രപരമായി വളരെ സൂക്ഷ്മമായി ഈ അവസ്ഥ കൈകാര്യം ചെയ്യണം. ഹിന്ദുമതത്തിലെ മറ്റു ജാതിയിൽ പെട്ടയാളുകളും ഇവിടെയുണ്ട്. ഇവർ പ്രധാനമായും ചെറിയ ടൗണുകൾ കേന്ദ്രീകരിച്ചാണ് താമസിക്കുന്നത്. ഗൂളിക്കടവ്, അഗളി, നെല്ലിപ്പാറ. കോട്ടത്ത് അടിയക്കണ്ടിയൂർ, മുക്കാളി, കള്ളമല, പെട്ടിക്കൽ, കോഴിക്കൂടം തുടങ്ങിയ സ്ഥലങ്ങളാണ്. ഇവിടങ്ങളിൽ ബാലഗോകുലം തുടങ്ങണം. അതിനുവേണ്ടി അഗളി ഹൈസ്കൂൾ, യു പി സ്കൂൾ എന്നിവിടങ്ങളിൽ പോയി കണക്കിന്റെ ക്ലാസ് എടുക്കുവാൻ ആവശ്യപ്പെട്ടു. ജെല്ലിപ്പാറയും, കോട്ടത്തറയും, ഷോളയൂറും, മുക്കാളിയും വിദ്യാലയങ്ങളിൽ മാസത്തിൽ 3 തവണയെങ്കിലും കയറണം. അങ്ങനെ കുട്ടികളുമായുള്ള വിദ്യാലയബന്ധത്തിൽ അവരുടെ വീടുകളിൽ കയറാൻ കഴിയും. അങ്ങനെ മുൻപ് പറഞ്ഞ പ്രദേശങ്ങളിൽ സെന്ററുകൾ കണ്ടെത്തി. ഞായറാഴ്ചകളിൽ ബാലഗോകുലം ആരംഭിക്കണം. അവിടത്തെ ട്യൂഷൻ സെന്ററുകളിലും പറ്റുമെങ്കിൽ കയറി ക്ലാസ് എടുക്കണം. (3 മാസത്തിനുള്ളി പൂർത്തിയാക്കണം) അതുപോലെ ചില പ്രധാന ഊരുകളിലും ശാഖ തുടങ്ങണം. ആയുധ പരിശീലനം നടത്തി അവരെ മുസ്ലീം , ക്രിസ്ത്യൻ ആദിവാസി സംഘർഷം സൃഷ്ടിച്ച്

ഇവിടെ നിന്ന് അവരെ ആട്ടിയോടിക്കണം. എസ് ടി വിഭാഗം ആയതുകൊണ്ട് നിയമം അവർക്ക് അനുകൂലമാണ്. ഊരുകളായ അഗളി, കള്ളമല, ജെല്ലിപ്പാറ, പുത്തൂർ വെണ്ടപ്പെട്ടി, മുള്ളി, ഷോളയൂർ എന്നീ സ്ഥലങ്ങളിൽ ആദ്യം ഭജനകൾ ആരംഭിക്കുക. യുവാക്കളിൽ സ്പോർട്സ് മനോഭാവം ഉണ്ടാക്കുക. ഷട്ടിൽ ബാറ്റ്, ക്രിക്കറ്റ് ബാറ്റ്ബാൾ ഇവ പഠിപ്പിക്കാൻ ശിവപ്രസാദിനെ കായിക പരിശീലകനായി അവിടെ എത്തിക്കണം. രോഗികളായവർക്ക് സാന്ത്വനമേകാൻ മെഡിക്കൽ ക്ലാസുകൾ നടത്തണം. ആ ഊരിലെ എല്ലാവരിലും നമ്മളിൽ വിശ്വാസം ജനിപ്പിക്കണം. മുൻ പറഞ്ഞ എല്ലാ ഊരിലും ശാഖകൾ തുടങ്ങി ഒരു മാസംകൊണ്ട് ധ്വജോത്സവം സംഘടിപ്പിക്കണം. (ഒരു ശാഖ തുടങ്ങുമ്പോൾ ധ്വജം നല്കില്ല.) 6 മാസമെങ്കിലും സ്ഥിരമായി തുടങ്ങി 10 സ്വയം സേവകരെങ്കിലും ശരാശരി വരുന്നുണ്ടെന്ന് സംഘത്തിന് ബോദ്ധ്യമായാലേ ധ്വജം (കാവിക്കൊടി) നല്കൂ. അന്ന് ശാഖയിൽ ഒരു ഉത്സവാന്തരീക്ഷം ഉണ്ടാകും. എല്ലവരെയും വിളിച്ചു വരുത്തി പ്രഭാഷണം നടത്തും. പായസം, മധുരപലഹാര വിതരണം നടത്തുന്ന ചടങ്ങാണ് ധ്വജോത്സവം. അട്ടപ്പാടിയിലെ ഭൂമിശാസ്ത്രപരമായ പ്രത്യേകത ഉള്ളതുകൊണ്ടാണ് സ്പെഷൽ ലോ പ്രകാരം ഒരു മാസംകൊണ്ട് തന്നെ ധ്വജോത്സവം സംഘടിപ്പിക്കാൻ പറയുന്നത്. ശ്രീകൃഷ്ണ ജയന്തി ആഘോഷം അഗളിയുടെ മഹോത്സവമാക്കാൻ ഈ പ്രവർത്തങ്ങളെ യോജിപ്പിച്ചാൽ മതിയെന്ന് അദ്ദേഹം സൂചിപ്പിച്ചു. അങ്ങനെ പിറ്റേദിവസം തന്നെ അഗളി ഹൈസ്കൂളിലെത്തി ഗണിതാദ്ധ്യാപകനെ കണക്കിന്റെ മാസ്മരികതയിൽ കുരുക്കി. ക്ലാസെടുക്കാൻ ഹെഡ്മാസ്റ്റർ അനുവാദം നല്കി. മൂന്നു ദിവസം തുടർച്ചയായി ക്ലാസുകൾ അനുഭവങ്ങൾ പേപ്പറിൽ എഴുതാനും അഡ്രസും ഫോൺനമ്പറും താഴെ എഴുതാനും പറഞ്ഞതനുസരിച്ച് കുട്ടികൾ അങ്ങനെതന്നെ ചെയ്തു. ശേഷം ഞാനും മോഹൻജിയും ആ അഡ്രസുകൾ ഭാഗമായി തിരിച്ച് വീടുകയറി (സമ്പർക്കം, സംഘഭാഷ) ഇറങ്ങി. ഗണിതവും പുരാണ ചിന്തകളും മനസ്സിലാക്കാൻ ഞായറാഴ്ച 10 മണിക്ക് അഗളിയിലെ മുൻകൂട്ടി കണ്ടുവച്ച ഒരു വീട്ടിൽ വരാൻ പറഞ്ഞു. ശനിയാഴ്ച രാത്രി തന്നെ വലിയ കൃഷ്ണ പ്രതിമ സംഘടിപ്പിച്ചു. ആ വീട്ടിൽ ഭക്തിയുടെ അന്തരീക്ഷമുണ്ടാക്കാൻ എല്ലാം വൃത്തിയാക്കി. പൂവുകൊണ്ട് അലങ്കാരം നടത്തി. രാവിലെ ഗണപതി ഹോമത്തിന് രക്ഷിതാക്കളോട് എത്താൻ പറഞ്ഞിരുന്നു. 50 ഓളം രക്ഷിതാക്കൾ എത്തി. വിവിധ രാഷ്ട്രീയ പാർട്ടികളിൽ വിശ്വസിക്കുന്ന ഇവർക്ക് പ്രത്യേകിച്ച് ഒന്നും മനസ്സിലായില്ല. വിഭാഗ് പ്രചാരകൻ ഹരികൃഷ്ണേട്ടൻ തന്നെ പൂജാരിയുടെ വേഷമണിഞ്ഞു. മഞ്ഞായതുകൊണ്ട് ഹോമകുണ്ഡം കത്തുന്നില്ല. ഒടുവിൽ ഞാൻ ബൈക്കിൽനിന്നും ചെറിയ കുപ്പിയിൽ പെട്രോളെടുത്ത് വിറകിലൊഴിച്ച് ആളിക്കത്തിച്ചു. ഹോമം തുടങ്ങി. എല്ലാവർക്കും പ്രസാദം കൊടുത്തു. 10 മണിക്ക് തന്നെ കുട്ടികളെത്തി. 70 കുട്ടികൾ ആ ബാലഗോകുലത്തിന് ആദ്യം എത്തിയിരുന്നു.,

മോഹൻജിയും ഞാനും മാറിമാറി ഞായറാഴ്ചകളിലും ക്ലാസുകളെടുക്കും. ബാലഗോകുലം എന്ന് പേര് നല്കാതെ തന്നെ ഗണിതവും കുറച്ച് പുരാണവും അതായിരുന്നു രക്ഷിതാക്കളോട് പറഞ്ഞത്. പിന്നീട് കുട്ടികളുടെ കുടുംബങ്ങളെ ഉൾപ്പെടുത്തി കുടുംബ പൂജ സംഘടിപ്പിച്ചു. 300 ആളുകൾ പങ്കെടുത്തു. രക്ഷിതാക്കൾക്ക് ഞങ്ങളോട് ഭക്തിയും വാത്സല്യവുമുണ്ടായി. ഈ ഒരൊറ്റ ദിവസത്തെ പൂജയും, ശേഷം പ്രഭാഷണവും ഉണ്ടായി.

ക്രൈസ്തവ, മുസ്ലീം കടന്നുകയറ്റം ഹിന്ദുക്കൾക്ക് ദോഷമുണ്ടായതായി നിരവധി തെളിവുകൾ നിരത്തി അവതരിപ്പിച്ചു. പല കലാപങ്ങളിലും ഹിന്ദുക്കളുടെ ദുരവസ്ഥ പ്രഭാഷകൻ തുറന്നുകാട്ടി. ഞാൻ ഹിന്ദു ആണെന്ന് കൈയുയർത്തി ഇടതുകൈ നെഞ്ചോട് ചേർത്ത് പറയാൻ പറഞ്ഞു. എല്ലാവരിലും ഞാൻ ഹിന്ദുവാണെന്ന വികാരം ജനിപ്പിച്ചു. ഗണിതവും കുറച്ച് പുരാണവും എന്ന ക്ലാസ് സംഘടിപ്പിക്കാൻ സമിതി ഉണ്ടാക്കി. ഈ പരിപാടിയിൽ പങ്കെടുത്തത് മറ്റ് പാർട്ടി അനുഭാവികളായിരുന്നു. എല്ലാ സ്ഥലത്തും വിദ്യാലയങ്ങളിലൂടെയുള്ള ക്ലാസുകളിലൂടെ ബാലഗോകുലം സംഘടിപ്പിച്ചു. നേരത്തെ പറഞ്ഞ അതേ പ്രവർത്തനം തന്നെ നടത്തി. എല്ലാ സ്ഥലങ്ങളിലും ബാലഗോകുലം സജീവമായി. ശനിയാഴ്ച 10-11.30, ഉച്ചയ്ക്കുശേഷം 4-5.30, ഞായറാഴ്ച 10-11.30, ഉച്ചയ്ക്കുശേഷം 4-5 എന്നിങ്ങനെ ക്രമീകരിച്ച് എട്ടിടങ്ങളിൽ ബാലഗോകുലം ഗണിതവും കുറച്ച് പുരാണവും എന്ന രീതിയിൽ ആരംഭിച്ചു. ഊരുകളിലെ പ്രവർത്തനം ഞാൻ ആദ്യം തുടങ്ങിയത് വെന്തപ്പെട്ടി എന്ന ഊരിലാണ്. അഗളിയിൽനിന്നും ആനക്കുട്ടി ബസിൽക്കയറി ആനക്കുടിയിലിറങ്ങി. അവിടെനിന്നും 7 കി.മി നടക്കണം. 40 വീടാണ് അവിടെ ഉള്ളത്. കടുത്ത ദാരിദ്ര്യവും തൊഴിലില്ലായ്മയും മുഖമുദ്ര. ഈ വിവരങ്ങളൊക്കെ മുൻപേ എനിക്കുണ്ടായിരുന്നു. ഞാൻ ആനക്കുടിയിലെത്തി അവിടുത്തെ ഒരു കടയിൽ നിന്ന് ലിസ്റ്റ് കൊടുത്തതനുസരിച്ച് സാധനങ്ങൾ എടുത്തുവയ്ക്കാൻ പറഞ്ഞു.

2 കിലോ പച്ചരി	40 കെട്ട്
4 കിലോ റവ	40 കെട്ട്
10 കിലോ അരി	40 കെട്ട്
1 കിലോ ചെറുപയർ	40 കെട്ട്
1 കിലോ ഉപ്പ്	40 കെട്ട്
1 കിലോ പഞ്ചസാര	40 കെട്ട്
500 ഗ്രാം ചായപ്പൊടി	40 കെട്ട്
1 പാക്കറ്റ് മുളകുപൊടി	40 എണ്ണം
500 വെളിച്ചെണ്ണ	40 പാക്കറ്റ്

തുടങ്ങി ബാർ സോപ്പ്, ബ്രഷ്, ബാത്ത് സോപ്പ്, 2 കിലോ അവിൽ, 40 പാക്കറ്റ്, 2 കിലോ കടല 40 പാക്കറ്റ് എന്നിവ എടുത്തു വയ്ക്കാൻ

പറഞ്ഞു. 20000 രൂപയും നല്കി. 2 ദിവസത്തിനകം എടുത്തു വയ്ക്കാമെന്ന് അയാൾ സമ്മതിച്ചു. 15 കിലോ അരിയും 4 കിലോ ശർക്കരയും, ഒരു തേങ്ങ, അണ്ടിപ്പരിപ്പ്, 6 പാക്കറ്റ് പാൽ എന്നിവ വാങ്ങി പൂജാസ്റ്റോറിൽ നിന്ന് ഗണപതിയുടെ ഫോട്ടോ, ചന്ദനത്തിരി, നിലവിളക്ക്, തിരി, വെളിച്ചെണ്ണ ഇവ വാങ്ങി ജീപ്പ് പിടിച്ച് അതിസാഹസികമായി പകുതി വരെ എത്തി. അതുവരെയേ ജീപ്പ് പോവുകയുള്ളു. സാധനങ്ങൾ ഇറക്കി അടുത്ത വീട്ടിൽ വെച്ചു. ഊരിൽ എത്തി. ഊര് മൂപ്പനെ കാര്യം ധരിപ്പിച്ചു. എല്ലാവർക്കും ഐശ്വര്യകാലം എത്തിയെന്നും ഇവിടെ വിശേഷാൽ പൂജ നടത്താൻ വിഷ്ണു നമ്പൂതിരി വരുന്നുണ്ട് അതിനാൽ ഭജന ദിവസവും ചൊല്ലണം. അതിന് താങ്കളുടെ അനുമതി വാങ്ങാനാണ് വന്നത് എന്നും ധരിപ്പിച്ചു. നടത്താൻ എല്ലാവിധ അനുവാദവും അദ്ദേഹം നല്കി. പായസം വയ്ക്കാൻ സാധനങ്ങൾ അവിടെ ഒരു വീട്ടിൽ വെച്ചിരിക്കുകയാണെന്നും അവിടത്തെ യുവാക്കളോട് പ്രത്യേകമായൊരു കാര്യം എനിക്ക് പറയാനുണ്ടെന്ന് പറഞ്ഞതനുസരിച്ച് അതിനുള്ള ഏർപ്പാടുകളൊക്കെ അദ്ദേഹം ചെയ്തു തന്നു. അദ്ദേഹത്തെ മുന്നിലിരുത്തി ഭജന തുടങ്ങി. യുവാക്കളോട് കായിക വിദ്യാഭ്യാസത്തിന്റെ പ്രസക്തിയെക്കുറിച്ച് ഒരു ലഘു പ്രഭാഷണം നടത്തി. അതിനുവേണ്ടി ഒരു കായിക അദ്ധ്യാപകനെ ഇങ്ങോട്ടു വിടാം എന്ന് അവർക്ക് വാക്ക് കൊടുത്തു. അതുപോലെ ഇവിടത്തെ മുഴുവൻ കുടുംബാംഗങ്ങൾക്ക് പലചരക്ക് സാധനങ്ങൾ ആനക്കുടിയിലെ കടയിൽ ഏല്പിച്ചിട്ടുണ്ടെന്നും 4 ജീപ്പുകളിലായി നിങ്ങൾക്കൂടി ചേർന്നാൽ അവ ഇവിടെ എത്തുമെന്നും അവരോട് പറഞ്ഞു. ഭജനയിലും പായസവിതരണത്തിലും അവിടെ എല്ലാവരും പങ്കാളിയായി. രണ്ട് ദിവസം കഴിഞ്ഞ് പലചരക്ക് സാധനങ്ങളുമായി അവർ ഊരുകളിൽ പോകുമ്പോൾ ഞാനും പ്രചാരകനായ ശിവപ്രസാദും ജീപ്പിൽ കയറി. അഞ്ച് ജീപ്പിനും വാടക ഞങ്ങളാണ് കൊടുത്തത്. അവിടെ എത്തിയ പലചരക്ക് സാധനങ്ങൾ എല്ലാവർക്കും തുല്യമായി കൊടുത്തു. യുവാക്കളെ ശിവപ്രസാദേട്ടന് പരിചയപ്പെടുത്തി. കായിക പരിശീലനം എന്ന പേരിൽ ശാഖ ആദ്യമായി വെന്തപ്പെട്ടിയിലാരംഭിച്ചു. മുള്ളി, കോഴിക്കുടം എന്നീ സ്ഥലങ്ങളിൽ മാത്രമേ ഇവ വിജയം കണ്ടുള്ളു. മറ്റ് ഊരുകളിൽ നിന്ന് എന്നെ അവർ ഇറക്കിവിട്ടു. ഇറക്കിവിട്ട ഊരുകളിൽ മെഡിക്കൽ ക്ലാസിലൂടെയാണ് ഭജനയും ശാഖാ പ്രവർത്തനവും തുടങ്ങിയത്. എന്തായാലും നെല്ലിപ്പതി, വെട്ടിക്കൽ, വെന്തപ്പെട്ടി, കോഴിക്കുടം എന്നീ സ്ഥലങ്ങളിൽ ഒരു മാസം കഴിഞ്ഞപ്പോൾ ധ്വജോത്സവം നടത്താൻ സംഘടനയ്ക്ക് കഴിഞ്ഞു. അട്ടപ്പാടിയിൽ ശാഖാപ്രവർത്തനത്തിന് പച്ചക്കൊടിയായി. ചരിത്രത്തിൽ കാണാത്ത ശ്രീകൃഷ്ണ ജയന്തി ഘോഷയാത്രയും സംഘടിപ്പിച്ചാണ് ഞാനൊരു വർഷത്തെ പ്രവർത്തനം അവസാനിപ്പിച്ചത്. ഐ ടി സിയും ഒ ടി സിയും കഴിഞ്ഞ അട്ടപ്പാടിയിൽ തന്നെയുള്ള 25 ഓളം ആദിവാസികളായ സ്വയം സേവകരെ അട്ടപ്പാടിയിൽ സംഘപ്രവർത്തനം

നടത്താൻ സഹായകമാക്കിയാണ് എന്റെ മടക്കയാത്ര. വികാരനിർഭരമായ യാത്രയയപ്പാണ് അവിടത്തെ സംഘാടകർ എനിക്ക് നല്കിയത്. എന്നെ സ്നേഹിക്കുന്ന നിരവധി കുട്ടികളുടെ സംഗമത്തോടെയായിരുന്നു എറണാകുളത്തേക്കുള്ള എന്റെ മടക്കയാത്ര. എല്ലാകണ്ണുകളും എന്നെ മാത്രം നോക്കുന്ന ആ ചടങ്ങ് എന്നിൽ ഒരുപാട് ആനന്ദം പകർന്നു. എന്തൊക്കെയോ വെട്ടിപ്പിടിച്ച നേതാവിന്റെ ഭാവമായിരുന്നു മനസ്സ് നിറയെ. കാറിലാണ് തിരിച്ചിറക്കം. എല്ലാവരുടെയും കൈകൾ രണ്ട് ഭാഗങ്ങളിലായി ചലിച്ചു. "റ്റാറ്റ, ബൈ, ബൈ" എന്ന കുഞ്ഞു ശബ്ദങ്ങൾ കേൾക്കാം. കാർ നീങ്ങി സഹ്യാദ്രിയുടെ താഴത്തുകൂടി അവിടത്തെ പ്രകൃതിയോടും മലയോടും പുഴയോടുമൊക്കെ യാത്രപറഞ്ഞ സംഘത്തെ ഹൃദയത്തിൽ സ്ഫുരിച്ച ചേതനയാക്കിമാറ്റി ഒരു യാത്ര. സംഘ പ്രാർത്ഥനയിൽ വരിപോലെ 'ഹൃദന്തു: സ്ഫുരത്ത്വക്ഷ യാധ്യേയ നിഷ്ഠം."

സാരം: 'തന്റെ ലക്ഷ്യത്തെ ഹൃദയത്തിൽ സ്ഫുരിച്ചുകൊണ്ട് മാത്രമേ ആ ലക്ഷ്യം നിറവേറ്റു'. മല്ലീശ്വരമുനിയുടെ താഴ്‌വാരമെത്തി. അവിടെയുള്ള ക്ഷേത്രത്തിൽ പോയി തൊഴുതു വലംവെച്ച് കാറിലേക്ക് കയറി. ആ മലയോടും യാത്രപറഞ്ഞു. ശരിക്കും ഒരു മൂഢന്റെ യാത്രപറച്ചിൽ.

നന്മയോടും സൗഹൃദത്തോടും ഭേദവിചാരമില്ലാതെ ജീവിക്കുന്ന ഒരു പ്രാകൃത സമൂഹത്തെ ഞാൻ ഹിന്ദുവാണെന്ന വികാരം ജനിപ്പിച്ച് ഇവിടത്തെ ക്രിസ്ത്യാനികളെയും മുസ്ലീങ്ങളെയും തുരത്താൻ ആയുധ പരിശീലനം നടത്താൻ വേണ്ടി സംഘടനയ്ക്ക് വഴിതുറന്നിട്ട ഞാൻ എങ്ങനെ നല്ലവനാകും. അവരുടെ ഉൺമയെയും പാരമ്പര്യത്തെയും തകർത്ത കൗശലക്കാരനായ കുറുക്കനാണെന്ന് അറിയാൻ വീണ്ടും കുറേ നാളുകളെടുത്തു. അങ്ങനെ എറണാകുളം പ്രാന്ത കാര്യാലയത്തിൽ ഞാനെത്തി. യഥാർത്ഥത്തിൽ പട്ടികജാതി-പട്ടിക വർഗ്ഗക്കാരോട് സംഘപരിവാർ വച്ചു പുലർത്തുന്ന മനോഭാവം എന്താണെന്ന് അവർ അറിയുന്നില്ല. ഈ വിഭാഗങ്ങൾക്ക് സംവരണം നല്കുന്നതിനെപ്പറ്റി ഗോൾവാൾക്കർ ഇപ്രകാരമാണ് എഴുതിയിരിക്കുന്നത്.

"1950 ൽ റിപ്പബ്ലിക്കായി തീർന്ന ദിവസം മുതൽ പത്ത് വർഷത്തേക്കുള്ള പ്രത്യേക പരിഗണനകളാണ് ഡോ. അംബേദ്കർ വിഭാവനം ചെയ്തത്. എന്നാൽ, ഇപ്പോൾ 1973 ആയിരിക്കുന്നു. അതിനിയും ദീർഘിപ്പിക്കാനാണ് സാദ്ധ്യത. ഒരു പ്രത്യേക വിഭാഗമായി തുടരുന്നതിനാൽ ഹരിജനങ്ങളിൽ സ്ഥാപിത താല്പര്യങ്ങൾ സൃഷ്ടിക്കപ്പെടുമെന്നതിനാൽ ജാതിയുടെ മാത്രം അടിസ്ഥാനത്തിലുള്ള പ്രത്യേക പരിഗണനകൾ തുടരുന്നതിനെ ഞങ്ങൾ എതിർക്കുന്നു. അത് ശിഷ്ടസമൂഹവുമായുള്ള അവരുടെ ഉദ്ഗ്രഥനത്തിന് ഹാനികരമാണ്."

നാഗ്പൂരിലേക്ക്

സ്വദേശിയുടെ സ്റ്റേറ്റ് ഓർഗനൈസിങ് സെക്രട്ടറി ജയേട്ടന്റെ കൂടെ നൈപുണ്യവർഗ്ഗി (പ്രധാനപ്പെട്ട ആളുകൾക്ക് കൊടുക്കുന്ന രഹസ്യ സ്വഭാവമുള്ള മീറ്റിങ്) ന് നാഗ്പൂരിൽ പോകണമെന്ന വ്യവസ്ഥ പ്രമുഖ് മോഹൻജിയാണ് പറഞ്ഞത്. 7 ദിവസത്തെ ക്യാമ്പാണത്. റെയിൽവേയിൽ സ്വാധീനമുള്ള സംഘടനയായതുകൊണ്ട് ടിക്കറ്റൊക്കെ പെട്ടെന്ന് ശരിയാക്കാൻ പറ്റി. 2 ടൈയർ എ സിയിലാണ് യാത്രയൊരുക്കിയത് (എറണാകുളം-പൂനൈ എക്സ്പ്രസ്). അങ്ങനെ ഞാനും ജയേട്ടനും ട്രെയിനിൽ കയറിയിരുന്നപ്പോഴാണ് ജയേട്ടൻ പറഞ്ഞത് എന്റെ ജീവിതത്തിൽ സംഘടനാപ്രവർത്തനത്തിന് വേണ്ടിയെടുത്ത തന്ത്രങ്ങൾ ചിലപ്പോളവിടെ പറയേണ്ടിവരുമെന്ന്. മലയാളത്തിലെഴുതിയാൽ മതി. അവിടെ ഹിന്ദിയിലേക്ക് മാറ്റാനുള്ള പരിവർത്തക സ്വയം സേവകരുണ്ടെന്ന് പറഞ്ഞു. അദ്ദേഹം തന്ന ഡയറിയിൽ ഞാൻ എന്റെ സംഘടനാ പ്രവർത്തന തന്ത്രങ്ങൾ കുറിച്ചിട്ടു. പൂനൈ കാര്യാലയത്തിൽ നിന്നാണ് നാഗ്പൂരിലേക്ക് പോയത്. സംഘത്തിന്റെ ഏറ്റവും വലിയ പ്രവർത്തന കേന്ദ്രമാണിത്. 100 കണക്കിനേക്കറിൽ പരന്നു കിടക്കുന്ന സംഘ കാര്യാലയം. ഓരോ സംഘസ്വയം സേവകന്റെയും മനസ്സിൽ ജീവനാഡിയായ ഡോക്ടർജിയുടെ സ്മാരകമന്ദിരമാണിത്. നിറയെ കെട്ടിട സമുച്ചയം, വിദ്യാലയം. പരിശീലന മൈതാനം ഒരു കണക്കിന് പറഞ്ഞാൽ ഇന്ത്യയുടെ ഭരണസിരാകേന്ദ്രം. എല്ലാം ഹിന്ദിയിലാണ് രേഖപ്പെടുത്തിയിരിക്കുന്നത്. ഹിന്ദിയിൽ ഞാൻ "സമർത്ഥനായതുകൊണ്ട്" അർത്ഥമൊക്കെ ജയേട്ടനാണ് പറഞ്ഞ് തന്നത്. പേരൊക്കെ എവിടെയോ പോയി രജിസ്റ്റർ ചെയ്തു. അസഹ്യമായ ഉഷ്ണകാലം. സവാള അരിഞ്ഞ് പാത്രത്തിൽ വച്ചിട്ടുണ്ട്. അത് തിന്നാൽ ചൂടു കുറയുമെന്ന് ജയേട്ടൻ പറഞ്ഞു. ഞാനങ്ങനെ ചെയ്തു. ശീതീകരിച്ച ഓഡിറ്റോറിയത്തിലാണ് പരിപാടി. ഉദ്ഘാടന ചടങ്ങ് തുടങ്ങി. ഭയ്യാജി ജോഷിയാണ് ആ പരിപാടി ഉദ്ഘാടനം ചെയ്തത്. ഇന്ത്യയിലെയും വിദേശത്തിലെയും പ്രശസ്തരായ വ്യവസായികൾ ആ വേദിയിൽ ഉണ്ടായിരുന്നു. ഇപ്പോഴത്തെ വ്യവസായ പ്രമുഖനായ അദാനി അന്ന് വേദിയിലുണ്ടായിരുന്നു. അദ്ദേഹം വേദിയിൽ യോഗ പ്രദർശനം നടത്തിയിരുന്നു. ജയേട്ടനാണ് അയാൾ അദാനിയാണ് എന്ന് പറഞ്ഞത്. ഉദ്ഘാടന ചടങ്ങ് മുഴുവൻ ഹിന്ദിയിലായതുകൊണ്ട് എനിക്കൊന്നും മനസ്സിലായില്ല. പരിവർത്തക സ്വയം സേവകർ ഉദ്ഘാടന ചടങ്ങിനുണ്ടായിരുന്നില്ല. ഉദ്ഘാടന ചടങ്ങിനുശേഷം വിവിധ സംസ്ഥാനങ്ങളിൽ നിന്ന് വന്നവർക്ക് പ്രത്യേകം പ്രത്യേകം സ്ഥലം തന്നു. അവിടെയാണ് ചർച്ചകൾ നടത്തുന്നത്. 6 മണിക്ക് സംഘസ്ഥാൻ ഉണ്ട് എന്നു പറഞ്ഞു. മറ്റ് കാര്യങ്ങൾ ഹിന്ദിയിലായതുകൊണ്ട് മനസ്സിലായില്ലെങ്കിലും സംഘഭാഷ ഉൾക്കൊള്ളാൻ കഴിയും എന്നതാണ് സ്വയം സേവകന്റെ

കഴിവ്. ഞങ്ങൾക്കവിടെ 'ഗയ' എന്ന റൂമിലാണ് ചർച്ച എന്ന് ജയേട്ടൻ പറഞ്ഞതനുസരിച്ച് അങ്ങോട്ട് പോയി. 25 ഓളം പേർ കേരളത്തിൽ നിന്നുമുണ്ടായിരുന്നു. ഐ ഐ ടി വിദ്യാഭ്യാസമൊക്കെ കഴിഞ്ഞ് വിദേശരാജ്യങ്ങളിൽ വൻശമ്പളം വാങ്ങി ജോലിചെയ്യുന്ന ആറോളം പേർ അതിൽ ഉൾപ്പെടും. വിവിധ വ്യവസായികളുടെ പി എമാരും, ഡോക്ടർ, എഞ്ചിനീയർ എന്നിവരും അടങ്ങുന്നതാണ് കേരളത്തിൽ നിന്ന് പങ്കെടുക്കുന്നതെന്ന് പരിചയപ്പെടുത്തലിലൂടെ എനിക്ക് മനസ്സിലായി. ചർച്ചയ്ക്ക് എത്തിയത് പശ്ചിമബംഗാളിൽ മുമ്പുണ്ടായിരുന്ന ഐ എ എസ് ഉദ്യോഗസ്ഥനാണ് എന്നറിഞ്ഞു. പേര് ഓർക്കുന്നില്ല. അദ്ദേഹവും ഹിന്ദിയിലാണ് സംസാരിച്ചത്. അത് മലയാളത്തിലേക്ക് വിവർത്തനം നടത്തിയിരുന്നു. തിരുവനന്തപുരത്തുള്ള സോഹൻലാലായിരുന്നു വിവർത്തകൻ.

ഇന്ത്യയിൽ ത്രിപുരയും ബംഗാളും കേരളവും കമ്യൂണിസ്റ്റ് കേന്ദ്രമാണെന്നും അവിടങ്ങളിൽ സംഘ പ്രസ്ഥാനത്തിന് വ്യാപനം കുറവാണ് എന്നും അദ്ദേഹം പറയുകയുണ്ടായി. ഇവിടങ്ങളിൽ ശക്തിയാർജ്ജിച്ചാൽ ഇന്ത്യയിൽ ഹിന്ദുരാഷ്ട്രം സഫലമാകുമെന്നും അതാണ് ഓരോ സ്വയം സേവകന്റെയും സ്വപ്നമെന്നും അദ്ദേഹം ആവർത്തിച്ചു. ബംഗാളിന്റെ മണ്ണ് ഹൈന്ദവ നവോത്ഥാനത്തിന് നേതൃത്വം വഹിച്ച അതുല്യ മാനുഷികളുടെ മണ്ണാണ്. ശ്രീരാമകൃഷ്ണ പരമഹംസൻ, സ്വാമി വിവേകാനന്ദൻ, ദേവേന്ദ്രനാഥ ടാഗോർ തുടങ്ങി നിരവധി വിസ്മയങ്ങളായ വ്യക്തിത്വങ്ങളുടെ മണ്ണാണിത്. ദുർഗ്ഗയെ ആരാധിക്കുന്നവരുടെ മണ്ണ്. കലയും സാഹിത്യവും ആദ്ധ്യാത്മികതയും കൊണ്ട് ലോകനെറുകയിലെത്തിയ മഹനീയരുടെ മണ്ണ്. കേരളവും അതുപോലെയാണ്. നവോത്ഥാന നായകരായ ശ്രീനാരായണഗുരു, ചട്ടമ്പി സ്വാമികൾ, അദ്വൈത വേദാന്തത്തിന്റെ ഉപജ്ഞാതാവായ ശങ്കരാചാര്യർ എന്നിവർ നമുക്ക് ആരാദ്ധ്യരാണ്. പക്ഷേ, ഈ രണ്ട് സ്ഥലങ്ങളിലും സംഘടനയുണ്ട്. ശാഖാപ്രവർത്തനവുമുണ്ട്. ശക്തമല്ല. രാജനൈതീകരംഗത്തിലേക്ക് വരാൻ കഴിഞ്ഞിട്ടില്ല. അതു കമ്യൂണിസത്തിന്റെ വ്യാപനം കാരണമാണ്. ഇവ അവസാനിപ്പിക്കാനുള്ള വ്യത്യസ്ത മാർഗ്ഗങ്ങൾ ചിന്തിക്കണം. ബംഗാളിൽ 10 വർഷംകൊണ്ട് കമ്യൂണിസം തുടച്ചു നീക്കപ്പെടുമെന്ന് പറയുകയുണ്ടായി. അതിന് രഹസ്യമായി വ്യത്യസ്ത വിഭാഗങ്ങളിലായി ഹിന്ദു സെൽ രൂപീകരിച്ചിട്ടുണ്ട്.

1. വ്യവസായം: പ്രധാനപ്പെട്ട വ്യവസായികളുടെ സെൽ- രഹസ്യമായി സമൂഹത്തിൽ ഇവർക്കുള്ള സ്വാധീനം സംഘം വ്യാപനത്തിന് ഉപയോഗിക്കുക.
2. ഉദ്യോഗസ്ഥന്മാർ: ഭരണ നിർവ്വഹണത്തിന് ആ സംസ്ഥാനത്തുള്ള ഉദ്യോഗസ്ഥ സെൽ.
3. പൂജാരി സെൽ: ആദ്ധ്യാത്മിക പ്രഭാഷകർ, പൂജാരിമാർ ഇവരുടെ സെൽ.

4. അദ്ധ്യാപക സെൽ: പ്രശസ്തമായ യൂണിവേഴ്സിറ്റി കോളേജ് അദ്ധ്യാപകരുടെ സെൽ.
5. ഡോക്ടർ സെൽ: പ്രശസ്തരായ ഡോക്ടർമാർ ഉൾപ്പെട്ട സെൽ.
6. മീഡിയ സെൽ: സാമ്പത്തിക സഹായം നല്കി സംസ്ഥാനത്തെ ഭരണ പാളിച്ച കൂടുതൽ എടുത്തു കാട്ടുന്നതിനുവേണ്ടിയുള്ള മാധ്യമ പ്രവർത്തകരുടെ സെൽ.
7. സാംസ്കാരിക സെൽ: കല സാഹിത്യം, സിനിമ എന്നീ വിഭാഗത്തിലുള്ളവരുടെ സെൽ.

സപ്തസാഗരങ്ങളുടെ പേരാണ് ഇതിന് നല്കിയിരിക്കുന്നത്. ആരും പ്രത്യക്ഷമായി ശാഖാ പ്രവർത്തനം നടത്തേണ്ടതില്ല. രഹസ്യമായി ഭരണ പരാജയം ഉയർത്തിക്കാട്ടി സമൂഹത്തെ ഓരോരോ തലങ്ങളിൽ ബോധവാന്മാരാക്കുക. ഇങ്ങനെ ചെറിയ രീതിയിൽ തുടങ്ങി മൂന്നുമാസം കൂടുമ്പോൾ ഇവരുടെ മീറ്റിങ്ങിൽ പുരോഗതി അറിയിക്കുക. ഇങ്ങനെ ചെയ്താൽ കമ്യൂണിസ്റ്റ് സംഘടനയ്ക്ക് തകർച്ച കൈവരും എന്നത് ഉറപ്പാണ് എന്നദ്ദേഹം പറഞ്ഞു. ഈ പരിപാടിയാണിന്ന് ബംഗാളിൽ സംഭവിക്കുന്നത്. കേരളത്തിലും ഈ രഹസ്യസെൽ പ്രവർത്തിക്കും. അതിനുള്ള ആലോചന നടക്കണം. പൊതുജനങ്ങൾക്ക് ഗവൺമെന്റിൽ ആ വിശ്വാസ്യത വരാൻ വൈകിപ്പിക്കൽ നടപടി ചെയ്താൽ മതി. അതിന് ഉദ്യോഗസ്ഥ സെല്ലിന് കഴിയും. സർക്കാർ ആനുകൂല്യങ്ങൾ വൈകിപ്പിക്കുക ഇതൊക്കെ ചെയ്താൽ പൊതുജനങ്ങൾക്ക് മാനസിക അസ്വസ്ഥതകൾ ഉണ്ടാവും. ഇതോടെ ഒരു പരിവർത്തന തത്ത്വം അവരിലുണ്ടാകും. ആ പരിവർത്തനം നമുക്ക് ഗുണം ചെയ്യും. ഇതാണ് ഉദാഹരണമായി പറഞ്ഞത്. ഇന്റർനെറ്റിന്റെ ഉപയോഗം എല്ലാ സ്വയം സേവകർക്കും ഗുണം ചെയ്യും. ഇനി വരാൻപോകുന്നത് ഇന്റർനെറ്റിന്റെ യുഗമാണ്. രാജ്യത്ത് നടക്കുന്ന ഏത് സൈബർമാറ്റവും സ്വയം സേവകനിലെത്തണം. നാം പറയുന്നത് മാത്രം കേൾക്കുന്ന അവസ്ഥയിലേക്ക് യുവാക്കളെ മാറ്റാൻ ഇത് സഹായകമാകുമെന്ന് കൂട്ടിച്ചേർത്തു. എല്ലാദിവസവും കേരളത്തിൽ ഈ സെൽ രൂപീകരിക്കുന്നതിനുള്ള സാദ്ധ്യത അന്വേഷിക്കണം. ഓരോ സെല്ലിനും പേര് നിർദ്ദേശിക്കുക മാത്രമാണുണ്ടായത്. രൂപീകരിക്കാൻ രഹസ്യമായി ചെന്നൈ സ്ഥലമായി എടുത്താൽ മതി എന്നാണ് ജയേട്ടൻ പറ ഞ്ഞത്. ഓരോരുത്തരും പ്രവർത്തന റിപ്പോർട്ട് പരിചയപ്പെടുത്തി. എന്റേത് എല്ലാവരും ഹാസ്യാത്മകമായാണ് എതിരേറ്റത്. കൊന്ത ധരിച്ച് മേരിമാതാ സ്കൂളിൽ ചെന്നതും അവിടത്തെ എല്ലാ ക്ലാസിലും ചെന്ന് 4 ദിവസം തുടർച്ചയായി ക്ലാസെടുത്തതും കാര്യാലയത്തിൽ വെച്ച് വിദ്യാഗോപാലാർച്ചന അവിടത്തെ കുട്ടികൾക്ക് വേണ്ടി നടത്തിയതും വിവിധ സ്കൂളുകളിൽ കയറിപ്പറ്റാൻ ഞാനെടുത്ത തന്ത്രങ്ങൾ എല്ലാവരിലും കൗതുകമുണർത്തി. അട്ടപ്പാടിയിൽ പ്രവർത്തനമാരംഭിച്ചത് എങ്ങനെയെന്നും വിവരിച്ചു. ചാലക്കുടിയിലെ പ്രവർത്തനം പറഞ്ഞു. ഇതൊക്കെ

അമാനുഷിക പ്രവ ർത്തനമാണെന്നാണ് അവരുടെ അഭിപ്രായം. തെറ്റിൽ നിന്നും മറ്റൊരു തെറ്റിലേക്ക് യാത്രയാകുന്ന ഒരു മനോഭാവവും ഞാനറിയാതെ എന്നിൽ വളരുന്നു എന്ന് ഞാനറിഞ്ഞിരുന്നില്ല. സമാപന സമ്മേളനം ഉദ്ഘാടനം ചെയ്തത് റിട്ട: സുപ്രീം കോടതി ജഡ്ജിയാണ്. ഹിന്ദു ഒരു സംസ്കാരമാണ് എന്നും വിശാലമായ സംസ്കൃതിയെ നിലനിർത്താൻ ജാതി ചിന്തകൾ വേർപെടണമെന്നും അദ്ദേഹം പറഞ്ഞതായി ജയേട്ടൻ പറഞ്ഞു. ഞങ്ങൾ തിരിച്ച് എറണാകുളത്തേക്ക് വന്നതിന് ശേഷമാണ് ഞാൻ കണ്ണൂരിലേക്ക് മടങ്ങിയത്. വിശാലഹിന്ദു സമ്മേളനം ഇന്ത്യയിൽ വ്യാപകമായി നടക്കുമ്പോഴാണ് ഞാൻ നാട്ടിലെത്തിയത്. കൂത്തുപറമ്പിലെ വിശാലഹിന്ദു സമ്മേളത്തിൽ എന്നെ പൊന്നാട അണിയിച്ച് ആദരിച്ചിരുന്നു. പിന്നീടാണ് ബാലഗോകുലം ജില്ലാ അദ്ധ്യക്ഷനായി ചുമതലയേറ്റത്. തലശ്ശേരി കാര്യാലയത്തിൽ തന്നെ യായിരുന്നു താമസം. പിന്നീട് വടക്കെ പൊയിലൂർ സെന്ററാക്കി പ്രവർ ത്തിക്കാനായിരുന്നു സംഘനിർദ്ദേശം. തലശ്ശേരിയിൽ താമസിക്കുമ്പോൾ പലതവണ കോൺഗ്രസ് നേതാവിന്റെ പി എ സുരേന്ദ്രജിയുടെ വരവു ണ്ടായിരുന്നു. കാര്യാലയത്തിലേക്ക് ടൈൽസ് വാങ്ങാനുള്ള കട (കണ്ണൂർ) നിർദ്ദേശിക്കുകയും അവിടെനിന്നും വാങ്ങിയാൽ മതിയെന്നും പറഞ്ഞു. കാര്യാലയപ്രമുഖ് പ്രമോദിനോടായിരുന്നു സംസാരിച്ചത്. രാത്രി 12 മണികഴിഞ്ഞപ്പോഴാണ് വന്നത്. സുധാകരൻജി തലശ്ശേരിയിലെ ഒരു വീട്ടിലാണെന്ന് പറഞ്ഞ് അദ്ദേഹം പോയി. പ്രമോദാണ് ബാക്കി കഥക ളൊക്കെ പറഞ്ഞത്. ഈ കാര്യാലയത്തിനുവേണ്ടി ലക്ഷക്കണക്കിന് രൂപ സഹായിച്ചിട്ടുണ്ട്. പല പ്രതികൾക്കും ഇദ്ദേഹത്തിന്റെ സഹായം ഉണ്ട്. വിക്രംചാലിൽ ശശിയെ കൊല്ലാൻ പദ്ധതിയിട്ടതായും പറഞ്ഞു. സംഘ ബന്ധുവല്ലെങ്കിലും ഹൈന്ദവീയതയെ സ്നേഹിക്കുന്ന ആളാണ് അദ്ദേ ഹമെന്നും പ്രമോദാണ് പറഞ്ഞത്. സംഘ വ്യാപനംകൊണ്ട് മാത്രമേ കണ്ണൂരിൽ സി പി ഐ (എം) നെ തകർക്കാൻ കഴിയൂവെന്ന് അറിയുന്ന കോൺഗ്രസുകാരനാണ് സുധാകരൻ. പിണറായിയിൽ പിറന്ന പാർട്ടിയെ അവിടെവെച്ചു തന്നെ നിർവ്വീര്യമാക്കണമെന്ന് അദ്ദേഹം ആഗ്ര ഹിക്കുന്നുണ്ട്. അതിൽ സംഘത്തിന്റെ സഹായം ഇനിയും വേണമെന്നും മൂന്നോളം കൊലപാതകങ്ങൾ നടത്തിയത് അദ്ദേഹത്തിന്റെ കാഴ്ചപ്പാടിൽ നിന്നായിരുന്നുവെന്നും പ്രമോദ് എന്നോട് പറഞ്ഞു. ഇതോടുകൂടി സംഘത്തിന്റെ കോൺഗ്രസ് വിരുദ്ധത വെറുമൊരു കാപട്യമാണെന്ന് എനിക്ക് മനസ്സിലായി. വല്ലാത്തൊരു മാനസികാവസ്ഥയിലാണ് കേട്ട് നിന്നത്. എന്റെ മട്ടും ഭാവവും കണ്ട് പ്രമോദ് എന്റെ ചുമലിൽ തട്ടി ഒരു ഗണഗീതം ചൊല്ലിത്തന്നു.

കഠിനകണ്ട കാകിർണ്ണമാണെങ്കിലും
വെടിയുകില്ല ഞാനീ വഴിത്താരയെ
അനുഗമിക്കില്ല മറ്റൊരു പാതയെ.

'മാർഗ്ഗമല്ല ലക്ഷ്യമാണ് പ്രധാനം' എന്ന കൃഷ്ണ ഭജനയും പറഞ്ഞ് ആ രാത്രി ഞാൻ കിടന്നു. എന്റെ മനസ്സിൽ നീതിബോധത്തിന്റെ

പ്രകാശം ആ രാത്രിയാണ് ആരംഭിച്ചത് എന്നാണ് തോന്നുന്നത്. വല്ലാത്തൊരു വൈകാരികത എന്റെ ആവേശം കെടുത്തി. ഞാൻ രാമായണത്തിലെ മാരീചനെന്ന് സ്വയം തോന്നി. സംഘം എന്നത് കോൺഗ്രസ് പ്രസ്ഥാനത്തിന്റെ 'ക്വട്ടേഷൻ' ജോലിയാണോ ചെയ്യുന്നത് എന്നൊക്കെ ചിന്തിച്ചു. കുറച്ചു ദിവസമേ തലശ്ശേരിയിൽ നിന്നുള്ളു. അവിടെ നിന്ന് പാനൂരിൽ പോകാനാണ് പറഞ്ഞത്. അങ്ങനെയാണ് വടക്കെ പൊയിലൂരിലെത്തിയത്. സംഘർഷമേഖലയാണ് പാനൂർ. ഒരുപാട് കൊലപാതകം നടന്ന ഭൂമി. എവിടെയും മനുഷ്യ രക്തത്തിന്റെ ഗന്ധം. സമാധാനത്തിന്റെ ലക്ഷണമേ തോന്നാത്ത തരത്തിലുള്ള ഭൂപ്രകൃതി. ഒ കെ വാസുമാഷും അശോകേട്ടനും സജീവമായി ബി ജെ പിയിലുള്ള സമയമാണത്. ബാലഗോകുലത്തിന്റെ പ്രവർത്തനത്തിനുവേണ്ടി പോയ സമയം മൂന്ന് തവണയെ മാഷെ കാണാൻ കഴിഞ്ഞിട്ടുള്ളു. ഒരു ദിവസം മാഷെ വീട്ടിൽ പോയാണ് കണ്ടത്. വളരെ മോശമായ രീതിയിലാണ് സംഘടനയുടെ കണ്ണൂർ ജില്ലയിലെ സ്ഥിതി. അവിടെയും അഴിമതിയും വ്യഭിചാരവും സംഘടനയിലെല്ലായിടത്തും വ്യാപകമാണെന്ന് മാഷ് എന്നെ ഓർമ്മിപ്പിച്ചു. സെൻട്രൽ പൊയിലൂരിലെ വിദ്യാലയം സരസ്വതി ക്ഷേത്രമെന്ന് പഠിപ്പിക്കുന്ന സംഘടന അവിടെ ആയുധ നിർമ്മാണവും വ്യഭിചാരക്ഷേത്രവുമാക്കി മാറ്റുകയാണ് ചെയ്യുന്നതെന്ന ദുഃഖം മാഷിനുണ്ടായിരുന്നു. ശരിക്കും ഇതൊക്കെ കേട്ടപ്പോൾ ഞാൻ ഭയന്നു. എവിടെ തുടങ്ങണം എങ്ങനെ തുടങ്ങണമെന്ന് പറയാൻ പറ്റാത്ത അവസ്ഥ. ഞാനവിടെ നിന്നാണ് തുടങ്ങിയത്. സെൻട്രൽ പൊയിലൂരിലെ ശാഖ റോഡ് സൈഡിലെ മാവിന്റെ കീഴിലായിരുന്നു. ശാഖയുടെ സമയം എപ്പോഴാണെന്ന് ചോദിച്ചപ്പോൾ വല്ലപ്പോഴേ ശാഖയുണ്ടാവു എന്നായിരുന്നു അവിടത്തെ ദിലീപൻ എന്ന സ്വയം സേവകന്റെ മറുപടി. അത് എന്തുകൊണ്ടാണ് എന്ന് ചോദിച്ചപ്പോൾ കബഡികളിച്ചാൽ മതിയോ ശത്രുവിനെ സംഹരിക്കാൻ കബഡിയും ദണ്ഡയും മതിയാവില്ല എന്നാണ് പറഞ്ഞത്. ബോംബ് നിർമ്മിക്കാനും ആയുധങ്ങൾ സ്വരൂപിക്കാനും അവർ ശ്രമിക്കുന്നുണ്ടെന്ന് എനിക്ക് മനസ്സിലായി. അന്ന് പാനൂരിൽ താലൂക്ക് പ്രചാരകനായിരുന്ന രതീഷേട്ടൻ പിന്നീട് ജില്ലാ പ്രചാരകനായി. III year ഒ ടി സി ക്ക് നാഗ്പൂരിൽ പ്രധാന നിയുക്ത പരിശീലകനായിരുന്നു. കരുത്തുള്ള ശരീരവും മെയ്വഴക്കവും ഉള്ള വ്യക്തി അദ്ദേഹത്തെ സ്വയം സേവകർക്ക് ഭയമായിരുന്നു. രതീഷേട്ടൻ 7 മണിക്ക് സെൻട്രൽ പൊയിലൂരിൽ വരുന്നുണ്ടെന്ന് പറഞ്ഞിരുന്നു. ഞാനവിടെ കാത്തിരുന്നു. രതീഷേട്ടനും കുറച്ചു പ്രവർത്തകരും അവിടത്തെ സംഘത്തിന്റെ വിദ്യാലയത്തിൽ ബൈഠക്കിന് വേണ്ടി അവിടെ വന്നു. ഞാനും ബൈഠക്കിൽ പങ്കെടുത്തു. എന്നെ പരിചയപ്പെടുത്തിയത് രതീഷേട്ടനായിരുന്നു. സ്കൂളിന്റെ ശോചനീയാവസ്ഥ നാട്ടിലെ സാമ്പത്തിക അരാജകത്വം, സംഘർഷം ഇവയായിരുന്നു പ്രധാന വിഷയം. പണം വലിയ വിഷയമാണെന്നും അത് സംഭരിക്കാൻ പഠിക്കണമെന്നും

പറഞ്ഞു. ക്ഷേത്ര നടത്തിപ്പുണ്ടെങ്കിൽ അവിടെ നിന്ന് സമാഹരിച്ചു കൂടെ എന്ന രതീഷേട്ടന്റെ അഭിപ്രായത്തിൽ മുത്തപ്പൻ മഠപ്പുര ഉണ്ട്. നല്ല സമ്പത്തും ആ ക്ഷേത്രത്തിനുണ്ട്. ഒ കെ വാസു അവിടെ നില്ക്കുന്നിടത്തോളം ഒന്നും ചെയ്യാൻ കഴിയില്ല. അയാളെ കമ്മിറ്റിയിൽ നിന്നും മാറ്റണം. കമ്മിറ്റിയിൽ നിന്ന് പെട്ടെന്ന് മാറ്റാൻ കഴിയില്ല. മറ്റ് വഴികളെന്തെങ്കിലും ആലോചിച്ച് പറയാൻ പറഞ്ഞു. കുറച്ച് നേരം എല്ലാവരും ചിന്തിച്ചു. ഒരു സ്വയം സേവകൻ പറഞ്ഞത് ഈ നാട്ടിൽ മുസ്ലീങ്ങൾ വളരെ ശക്തമാണ്. സമ്പത്ത് അവർക്കാണ് കൂടുതലായുള്ളത്. ഏതെങ്കിലും പശുവിനെ അറുത്ത് ഇവിടത്തെ ക്ഷേത്രമുറ്റത്തിട്ടാൽ ഒരു കലാപം സൃഷ്ടിക്കാം ബാക്കി നമ്മളേറ്റു എന്നാണ്. ശേഷിക്കുന്നവരൊക്കെ കളവ് ചെയ്യണമെന്നാണ് കൂടുതലും പറഞ്ഞത്. ശ്രീകൃഷ്ണ ജയന്തി വരുന്നുണ്ടെന്നും ഇതൊന്നും നടന്നില്ലെങ്കിൽ കള്ള രസീറ്റ് ഉണ്ടാക്കി ഭയപ്പെടുത്തി പിരിച്ച പണം സമാഹരിക്കാൻ കഴിയുമെന്ന് ഒരു സ്വയം സേവകൻ പറഞ്ഞതുകേട്ട് ഞാൻ അമ്പരന്നു. ബാലഗോകുലത്തിന്റെ ജില്ല അദ്ധ്യക്ഷന്റെ സന്നിധിയിലാണ് ഈ വാക്കുകളുണ്ടായത് എന്നോർക്കണം. ശരിക്കും വാസുമാഷ് പറഞ്ഞതും ആ മീറ്റിങ്ങും ഒരേപോലെ എന്നെ പിന്തിരിപ്പിച്ചു. ഞാൻ രാത്രി വീട്ടിൽ പോയി. വീട്ടിൽ ഇക്കാര്യം ധരിപ്പിച്ചു. അതൊക്കെ തമാശയായിരിക്കും എന്നാണ് ഏട്ടൻ പറഞ്ഞത്. പിറ്റേദിവസം രാവിലെ രാജീവ് നാരായണൻ എന്ന ജില്ലാ പ്രചാരക് എന്നെ കാണാൻ വീട്ടിലെത്തി. പൊയിലൂരിലേക്ക് പോകുമ്പോൾ കൂടെ വരാൻ വേണ്ടിയാണത്. മനസ്സില്ലാ മനസ്സോടെയും ഭയന്നൊക്കെയുമാണ് കൂടെ പോയത്. ബൈക്കിലായിരുന്നു യാത്ര. ഞാൻ ഇന്നലെ നടന്ന കാര്യം അദ്ദേഹത്തോട് സൂചിപ്പിച്ചു. ഇത് കണ്ണൂരാ സുധീഷ്ജി. ചവിട്ടിമെതിച്ച മണ്ണിൽ കൃഷിയിറക്കാൻ ചില മാർഗ്ഗങ്ങളുണ്ട്.

പകയും ഈർഷ്യയും നഞ്ഞുകലർത്തിയ
പരുഷതയുടെ മുള്ളുകളേൽക്കയാൽ
പോർക്കളത്തിൽ ചുടുചോര വാർക്കിലും
വെടിയുകില്ലീ ഞാനീ വഴിത്താരയെ

എന്ന പാട്ടാണ് അദ്ദേഹം പാടിയത്. വടക്കെ പൊയിലൂരിൽ ഒരു രാമായണ പ്രഭാഷണമുണ്ട് സുധീഷ്ജി. രാമായണ പ്രഭാഷണം നടത്തണം ഇതായിരുന്നു ആവശ്യം. വൈകുന്നേരത്തെ പരിപാടിയിൽ ഞങ്ങൾ നേരത്തെ എത്തി. ആ പരിപാടിക്ക് നല്ല നിലയിലുള്ള ആസൂത്രണം പ്രവർത്തകർ ചെയ്യുന്നുണ്ടായിരുന്നു. എല്ലാവരെയും പരിചയപ്പെടുത്തി. രതീഷേട്ടനും (പ്രചാരകൻ) വന്നിരുന്നു. എന്റെ ചുമലിൽ തട്ടി 'എന്തേ ഇന്നലെ പേടിച്ച് വീട്ടിൽ പോയതാണോ? ' ഞാൻ 'അല്ല' എന്ന് പറഞ്ഞു. ലക്ഷ്യമാണ് സ്വയം സേവകനെ നയിക്കേണ്ടത് എന്ന ബോധം എല്ലാവരിലും ഉണ്ടാകണം. ഉണ്ടായാൽ നന്ന് എന്ന് അദ്ദേഹം എന്നെ ഉപദേശിച്ചു. എല്ലാവരും സർവ്വതോന്മുഖ മേഖലയിൽ കരുത്തു തെളിയിച്ചവരാണ് അവിടെയുള്ളത്. ബോംബുണ്ടാക്കാൻ, വാൾ,

തോക്ക് വിദഗ്ദ്ധർ എന്നിങ്ങനെ വ്യത്യസ്ത വിഭാഗങ്ങളിൽ കരുത്തരായവർ. പ്രഭാഷണ പരിപാടി ആരംഭിച്ചു സത്യബോധത്തിന്റെ മൂർത്തീമത്ഭാവമായിരുന്ന മര്യാദപുരുഷനായ രാമൻ, കാമാസക്തിയുടെ ഉൾരൂപം പൂണ്ട രാവണൻ, മോഹഭംഗയായ സീത, ഇവരാരിൽ നിന്ന് ആരംഭിക്കണം എന്ന ആശങ്ക എനിക്കവിടെയുണ്ടായി. ദാശരഥിയുടെ തീരത്ത് സീതയെന്ന സത്യത്തെ തേടി മാറത്തടിച്ച് നിലവിളിക്കുന്ന രാമന്റെ മനോരഥം ആ പ്രഭാഷണ വേദിയിൽ എനിക്കുണ്ടായിരുന്നു. ഞാൻ തുടങ്ങി.

ഒന്നുകിൽ അസുരതയുടെ കാവലാളായ രാവണനിൽ നിന്ന് ദേവപദമായ രാമനിലേക്ക് അല്ലെങ്കിൽ പ്രകാശത്തിന്റെ വെള്ളിവെളിച്ചമായ രാമനിൽ നിന്ന് അന്ധകാരത്തിന്റെ തമോരൂപമായ രാവണനിലേക്ക്. ഇതിലേതെങ്കിലും ഒരു വഴി സ്വീകരിക്കാൻ പ്രവർത്തകരോട് ഞാൻ ആവശ്യപ്പെട്ടു.

പുണ്യപുരാതന സംസ്കൃതിയുടെ വേരറ്റുപോവാത്ത 'രാമസായക മന്ത്രം' ഇന്ത്യയുടെ ആത്മാവായിരുന്നു. കാട്ടാളനായ രത്നാകരനെ വാല്മീകിയെന്ന ദേവർഷിപദത്തിലെത്തിച്ച പുണ്യനാമം. ആ മന്ത്രം പ്രവൃത്തിയിലും സ്വഭാവത്തിലും കൊണ്ടു വരണം.. വാളെടുത്തു കൊല്ലാൻ ആകാശത്തേക്കുയർത്തുമ്പോൾ ചിന്തിക്കുക ആ വാളു കൊണ്ട് നാം മരിക്കാൻ കുറച്ചു നിമിഷങ്ങൾ മതിയെന്ന കാര്യം. ലക്ഷ്യം പ്രധാനമാണ്. നദി കടക്കാൻ നദി വറ്റിക്കുക പ്രയാസമാണ്... അത്തരം മാർഗ്ഗങ്ങൾ ലക്ഷ്യപൂർത്തിക്ക് തടസ്സമല്ലേ എന്ന് ഞാൻ സദസ്സിനോട് ചോദിച്ചു. വാരിധി കുടിച്ചു തീർത്ത താപസവര്യൻ നമ്മുടെ നാട്ടിൽ ജീവിച്ചിട്ടുണ്ട്. അത് സചേതനമായ കഴിവുകൊണ്ടാണ് ചെയ്തത്. നാം സ്വീകരിച്ച വഴി പുനഃപരിശോധിക്കണം. 'ധർമ്മ സംസ്ഥാപനം' ഹിംസയിലൂടെ വേണമോ? ഹിംസ ഭീരുവിന്റേതാണ്. അഹിംസയാണ് ധീരന്റേത് എന്ന വാക്കിൽ ഞാനവസാനിപ്പിച്ചു. എന്റെ പുതിയ പ്രവർത്തനത്തിന്റെ ആരംഭമാണ് അവിടെ ഞാൻ കുറിച്ചത്. എല്ലാം കഴിഞ്ഞ് മീറ്റിങ്ങായിരുന്നു. രാമായണ പ്രഭാഷണത്തിനായി ഒരു രാമാശ്രമം വേണമെന്ന ആവശ്യം എല്ലാവർക്കും ഉണ്ടായിരുന്നു. അടിയന്തരമായി ബാലഗോകുലം "രാമായണ പാരായണം കുട്ടികളിൽ" എന്ന പേരിൽ തുടങ്ങണം എന്ന ആവശ്യമാണ് ഞാൻ ഉന്നയിച്ചത്. ഇങ്ങനെ "രാമായണ പാരായണം കുട്ടികളിൽ" എന്ന തത്ത്വത്തിലൂടെയാണ് പിന്നീട് വടക്കെ പൊയിലൂർ, സെൻട്രൽ പൊയിലൂർ, ചെറുവാഞ്ചേരി, ചിരാറ്റ എന്ന സ്ഥലങ്ങളിൽ ബാലഗോകുലം തുടങ്ങിയത്. കുറ്റ്യേരിയിലും കല്ലുവളപ്പിലും മുമ്പ് ബാലഗോകുലം ഉണ്ടായിരുന്നു. പത്തായക്കുന്ന് 'ഗണിതം മധുരം' എന്ന പേരിൽ ബാലഗോകുലം ആരംഭിക്കാനുള്ള ശ്രമം നടന്നു. അതത്ര വിജയിച്ചില്ല. രാമാശ്രമം എന്ന ചിന്ത എനിക്കു നല്ലതാണെന്ന് തോന്നി ഞാൻ പിന്തുണച്ചു. രസീതി അടിച്ചു പിരിവും നടത്തി. ബിൽഡിങ് പണി തുടങ്ങി. കുറച്ച് നാൾ അവിടെ നിന്നശേഷം ചെറുവാ

ഞ്ചേരിയിൽ പോയി. അവിടെ എത്തിയപ്പോഴാണ് രണ്ട് ചേരികളായി പരസ്പരം കലഹിക്കുന്നു എന്ന് മനസ്സിലായത്. ചെറുവാഞ്ചേരിയും ചിരാറ്റയും സംഘ സ്വയം സേവകർ തമ്മിലടിക്കുന്ന അവസ്ഥയാണ് കാണാൻ കഴിഞ്ഞത്. സത്യത്തിൽ മുൾകിരീടമിട്ട രാജാവിന്റെ അവസ്ഥയായിരുന്നു എനിക്ക്. 4 ശാഖകളാണ് ചെറുവാഞ്ചേരി ഉള്ളത്. കല്ല് വളപ്പ്, ചെറുവാഞ്ചേരി ടൗൺ, ചിരാറ്റ, അത്ത്വാറക്കാവ് എന്നിവ. ബാലഗോകുലം കല്ല് വളപ്പ് മാത്രമെയുണ്ടായിരുന്നുള്ളു. ചെറുവാഞ്ചേരി യു പി സ്കൂളിലും, ചെറുവാഞ്ചേരി ഹൈസ്കൂളിലും ക്ലാസുകൾ നടത്തി. ആ ബന്ധത്തിൽ നിന്ന് ചിരാറ്റ ബാലഗോകുലം ആരംഭിച്ചു. എല്ലാ ബാലഗോകുലങ്ങളും ചേർന്ന് വൈശാഖ സന്ധ്യ എന്ന കലോപഹാര പരിപാടി ചിരാറ്റയിൽ വെച്ച് നടത്തി. നന്ദേട്ടനായിരുന്നു മുഖ്യ പ്രഭാഷകൻ. എല്ലാ സംഘപ്രവർത്തകരും അവിടെ ഒരുമയായി നിന്നു. 1 മണിക്കൂർ ദൈർഘ്യമുള്ള സംഗീതോപഹാരം ആ പരിപാടിക്കു മോടികൂട്ടി. നിരവധി ആളുകളുടെ സാന്നിദ്ധ്യത്തിലായിരുന്നു പരിപാടി. ആ പരിപാടിയോട് കൂടി സംഘടനയിലുണ്ടായിരുന്ന തമ്മിലടി അങ്ങനെത്തന്നെ തുടർന്നു. അശോകേട്ടനുമായിട്ടാണ് ഇവർക്ക് പ്രശ്നം. ഞാനതിൽ ഇടപെടാനൊന്നും പോയില്ല. തിരിച്ച് വടക്കെപൊയിലൂരിലേക്കു പോയി. അവിടെ പശു, ആട് എന്നിങ്ങനെ നിരവധി കളവ് നടന്നതായി അറിഞ്ഞു. ഇതൊക്കെ അവിടത്തെ സ്വയം സേവകർ രാമാശ്രമത്തിന്റെ നിർമ്മാണത്തിന്റെ ഭാഗമായി കട്ടതാണെന്ന് അന്നുരാത്രി അവർ തന്നെ എന്നോട് പറഞ്ഞു. നരിക്കോട് മലയിലൂടെ കടത്തി വിറ്റു എന്നാണ് പറഞ്ഞത്. കുറച്ച് കഴിഞ്ഞപ്പോൾ എന്റെ നാട്ടിലെ സുധാകരേട്ടനും സുനിയേട്ടനും അവിടെ വന്നു. എന്തിനാണെന്ന് ചോദിച്ചപ്പോൾ വെറുതെ വന്നതാണ് എന്നാണ് എന്നോട് പറഞ്ഞത്. സന്തോഷേട്ടൻ അവരെയും കൂട്ടി എന്തൊക്കെയോ പറയുന്നുണ്ടായിരുന്നു. ബോംബ് നിർമ്മിക്കാനുള്ള ആസൂത്രണവും ഹരീന്ദ്രൻ എന്ന സഖാവിനെ കൊല്ലാനുള്ള ആസൂത്രണത്തിനുവേണ്ടിയാണെന്നാണ് നിധീഷ് എന്നോട് പറഞ്ഞത്. വിളക്കോട്ടൂർ രാജീവേട്ടൻ രാത്രിയാണ് അവിടെ എത്തിയത്. എന്നെ ചിക്കുവിന്റെ വീട്ടിലെ ഓഫീസ് റൂമിൽ കിടത്തി മുകളിൽ ഇവരെല്ലാവരും ഇരുന്നു. അവരുടെ സംഭാഷണത്തിൽ ബോംബ് നിർമ്മാണം, ഹരീന്ദ്രേട്ടന്റെ കൊലപാതകം, വേറെ പാനൂരിൽ അനിൽ എന്ന് പേരുള്ള സഖാവിന്റെ കൊലപാതകം എന്നീ അജണ്ടകളും ഉണ്ടായിരുന്നു. എന്റെ കൂടെ നിങ്ങൾ നിന്നാൽ മതി എന്ന് രതീശേട്ടൻ പറയുന്നുണ്ടായിരുന്നു. ഏതായാലും എന്താണ് പിന്നീട് സംഭവിച്ചത് എന്ന് എനിക്കറിയില്ല. പിറ്റേദിവസം പത്തായക്കുന്ന് കൊങ്കച്ചിയിൽ പോയി. അവിടെ ഗോകുലദാസിന്റെ വീട്ടിലാണ് നിന്നത്. അവിടത്തെ ചിത്രേട്ടൻ രാവിലെ മെയിലോം ശിവക്ഷേത്രത്തിൽ പോയി പ്രാർത്ഥിക്കാമെന്ന് പറഞ്ഞു. രാവിലെ 4 മണിക്കു ക്ഷേത്രത്തിലെത്തി (അന്നീ ക്ഷേത്രത്തിൽ നിത്യ പൂജയില്ല. സംഘമാണ് ക്ഷേത്രഭരണം നടത്തുന്നത്). കോവിൽ തുറന്നപ്പോൾ ശിവ

വിഗ്രഹം കണ്ടില്ല. ജിഗിഷ് എന്ന സ്വയം സേവകനും കൂടെ ഒരു പെൺകുട്ടിയെയും അവിടെ കണ്ടു. ഞാനും ചന്ദ്രേട്ടനും അത്ഭുതപ്പെട്ടു. കാര്യം തിരക്കിയപ്പോൾ കല്യാണം കഴിക്കാൻ താല്പര്യമുള്ളവരാണെന്ന് ഉറപ്പു നല്കി അവർ ഇറങ്ങി നടന്നു. ഗോകുൽദാസിന്റെ വീട്ടിലാണ് ഊണ്. അമ്മയാണ് വിളമ്പിത്തന്നത്. സംഘപ്രവർത്തനത്തെ കുറിച്ചൊക്കെ ചോദിച്ചു. കമ്യൂണിസ്റ്റുകാർ രാവിലെ ഇറങ്ങി മറ്റുള്ളവരുടെ രോഗാന്വേഷണവും പെൻഷനും, ആശുപത്രി സഹായം, രക്തം, സർക്കാർ ആനുകൂല്യങ്ങൾ, ബാങ്ക് വായ്പാ സഹായം, ഇതൊക്കെ നല്കുമ്പോൾ നിങ്ങൾ വൈകുന്നേരങ്ങളിൽ ശാഖാ പ്രവർത്തനത്തിറങ്ങുക. മനുഷ്യനെ കൊല്ലാൻ പഠിപ്പിക്കുന്നത് നല്ലതാണോ? രാത്രികാലങ്ങളിൽ ഓരോരുത്തരും വീട്ടിലുറങ്ങുമ്പോൾ നിങ്ങൾ ഇറങ്ങി നടക്കുന്നു. നാടെങ്ങും വ്യഭിചാരവും, കള്ളവും. ഇതെന്തു സംഘടനയാ നിങ്ങളെ സംഘടന? എന്നും പറഞ്ഞ് അവസാനിപ്പിച്ചു. ഗോകുൽദാസ് പറഞ്ഞു, അമ്മ വീട്ടിൽ വന്നവരോട് ഇങ്ങനെയൊക്കെയാണോ ചോദിക്കേണ്ടത് എന്നൊക്കെ പറഞ്ഞ് ആശ്വസിപ്പിച്ചു. അന്ന് വൈകുന്നേരം ശാഖയും കഴിഞ്ഞു വടക്കെ പൊയിലൂരിലേക്കുപോയി. രാത്രിയാണവിടെ രാമാശ്രമ നിർമ്മാണ സ്ഥലത്ത് എത്തിയത്. അന്ന് പാനൂരിലുള്ള ബലിദാനിയുടെ ഭാര്യയെ അവിടെ കണ്ടു. എന്താണ് രാത്രി ഇവിടെ നില്ക്കുന്നതെന്ന് തിരക്കി. വെറുതെ ചിക്കുവിന്റെ വീട്ടിൽ വന്നതാണെന്നും അമ്മയെ കൊണ്ടാക്കാനാണെന്നും പറഞ്ഞ് അവർ അവിടെ നിന്നും പോയി. ഞാൻ പ്രശാന്തേട്ടന്റെ വീട്ടിലാണ് താമസിച്ചത്. പിറ്റേ ദിവസം പുലർച്ചെ പ്രഭാതശാഖയ്ക്ക് സെൻട്രൽ പൊയിലൂരിൽ ഞാനും നിഖിലും കൂടി പോകുന്ന സമയത്ത് നേരത്തെ പറഞ്ഞ ബലിദാനിയുടെ ഭാര്യയുമായി, കുറച്ച് പേർ കാറിൽ പോകുന്നത് കണ്ടു. വ്യഭിചാരത്തിന് ബലിദാനിയുടെ ഭാര്യയെ പോലും പിടിക്കുന്ന സ്ഥിതി. ഞാനെന്തായാലും സെൻട്രൽ പൊയിലൂരിൽ പോയില്ല. കണ്ണൂരേക്കാണ് പോയത്. ശ്രീകൃഷ്ണ ജയന്തിയുടെ ആഘോഷവുമായി ബന്ധപ്പെട്ട് മീറ്റിങ്ങിന് പോയതാണ്. എനിക്കു പാനൂരിന്റെ ചുമതലയാണ് തന്നത്. കൈവേലിക്കൽ സ്കൂളിൽ പാനൂർ താലൂക്കിന്റെ ബാലഗോകുലം ബൈഠക്ക് വച്ചു. നിരവധിപേർ പങ്കെടുത്തു. മദ്യ വിമുക്ത ഘോഷയാത്ര. ഗുണ്ടാപിരിവ് ഒഴിവാക്കണം. ഇവയാണ് എന്റെ പ്രധാന ആവശ്യം. ഇതെല്ലാം ലംഘിച്ചു എന്ന് മാത്രമല്ല കൈവേലിക്കൽ മദ്യം വാറ്റി എന്റെ മുൻപിൽനിന്നും മദ്യപിക്കാൻ മത്സരം തന്നെ നടത്തി. ഘോഷയാത്ര വർണ്ണശബളമായി എന്റെ മനസ്സ് മാത്രം കറുപ്പ് വർണ്ണമായി. ആ സമാപന സമ്മേളനത്തിൽ ഞാൻ മുഖ്യ പ്രഭാഷകനായിരുന്നു. പ്രഭാഷണം കഴിഞ്ഞ് അന്ന് രാത്രി താലൂക്ക് പ്രചാരകൻ രതീശേട്ടനെ കണ്ടു. കാര്യങ്ങൾ സംസാരിച്ചു. 5 വയസ്സിൽ ഈ കാവിപതാക ഹൃദയത്തിൽ കൊണ്ട് നടന്ന ആളാണ് ഞാൻ. എന്റെ അമ്മയ്ക്കു ഞാനഭിമാനമാണ്. അതിനേക്കാളും ഈ സംഘടനയെയും ഇന്ന് എനിക്കു ദുഃഖമുണ്ട്....... സംഘത്തിന്റെ സാമൂഹിക പ്രവർത്തനം എവിടെയും

കാണാനില്ല. ബലിദാനി എന്നത് സംഘടനയുടെ പ്രാണനാണ്. ആ ബലിദാനിയുടെ ഭാര്യയെപ്പോലും വ്യഭിചാരത്തിനുപയോഗിക്കുന്നു. രാത്രികാലങ്ങളിൽ മാത്രം ഇറങ്ങി നടക്കുന്നവരായി സ്വയം സേവകർ മാറിക്കഴിഞ്ഞു. എന്നും ആയുധങ്ങൾക്ക് മൂർച്ചകൂട്ടുന്നു. ചോരയിൽ പൊതിഞ്ഞ ആയുധശേഖരങ്ങൾ, ഉറക്കമില്ലാതെ രാത്രികാലങ്ങളിൽ മാത്രം ഇറങ്ങി നടക്കുന്നവരായി സ്വയം സേവകർ മാറിക്കഴിഞ്ഞു. നിങ്ങളെ പോലുള്ളവർ കൊല്ലാൻ ആഹ്വാനം ചെയ്യുന്നവരാവുന്നു. പ്രചാരകൻമാർ ക്വട്ടേഷൻ തലവൻമാരാണോ? ഞാൻ യാത്ര ചെയ്ത എല്ലായിടത്തും പെണ്ണുപിടിയും കള്ളവും കൊള്ളയും മദ്യസേവയും. ഇത് ധർമ്മ സംഘടനയല്ല. കൊള്ള സംഘമല്ലേ എന്ന് അദ്ദേഹത്തോടു ചോദിച്ചു. നീ എന്നോട് പറഞ്ഞത് നന്നായി മറ്റൊരാളോടാണെങ്കിൽ നിന്റെ ശ്വാസം ഇവിടെ അവസാനിക്കുമായിരുന്നു എന്നും പറഞ്ഞ് ഇറങ്ങിയ അയാൾ എവിടെയോ നടന്നു. ഞാൻ യാത്ര ചെയ്ത കണ്ണവം, ചെറുവ്വാഞ്ചേരി, ചേമഞ്ചേരി, വടക്കെപൊയിലൂർ, കുറ്റ്യേരി, കൊറ്റാളി, തലശ്ശേരി, വടക്കുമ്പാട്, ഇരിട്ടി, കൈവേലിക്കൽ, തലശ്ശേരി മാക്കൂട്ടും, മാഹി ഇവിടെയെല്ലാം ഞാൻ മുൻപ് പറഞ്ഞ സംഭവങ്ങളാണ് നടക്കുന്നത്. അനാശാസ്യത്തിന്റെ പടുകുഴിയിലേക്കു പതിക്കുന്ന ഒരു സംഘടന. തെറ്റിൽനിന്നും മറ്റൊരു വലിയ തെറ്റിലേക്കു കൂപ്പുകുത്തി വീഴുന്ന സംഘടനയായി എനിക്കു കാണാൻ കഴിഞ്ഞു. വടക്കെ പൊയിലൂർ നൃത്തസന്ധ്യ എന്ന വലിയ പരിപാടിയും നടത്തി. ഒരു വർഷത്തെ ബാലഗോകുലം ജില്ലാ അദ്ധ്യക്ഷ പദവി ഒഴിവാക്കിയതായി സംഘടനയെ അറിയിച്ച് എറണാകുളത്തേക്കു വണ്ടി കയറി. മനസ്സിൽ മാതാപിതാക്കളെ ഓർത്തുള്ള വേദന കടിച്ചമർത്തി നെടുവീർപ്പോടെയാണ് ഞാൻ ട്രെയിനിൽ കയറിയത്. തീവണ്ടിയിൽ കയറി പ്രചാരകനാണെന്നും പറഞ്ഞു. ടി ടി ആറിൽനിന്നും സീറ്റ് നമ്പർ എഴുതിവാങ്ങി എറണാകുളത്തേക്ക് യാത്ര തിരിച്ചു. ഞാൻ ആകെ മൗനിയായിരുന്നു. ഞാൻ ചെയ്ത തെറ്റിന്റെ ഏറ്റുപറച്ചിൽ എന്നോട് തന്നെ നടത്തി. രാക്ഷസീയതയുടെ നെറുകയിലാണോ ഞാനെന്ന് എനിക്കു തോന്നിത്തുടങ്ങി. എല്ലാം സമർപ്പിച്ച് തിരികെ വരണം. സംഘടനാ പ്രവർത്തനം മടുത്തു എന്നാണ് ചിന്തിച്ചത്. പ്രാന്തകാര്യാലയത്തിലെത്തി കാര്യം പറഞ്ഞു. ഒരു യോദ്ധാവും മരണമല്ലാത്തൊരു തിരിച്ചുപോക്ക് ആഗ്രഹിക്കാറില്ല എന്നാണ് മോഹൻജി പറഞ്ഞത്. ഞാൻ യോദ്ധാവാണോ..? എന്റെ സൈന്യം ഏതാണ്... ഏതു ശത്രുവിനെയാണ് ഇല്ലാതാക്കേണ്ടത്.... എന്റെ ഉള്ളിൽ ഉത്തരമില്ലാത്ത കുറേ തേങ്ങൽ മാത്രം ബാക്കിയായി.....

ഉത്തരേന്ത്യയിൽ പ്രവർത്തിക്കാനാണ് ഇനി സംഘടനയുടെ തീരുമാനമെന്ന് പറഞ്ഞു. ബോംബെ ആസ്ഥാനമാക്കി പ്രവർത്തിക്കാനാണ് പറഞ്ഞത്. ഛത്രപതി ശിവജി എന്ന ഹിന്ദുരാഷ്ട്ര നായകന്റെ കൂടാരം, ഇരട്ട ചങ്കുറപ്പുള്ളവരുടെ നാട്. നിന്റെ സംശയങ്ങൾക്ക് അവിടെ മറുപടിയുണ്ടാകുമെന്ന് പറഞ്ഞു. ടിക്കറ്റ് ബുക്കു ചെയ്തു. ശ്രീധർജിയാണ്

പൂണൂലു ധരിപ്പിക്കാൻ പഠിപ്പിച്ചത്. ക്ഷത്രിയനിത് അനിവാര്യമാണെന്ന് പറഞ്ഞു. സംഘം ക്ഷത്രീയ സംഘടനയാണ്. അതുകൊണ്ട് ഈ പൂണൂല് അവിടെ ഏറ്റവും അനിവാര്യഘടകമെന്നാണ് പറഞ്ഞു ധരിപ്പിച്ചത്.

ഉത്തരേന്ത്യ

ഹിന്ദി അറിയാത്ത ഞാൻ എങ്ങനെ ഉത്തരേന്ത്യയിൽ പ്രവർത്തിക്കും എന്ന സംശയം എനിക്കുണ്ടായിരുന്നു. എന്താണ് ഞാനവിടെ ചെയ്യേണ്ടത് എന്ന ധാരണയും എനിക്കില്ല. അങ്ങനെയാണ് പാനൂരിലെ സന്തോഷേട്ടനെയും എന്റെ കൂടെ അയക്കാൻ സംഘം തീരുമാനിച്ചത്. ട്രെയിനിൽ ആയിരുന്നു യാത്ര. ഞങ്ങൾ ഒരേ സീറ്റിലായിരുന്നു ഇരുന്നത്. നല്ല സൗഹൃദത്തിലാവാൻ കുറച്ചു സമയമേ വേണ്ടി വന്നുള്ളു. കണ്ണൂർ ജില്ലയിൽ ഞാൻ നേരിട്ട അനുഭവങ്ങൾ അദ്ദേഹവുമായി പങ്കുവെച്ചു. ഇതൊരു പറിച്ചുമാറ്റലാണെന്നു ധരിപ്പിച്ചു. വളരെ സൗമ്യമായാണ് അദ്ദേഹം ഇതിന് മറുപടി പറഞ്ഞത്. സ്വാമി ചിന്മയാനന്ദന്റെ ആത്മകഥയിലെ ഒരു ഭാഗം അദ്ദേഹം എന്നെ ഓർമ്മിപ്പിച്ചു.

ഒരിക്കൽ സ്വാമി ചിന്മയാനന്ദൻ തന്റെ സന്ന്യാസ ജീവിതത്തിൽ അനുഭവിക്കേണ്ടി വന്ന ദുരന്തങ്ങളിൽ മനംമടുത്ത് ദേവപ്രയാഗിലേക്കു പോയി. വശ്യമായൊഴുകുന്ന ആ ഗംഗയെനോക്കി അദ്ദേഹം പറഞ്ഞു: "ചിരന്തനമായ ഭാരതീയസംസ്കൃതിയുടെ ഉൺമയെയും കബന്ധങ്ങളെയും വഹിക്കുന്നവളാണു നീ. കുരുക്ഷേത്ര യുദ്ധംപോലുള്ള നിരവധി യുദ്ധങ്ങൾക്ക് സാക്ഷിയായവൾ. മനുഷ്യരക്തംകൊണ്ട് ചുവന്നവൾ. ഒരു കാഴ്ചയിലും അറപ്പും വെറുപ്പും തോന്നാത്ത നിന്റെ നീർച്ചുഴികളിൽ എന്നെയും ഇല്ലാതാക്കുക". ആ കാവിവസ്ത്രം ശരീരത്തിൽ നിന്ന് വലിച്ചെടുക്കുമ്പോൾ ഗംഗ തന്നോട് സംസാരിച്ചു എന്നാണ് സ്വാമി പറഞ്ഞത്. "ഹേ! ചിന്മയ നോക്കൂ ഞാനൊഴുകുകയാണ്" എന്നാണ് ഗംഗ പറഞ്ഞത്. ആ വാക്കിൽ ദേവ പ്രയാഗിൽ നിന്നും നിരവധി സംസ്ഥാനങ്ങളിലൂടെ മഹാസംഗമത്തിൽ എത്തുംവരെയുള്ള തന്റെ യാത്ര മനസ്സിൽ ഒരു സിനിമപോലെ ചിത്രീകരിച്ചു കൊടുത്തു എന്നാണ് ഇതിനെക്കുറിച്ച് പറഞ്ഞത്. ഗംഗ തുടർന്നു. "ഞാനെന്നും ഇന്നും ഈ ഒഴുക്ക് ഇങ്ങനെ തുടരുന്നു..... ചെറിയ തടസ്സങ്ങൾ എനിക്കു മുൻപിൽ സൃഷ്ടിക്കാറുണ്ട്. അതൊക്കെ ഞാൻ അടിച്ചു തകർത്ത് ഇല്ലാതാക്കും. വലിയ മലകളാണ് എന്റെ വഴിയിൽ എങ്കിൽ ഞാൻ അവയിൽ നിന്നും വഴി മാറി ഒഴുകും. എങ്കിലും എന്റെ ലക്ഷ്യത്തിലാണ് എത്തിച്ചേരുന്നത്!" ഈ വാക്കുകൾ സ്വാമിയെ സന്ന്യാസത്തിലേക്കു തിരിച്ചുവരാൻ സഹായിച്ചു എന്നാണ് സന്തോഷേട്ടൻ പറയുന്നത്. കണ്ണൂർ യുദ്ധക്കളമാണ്. ഒരുപാട് ബലിദാനത്വം പേറിയ സ്ഥലം. പോർക്കളങ്ങളിൽ ധർമ്മമില്ല ലക്ഷ്യമേയുള്ളു. എങ്ങനെ ജീവിക്കാമോ.... അതാണവിടത്തെ നിയമം... ഞാനീവാക്കുകൾ കേട്ടു നിന്നു. തുടർന്ന് അദ്ദേഹത്തിന്റെ കുറച്ച് അനു

ഭവങ്ങൾ അവിടെ പങ്കുവച്ചു. മാറാട് കലാപത്തിന്റെ സമയത്ത് കുമ്മനത്തിന്റെ കൂടെയായിരുന്നു സന്തോഷ്ജി.

ഒരിക്കലും ഉണങ്ങാത്ത വേദനയാണ് ആ സംഭവമെന്നാണ് കുമ്മനം മുഖാന്തിരം പറഞ്ഞത്. രണ്ട് വർഷം കഴിഞ്ഞപ്പോൾ പാനൂരിലെ മോഹനൻ (മന്ത്രി ഒക്കെ ആയിരുന്നല്ലോ) അവിടെയുള്ള പ്രശസ്തനായ വിദേശവ്യവസായിയുടെ സഹായത്തോടെ കുഞ്ഞാലിക്കുട്ടിയും പ്രമുഖരും കോഴിക്കോട്ടെ ഹോട്ടലിൽ അരയസമുദായത്തിന്റെ സന്തോഷും കുമ്മനവും ശ്രീധരൻപിള്ളയും ഒക്കെ ചേർന്നായിരുന്നു ചർച്ച. അന്വേഷണത്തിൽനിന്നും പിന്മാറാനും സാക്ഷികളെ ദുർബ്ബലപ്പെടുത്താനും, കേസുകൾ ഒത്തുതീർപ്പാക്കാനും അവർ ആവശ്യപ്പെട്ടതനുസരിച്ച് ചർച്ച പുരോഗമിച്ചു. ആ ചർച്ചയുടെ ഫലമാണ് പത്തനംതിട്ടയിൽ ശബരിയുടെ പേരിൽ ഏക്കറുകണക്കിന് സ്ഥലം അന്താരാഷ്ട്ര കൃഷ്ണക്ഷേത്രത്തിനു വേണ്ടി വാങ്ങിയതും തൃശൂരിൽ സ്ഥലം ആ പണം കൊണ്ടായിരുന്നു. അദ്ദേഹത്തോടുള്ള എന്റെ എല്ലാ മതിപ്പും നഷ്ടപ്പെട്ടു എന്നും അദ്ദേഹം എന്നോടു പറഞ്ഞു. സന്ന്യാസിവര്യനെ പോലെ ജീവിക്കുന്ന കുമ്മനം തന്റെ പിതാമഹനാണെന്നാണ് അദ്ദേഹം കരുതിയിരുന്നത്. ഈ ഒരൊറ്റ സംഭവം മാനസികമായി തനിക്കും സുധീഷ്ജിയെപ്പോലെ ഒരു പിന്മാറ്റമുണ്ടായി. ഈ മാനസിക മാറ്റം കണ്ടുകൊണ്ട് കുമ്മനം അദ്ദേഹത്തിന്റെ പുറത്ത് തട്ടി പറഞ്ഞത് ഇതാണ്. “ആരെയെങ്കിലും ശിക്ഷിച്ചാൽ തീരുന്നതല്ല പക. ആരെയെങ്കിലും കൊന്നാലും ആ പക തീരില്ല. അവരിൽ നിന്നു തന്നെ അവരുടെ അന്ത്യകർമ്മം കുറിക്കണം. അതുകൊണ്ടാണ് പണം വാങ്ങിയത്. ഇതൊക്കെ അറിഞ്ഞിട്ടും ഇന്നും ഈ സംഘപ്രവാഹത്തിന്റെ ഭാഗമായി ഞാൻ മാറി എന്നത് ഒരു നന്മയായി കരുതിക്കൂടെ” എന്നു പറഞ്ഞ് ആ വാക്കുകൾ അവസാനിപ്പിച്ചു. കലാപങ്ങൾ സൃഷ്ടിക്കുകയും അതിൽ ശത്രുവിന്റെ കൈയിൽനിന്നും യാതൊരു നാണവുമില്ലാതെ പണം വാങ്ങുന്ന സംഘ അധികാരികളുടെ കഥ കേട്ടപ്പോൾ ഇതിനെ ധർമ്മമെന്ന് വിളിക്കാമെങ്കിൽ കുരുക്ഷേത്രയുദ്ധത്തിലെ ധർമ്മ പക്ഷം കൗരവരായിരുന്നില്ലെ എന്ന് ഞാനോർത്തു. ശകുനിയും ദുശ്ശാസനനും ധർമ്മത്തിന്റെ മൂർത്തീരൂപമല്ലെ എന്ന് ഞാൻ എന്നോട് സ്വയം ചോദിച്ചു. മുംബൈയിൽ എത്തി (ഛത്രപതി ശിവജി ടെർമിനൽ) അവിടെ ഇറങ്ങി അന്ധേരിയിലേക്കാണ് യാത്ര. അവിടെയാണ് സംഘത്തിന്റെ കാര്യാലയം സ്ഥിതി ചെയ്യുന്നത്. കാര്യാലയത്തിൽ ആൾത്തിരക്കാണ്. കാര്യാലയ പ്രമുഖന് എറണാകുളത്തെ കാര്യാലയത്തിൽ നിന്നും പ്രാന്തപ്രചാരകൻ ഗോപാലകൃഷ്ണേട്ടൻ എഴുതിയ കത്തു നല്കി. കത്തു തുറന്നു വായിച്ച ശേഷം മുകളിൽ റൂം കാണിച്ചു തരാൻ മറ്റൊരു സ്വയം സേവകനെ ചുമതലപ്പെടുത്തി. നമ്മുടെ കൂടെ നടക്കുമ്പോൾ അയാൾ സന്തോഷേട്ടനോട് എന്തോ സംസാരിച്ചു. അതിന് മറുപടി നല്കി. എന്താണയാൾ പറഞ്ഞതെന്ന് തിരക്കി. ക്ഷത്രിയരാണോ.. ഉപനയനം കഴിഞ്ഞിട്ടുണ്ടോ എന്നാണ് ചോദിച്ചത്. എന്നദ്ദേഹം വിശദീകരിച്ചു.

ചാതുർ വർണ്യം മയാസൃഷ്ടം
ഗുണകർമ്മ വിഭാഗം:
എന്ന ഭഗവദ്ഗീതാ ശ്ലോകം ഞാൻ ഉച്ചരിച്ചു.

അർത്ഥം: ചാതുർവർണ്യം എന്റെ സൃഷ്ടിയാണ്. ജന്മം കൊണ്ടല്ല അത് സാദ്ധ്യമാകുന്നത്. കർമ്മം കൊണ്ടാണ് എന്നാണതിന്റെ അർത്ഥം.

ഈ ഘട്ടത്തിൽ ആർ എസ് എസ് രൂപീകരിക്കാനുണ്ടായ പശ്ചാത്തലവും അത് ആരുടെ താല്പര്യവുമാണ് ഉയർത്തിപ്പിടിക്കുന്നത് എന്ന് ഞാനിപ്പോൾ ഓർത്തുപോവുകയാണ്: ദേശീയ സ്വതന്ത്രപ്രസ്ഥാനത്തിലുള്ള ആവേശത്തെ മരവിപ്പിക്കുവാനും ബ്രാഹ്മണ ബ്രാഹ്മണേതര സ്വഭാവങ്ങൾ തമ്മിലുള്ള സംഘർഷം വളർത്താനുമുള്ള അവസരമായി ആർ എസ് എസ് സ്ഥാപകർ നിസഹകരണ പ്രസ്ഥാനത്തെ കണ്ടു. ഹിന്ദുക്കൾക്കു മാത്രമേ രാഷ്ട്രത്തെ നയിക്കാനാവൂ എന്നവർ ചിന്തിച്ചു. ഈ അടിസ്ഥാനത്തിലാണ് ഹെഡ്ഗെവാർജി ബ്രാഹ്മണരുമായി ചേർന്ന് ആർ എസ് എസ് രൂപീകരിച്ചത്.

(എ) ശാരീരികാഭ്യാസത്തിനുള്ള ഊന്നൽ. ഉയർന്ന ജാതിയിൽപ്പെടുന്നവർ താഴ്ന്ന ജാതിക്കാരെപ്പോലെ തന്നെ തെരുവുജീവിതം ശീലിക്കണം. തെരുവു യോദ്ധാക്കൾ എന്ന നിലയിൽ കീഴ്ജാതിക്കാർ വിശ്വസ്തരല്ല.

(ബി) കുങ്കുമനിറത്തിലുള്ള കൊടിയും മാതൃരാജ്യത്തെ വാഴ്ത്തുന്ന പാർത്ഥനകളുമടങ്ങുന്ന മതപരമായ പ്രതീകങ്ങൾ.

(സി) ബ്രാഹ്മണർ, ബനിയർ (പരമ്പരാഗത കച്ചവടക്കാർ), ഉയർന്ന ജാതിക്കാർ എന്നിവരുടെ താൽപ്പര്യമായിരുന്നു സംഘത്തിനു പ്രധാനം.

(ഡി) ഐതിഹ്യം നിറഞ്ഞ ചരിത്രവും മുസ്ലീംവിരോധവും മതനിരപേക്ഷതാ വിരോധവും ഉയർന്ന ജാതിയുടേതായ ആശയങ്ങളും ചെറുപ്പക്കാരെ ഉപദേശിക്കുന്നതിന് പ്രാധാന്യം നൽകുക."

ഉത്തരേന്ത്യയിലെ എന്റെ യാത്രയുടെ തുടക്കം... ഒരു വടക്കൻ യാത്രയുടെ ആരംഭമായിരുന്നു. നീതിബോധത്തിന്റെ മാലാഖമാർ മനസ്സിലൂടെ മന്ത്രിക്കുന്നു. നീയാരാ സത്യസ്ഥിതനായി...... ജാതീയതയുടെ വേലിക്കെട്ടില്ലാതെ.... ജീവിച്ചുകൂടെ എന്ന് ആയിരം വട്ടം മന്ത്രിക്കുന്ന നിമിഷങ്ങളായിരുന്നു എന്റെ ഉത്തരേന്ത്യൻ പര്യടനത്തിൽ ഉടനീളം ഉണ്ടായത്. കാര്യാലയത്തിന്റെ മുകളിൽ ഞങ്ങൾക്ക് പ്രവേശനമില്ല. ഞങ്ങൾ എന്താണ് ചെയ്യേണ്ടത് എന്നു പറഞ്ഞുതരാൻ ഒരു പ്രചാരകൻ വരുമെന്നും, രണ്ട് ദിവസം കഴിഞ്ഞ് പ്രവർത്തനം തുടങ്ങാം എന്നൊക്കെ കാര്യാലയ പ്രമുഖ് ഞങ്ങളോട് സംസാരിച്ചു. രാവിലെ 6 മണിക്കു ശാഖയുണ്ട്. കേരളത്തിലെപ്പോലെ സാധാരണക്കാർ ശാഖയിൽ കുറവാണ്. ഡോക്ടർമാർ, എഞ്ചിനീയർമാർ, ശാസ്ത്രജ്ഞർ, പൊലീസ് ഉദ്യോഗസ്ഥർ ഇങ്ങനെ പോകുന്നു സ്വയം സേവകരുടെ സവിശേഷത. എല്ലാവരും പൂണൂൽ ധാരികളാണ്. സംഘ പ്രസ്ഥാനത്തിന്റെ ഉത്തരേന്ത്യൻ ശൈലി എന്നിൽ പുതിയ വാതായനങ്ങൾ തുറന്നുതരുന്നു.

ഞങ്ങൾ ശാഖയിൽ പരിചയപ്പെട്ടു. കണ്ണൂരിൽ നിന്നാണ് എന്ന് പറഞ്ഞപ്പോൾ അവർക്ക് ഞങ്ങളോട് വല്ലാത്ത ആദരവ് തോന്നി. അവരുടെ ഭാഷയിൽ എന്തൊക്കെയോ പറഞ്ഞു. ശാഖാവസാനം എല്ലാവരും ഞങ്ങളെ ചേർത്തുപിടിച്ചു. സന്തോഷേട്ടൻ പിന്നീടതു വിശദീകരിച്ചു. പോർക്കളത്തിൽ നിന്നാണ് ഞങ്ങൾ വരുന്നതെന്നും, കമ്യൂണിസത്തെ നശിപ്പിക്കാൻ ഞങ്ങളും നിങ്ങളുടെ കൂടെ ഉണ്ടാകുമെന്നുമാണ് അവർ പറഞ്ഞത് എന്ന് വിശദീകരിച്ചു. പിന്നീട് സന്തോഷേട്ടൻ കാര്യങ്ങൾ എനിക്കു വിശദീകരിച്ചു തന്നു. കണ്ണൂർ സംഘത്തിന്റെ സൃഷ്ടിയിൽ വലിയ ആദരവുള്ള സ്ഥലമാണ്. കണ്ണൂരിന് വേണ്ടി ബാംഗ്ലൂരും ബോംബെയും കേന്ദ്രീകരിച്ച് ഒരു സെൽ തന്നെയുണ്ട്. നാലോളം പ്രചാരകൻമാർ ആണ് കൈകാര്യം ചെയ്യുന്നത്. ഒരു സംസ്ഥാനത്തിന്റെ ഭരണനിർവ്വഹണം തന്നെ സംഘടന ചൊൽപ്പടിക്കാക്കാൻ കഴിവുള്ള സ്വാധീനം സംഘടനയ്ക്കുണ്ട്. പല കേസുകളും സംഘരീതിയിലേക്ക് ആക്കാൻ സംവിധാനമുണ്ട്... അന്വേഷണ ഉദ്യോഗസ്ഥന്മാരുടെ കുടുംബാംഗങ്ങളെപോലും വലയിൽ വീഴ്ത്താൻ കഴിവുണ്ട്. വിവിധ സംസ്ഥാനങ്ങളിൽ വിവിധ കോളേജുകളിൽ പഠിക്കുന്ന അന്വേഷണ ഉദ്യോഗസ്ഥന്മാരുടെ മക്കളോ മറ്റ് ബന്ധുക്കളോ കൊല്ലുമെന്ന് ഭീഷണിപ്പെടുത്തി കേസുകൾ അനുകൂലമാക്കാൻ സംഘടന ശ്രമിച്ചിട്ടുണ്ട്. കണ്ണൂരിൽ ഇന്ന് ഉപയോഗിക്കുന്ന പല വാളും മറ്റ് ആയുധങ്ങളും മറാട്ടി സ്വയം സേവകർ ഉണ്ടാക്കുന്നതാണ്. അവ ബോട്ട് മാർഗ്ഗം എത്തിക്കാൻ സീമ എന്ന (മുക്കുവൻമാരുടെ) സംഘടന സംഘത്തെ സഹായിക്കും.

ബോംബുണ്ടാക്കാനുള്ള സംവിധാനങ്ങൾ ബാംഗ്ലൂരിൽ നിന്നാണ് എത്തിക്കുന്നത് എന്ന് സന്തോഷേട്ടൻ പറഞ്ഞു. കണ്ണൂർ അംഗബലം കൊണ്ട് ഞങ്ങൾ ദുർബ്ബലരാണ്. ഇതല്ലാതെ അവരുടെ ആക്രമണത്തെ ചെറുക്കാൻ മറ്റ് വഴികളില്ലല്ലോ. മറ്റ് ഉദ്യോഗസ്ഥന്മാരിൽ സംഘത്തിന്റെ ചാരൻമാരുണ്ട്. അവർ ഈ കാര്യാലയങ്ങളിൽ ഒത്തുകൂടാറുമുണ്ട് എന്നും പറഞ്ഞു. അതുകൊണ്ടാണ് ഇത്രയും വലിയ സുരക്ഷ ഈ കാര്യാലയത്തിന് നല്കുന്നതെന്ന് സന്തോഷേട്ടന്റെ അഭിപ്രായം. യോഗയിലൂടെ ഹിന്ദു സമാവേശ് എന്ന തത്ത്വം നിലനിർത്താനാണ് പല പേരുകളിൽ ഉദാഹരണത്തിന് സമന്വയ എന്ന പേരുള്ള സംഘടന ബാംഗ്ലൂരിലൊക്കെ പ്രവർത്തിക്കുന്നുണ്ട്. ഇതുപോലെ നേപ്പാൾ, ശ്രീലങ്ക, ഫ്രാൻസ്, അമേരിക്ക, ആസ്ട്രേലിയ തുടങ്ങിയ രാജ്യങ്ങളിൽ വിശ്വവിഭാഗിന്റെ പ്രവർത്തനമുണ്ട്. അവിടത്തെ സ്വയം സേവകർ ഇന്ത്യക്കാരോ ഇന്ത്യൻ വംശജരോ ആയിരിക്കും. അവിടെയുള്ള കുറച്ച് ഹിന്ദുക്കളും ഉണ്ടാവാം. ഭാരതം വിശ്വഗുരുവായാണ് സങ്കല്പം. അതുകൊണ്ടു തന്നെ ഇന്ത്യയിലെ ദുരിതമനുഭവിക്കുന്ന വനവാസി മേഖലകളിൽ അവർ അവർക്കുകഴിയുന്ന സേവനം ചെയ്യുക എന്നതാണ് ലക്ഷ്യം. അങ്ങനെ വിലകൂടിയ ഇലക്ട്രോണിക്സ് സാധനങ്ങൾ വസ്ത്രങ്ങൾ എന്നിവ വാങ്ങി നല്കുകയും ചെയ്തു.

ഒരു സംഘമായി ആസൂത്രണം ചെയ്തു ഓരോ സാധനങ്ങൾ പെട്ടികളിലാക്കി ഓരോ സംസ്ഥാനത്തെയും നിശ്ചയിക്കപ്പെടുന്ന മേഖലകൾക്കു വേണ്ടിയായിരിക്കും ഇവ അയക്കുന്നത്. മുംബൈ ഫോർട്ടു വഴി മുംബൈ കാര്യാലയത്തിലേക്കാണ് ആദ്യം എത്തുക. ഈ അയയ്ക്കുന്ന പെട്ടികൾ കാര്യാലയത്തിൽ എത്തിക്കാൻ സ്വയം സേവകരുണ്ടാകും. ശേഷം ട്രെയിനിൽ ഞങ്ങളാണ് എത്തിക്കുക. സംഘ വികാസമെത്താത്ത സ്ഥലങ്ങളിൽ സംഘ വ്യാപനത്തിന് ഈ ഫോറിൻ സാധനങ്ങളുടെ ദാനം സഹായമാവുമല്ലോ 70 പെട്ടികളുമായി ആദ്യം ഭോപ്പാലിലേക്കാണ് പോയത്. അവിടത്തെ സംഘടനാ പ്രവർത്തനം വീക്ഷിക്കാൻ രണ്ട് ദിവസം നില്ക്കാനും പറഞ്ഞിരുന്നു. പാർസൽ സർവ്വീസിൽ ബുക്ക് ചെയ്തു. രണ്ട് ദിവസം കൊണ്ട് തന്നെ ടിക്കറ്റൊക്കെ ഓക്കെയാക്കിത്തന്നു. അങ്ങനെ സംഘപ്രവർത്തനത്തിന്റെ നാൾവഴികൾ തേടി ഭോപ്പാലിലേക്ക് യാത്ര തിരിച്ചു. 13 മണിക്കൂർ കഴിഞ്ഞ് ഭോപ്പാലിൽ റെയിൽവേ സ്റ്റേഷനിലിറങ്ങി. രാവിലെ 5 മണിക്കു യാത്ര തിരിച്ച് രാത്രി എത്തി. സാധനങ്ങൾ അവിടെനിന്നും ഒരു മിനി വണ്ടിയിൽ കാര്യാലയത്തിൽ എത്തിച്ചു. കൊട്ടാര സദൃശമായ കാര്യാലയം. കാര്യാലയ പ്രമുഖൻ മറ്റ് സ്വയം സേവകരെ വിട്ട് സാധനങ്ങൾ അവിടുത്തെ റൂമിലേക്ക് വിട്ടു. ഞങ്ങളെ മുകളിലത്തെ റൂമിൽ വിശ്രമിക്കാൻ വിട്ടു. നല്ല തണുപ്പുണ്ട്. തണുപ്പിനെ പ്രതിരോധിക്കാനുള്ള എല്ലാ സംവിധാനവും അവിടെ ഉണ്ട്. റൊട്ടിയും സവാളയും തൈരും ഒക്കെ ചേർന്ന് ഒരു ഉത്തരേന്ത്യൻ ഭക്ഷണം. മുംബൈയിലായിരുന്നപ്പോൾ ഗോതമ്പ് കഞ്ഞിയായിരുന്നു. ഇവിടെ റൊട്ടിയിലേക്കൊരു പരിപ്രവർത്തനം. തണുപ്പിന്റെ തിമിർപ്പിൽ അന്നു രാത്രി വേഗം തന്നെ കമ്പിളിപ്പുതപ്പിൽ കിടന്നുറങ്ങി. രാവിലെ 8 മണിക്ക് ആയിരുന്നു എഴുന്നേറ്റത്. ശാഖ ഉണ്ടായിരുന്നു. പൂണൂൽ ധാരികളെ മാത്രമേ ശാഖയിൽ കണ്ടുള്ളൂ. സമ്പന്നന്മാരാണെന്ന് മനസ്സിലായി. കർഷകരും ശാഖയിലുണ്ട്. കർഷകർ എന്നല്ല ജന്മികൾ എന്നു വേണം വിളിക്കാൻ. 100 ഏക്കർ ഭൂമി മിനിമം ഉള്ളവരാണ് അവിടെ വന്നത്. ഈ വിവരം കാര്യാലയ പ്രമുഖ് സന്തോഷേട്ടനോട് പറഞ്ഞതാണ്. തൊട്ടടുത്ത കവലയിലേക്കിറങ്ങി. അവിടെ ഒരു മലയാളിയായ ഗണേശേട്ടനാണ് ചായക്കട നടത്തുന്നത്. അദ്ദേഹത്തിന്റെ വാക്കുകളിൽ പല പഞ്ചായത്തുകളും നാട്ടുരാജ് സംവിധാനമാണിവിടെ നടത്തുന്നത്. പ്രമാണിമാരായ സവർണ്ണന്റെ കീഴിൽ ആ ഗ്രാമത്തെ മുഴുവനും ചൊൽപ്പടിയിലാക്കിയ രീതിയാണ് മദ്ധ്യപ്രദേശിൽ ഇന്നും നിലനില്ക്കുന്നത്. ചവിട്ടിമെതിക്കപ്പെട്ട ദളിത വിഭാഗമാണു ഭൂരിഭാഗവും. സ്വന്തമായി സ്ഥലമോ വീടോ ഇല്ലാത്തവരാണവർ. ഇപ്പോഴും അയിത്തം കല്പിക്കുന്ന സ്ഥലങ്ങൾ അവിടെയുണ്ട്. വിദ്യാലയമെന്നത് അവിടത്തെ കുട്ടികൾക്ക് അത്ഭുതമാണ്. അവരിൽ പലരും വിദ്യാലയം കണ്ടിട്ടില്ല. ധനികർ തന്റെ മക്കളെ ഇന്ത്യയിലെ പല സംസ്ഥാനത്തുള്ള പ്രശസ്തമായ വിദ്യാലയങ്ങളിൽ താമസിപ്പിച്ച് പഠിപ്പിക്കുമ്പോൾ ദളിതനായവന്റെ മകന് വിദ്യാഭ്യാസം

വെറുമൊരു സ്വപ്നമാണ്. ഇന്ത്യൻ സാമൂഹ്യ ഘടനയിൽ നിലനിന്ന ജാതിവിവേചനത്തിനെതിരെ ഇന്ത്യൻ ഭരണ ഘടന ശക്തമായ നിലപാടെടുത്തതുകാരണം സംഘം ഇന്ത്യൻ ഭരണഘടനയ്ക്കുതന്നെ എതിരായിരുന്നു. ഭരണഘടനയെപ്പറ്റി സംഘത്തിന്റെ കാഴ്ചപ്പാട് ഇപ്രകാരമായിരുന്നു. "ആർ എസ് എസ് നിയന്ത്രിക്കുന്ന സംഘപരിവാറിലെ അംഗങ്ങളെല്ലാം ഒരേ സ്വരത്തിൽ എതിർത്തു പോരുന്നതാണ് നമ്മുടെ നീതിന്യായ ക്രമത്തിന്റെ ലിബറൽ ഘടന. ഒരു ലിബറൽ ജനാധിപത്യ ജീവിത വ്യവസ്ഥയുടെ അടിത്തറയാകാൻ പോന്ന നിരവധി നിയമങ്ങൾ ഭരണഘടനയിലുണ്ട്. ഇക്കാരണത്താൽ തന്നെ ഇന്ത്യൻ ഭരണഘടന 'ഭാരതീയമല്ല' എന്ന വിമർശനം ആർ എസ് എസ് സർ സംഘചാലക്കായിരുന്ന ഗോൾവാർക്കർ തൊട്ടുള്ളവർ സ്വാതന്ത്ര്യലബ്ധിയുടെ കാലം മുതല്ക്കേ ഉന്നയിച്ചു പോരുന്നു."

ദളിത് വിഭാഗത്തിൽ വളരെ കുറച്ച് പേർ മാത്രമേ വിദ്യാഭ്യാസത്തിന്റെ മധുരം നുണഞ്ഞിട്ടുള്ളു. ഇവിടത്തെ ദു:സ്ഥിതി രാഷ്ട്രീയക്കാർക്കു പരിഹരിക്കാൻ സാധിക്കില്ലേ എന്ന് ചോദിച്ചപ്പോൾ മറുപടി പറഞ്ഞത് ഈ ദുഷ്ടപ്രവർത്തനങ്ങൾ കൂടുതൽ ആവുകയാണ് ഇന്നും അവിടങ്ങളിൽ. അതിന്റെ കാരണവും രാഷ്ട്രീയമാണെന്നാണ് അദ്ദേഹം പറയുന്നത്. ചെറിയ കൂലി, ചെറിയ വീട്, ചെറിയ സ്വപ്നങ്ങൾ ഇതാണിവിടത്തെ ദളിതന്റെ അവസ്ഥയെന്ന് അയാൾ ഓർമ്മിപ്പിച്ചു. ഗണേശേട്ടൻ കൊല്ലം ജില്ലക്കാരനാണ്. ഞങ്ങൾ പരസ്പരം പരിചയപ്പെട്ടു. തിരിച്ച് ഞങ്ങൾ കാര്യാലയത്തിലെത്തി. ഞങ്ങൾ കണ്ണൂർ സ്വയം സേവകരായതുകൊണ്ടു നല്ല പരിഗണന അവിടെ നല്കിയിരുന്നു. പച്ചരിയുടെ ചോറും സാമ്പാറും തോരനുമൊക്കെ അവർ നമുക്ക് നല്കി. ഈ പെട്ടികൾ ആർക്കാണ് എന്ന് ചോദിച്ചപ്പോൾ അവകാശികൾ നാളെ രാവിലെ വരാമെന്നാണ് പറഞ്ഞത്. വൈകുന്നേരമായി ഒരു സംഘാധികാരി അവിടെ വന്നു. അവിടത്തെ ജില്ലയുടെ സമ്പർക്ക പ്രമുഖനാണെന്നാണ് പറഞ്ഞത്. കാറിലാണ് വന്നത്. നമ്മെ പരിചയപ്പെട്ട ശേഷം മുകളിലേക്കു പോയി.

വൈകുന്നേരം ശാഖയുണ്ട്. തണുപ്പിന് എക്സർസൈസ് എടുക്കുന്നത് തണുപ്പിന്റെ മറ്റൊരു പ്രതിരോധമാണല്ലോ. ഒരു ചെറുവണ്ടിയിൽ ആ കാര്യാലയത്തിൽ ഒരു കുടുംബം വന്നിറങ്ങി. അച്ഛനും, അമ്മയും രണ്ട് പെൺകുട്ടികളും ഒരാൺകുട്ടിയും അടങ്ങുന്ന കുടുംബമാണ്. അച്ഛൻ കാര്യാലയത്തിന്റെ മുകളിലേക്കു പോയി. കുറേ സമയം കഴിഞ്ഞപ്പോൾ കരഞ്ഞുകൊണ്ടു താഴേക്കിറങ്ങിവരുന്നതും കണ്ടു. സന്തോഷേട്ടനോട് ഞാൻ പറഞ്ഞതനുസരിച്ച് കാര്യം തിരക്കി. 60 ഏക്കറോളം സ്ഥലം മുൻപ് വന്ന സംഘത്തിന്റെ സമ്പർക്ക പ്രമുഖിന്റെ ഭൂമി പാട്ടത്തിനെടുത്ത് കൃഷി തുടങ്ങി. ഗോതമ്പ് കൃഷിയാണ് ചെയ്തത്. എന്തൊക്കെയോ കൊണ്ട് കൃഷി നശിച്ചു. പാട്ടപ്പണം കൊടുക്കാൻ നിവൃത്തിയില്ലാതെ വന്നു. കുറച്ച് അവധി ചോദിക്കാനാണ് വന്നത്. അവധിയൊന്നും

തന്നില്ല. ഭാര്യയെയോ മക്കളെയോ ഇന്നൊരു രാത്രി വിട്ടാ മതിയെന്നാണ് അയാൾ പറഞ്ഞത്. ഞങ്ങൾ അത്ഭുതപ്പെട്ടു. കുറച്ച് കഴിഞ്ഞപ്പോൾ സമ്പർക്ക പ്രമുഖ് അവിടെ നിന്നും നമ്മോട് യാത്ര പറഞ്ഞ് കാറിൽ പോയി. ഇയാളുടെ ഭാര്യയുടെയും മക്കളുടെയും മുഖത്ത് ഒരു ഭയം നിഴലിക്കുന്നുണ്ടായിരുന്നു. ഇതൊന്നും കണ്ട് ഞങ്ങളോട് ഭയക്കണ്ട എന്നും.... ഇതിവിടെ സ്ഥിരമാണെന്നുമാണ് അവിടെ താമസിക്കുന്ന സ്വയം സേവകൻ പറഞ്ഞത്. ഞങ്ങൾക്ക് ട്രെയിൻ ടിക്കറ്റ് ബുക്കു ചെയ്യാൻ പേരൊക്കെ വാങ്ങി. ശനിയാഴ്ചത്തെ ട്രെയിനിനാണ്, ടിക്കറ്റ് ബുക്ക് ചെയ്യുന്നത് എന്നവർ പറഞ്ഞു.

ശാഖയുടെ വിസിൽ മുഴങ്ങി. ഞങ്ങൾ ശാഖയിൽ പങ്കെടുത്തു. അവിടത്തെ കാര്യവാഹക് അന്ന് ശാഖയിൽ വന്നിരുന്നു. മണ്ഡലയിൽ ഇരുന്നപ്പോൾ കണ്ണൂരെ വിശേഷങ്ങൾ ഒക്കെ ചോദിച്ചു. കണ്ണൂരിൽ സംഘ പ്രവർത്തകർ അനുഭവിക്കുന്ന ത്യാഗങ്ങൾ ഒരു ലഘുലേഖയിലാക്കി സംസ്ഥാനത്തെ എല്ലാവർക്കും നല്കിയതായി അദ്ദേഹം പറഞ്ഞു. സന്തോഷേട്ടൻ പാനൂരിലെ വിശേഷങ്ങളൊക്കെ പറഞ്ഞു. ബോംബും വാളും അല്ലാതെ തോക്ക് ആയുധമായി പ്രയോഗിച്ചു കൂടെ എന്ന സംശയം അദ്ദേഹം പ്രകടിപ്പിച്ചു. ഇനി അതും കൂടി നോക്കാം എന്നാണ് സന്തോഷേട്ടൻ മറുപടി പറഞ്ഞത്. അവിടെയുള്ള സ്വയം സേവകർക്കൊക്കെ ഞങ്ങളെ വലിയ കാര്യമായിരുന്നു. ഭോപ്പാൽ ദുരന്തത്തെക്കുറിച്ചൊക്കെ കാര്യവാഹക് പറഞ്ഞുതന്നു. അതിലിപ്പോഴും അഗ്നിഹോത്രം ചെയ്യുന്നവരുടെ വീടുകളിൽ ആ ദുരന്തം എത്തിയിട്ടില്ല. ആ വിഷത്തെ ഇല്ലാതാക്കി ശുദ്ധീകരിക്കാനുള്ള കഴിവ് അഗ്നിഹോത്രത്തിനുപയോഗിക്കുന്ന പൂജാദ്രവ്യങ്ങൾക്കുണ്ട് എന്നാണ് അദ്ദേഹം പറഞ്ഞത്. അവിടുത്തെ ശാഖാപദ്ധതിയെക്കുറിച്ചൊക്കെ വിവരിച്ചുതന്നു. ഊരുകളിൽ ആയുധ പരിശീലനം കൊടുക്കാറുണ്ട്. മാവോയിസം ഇവിടുത്തെ വലിയൊരു വെല്ലുവിളിയാണ്. ഇതിനെ ചെറുക്കാൻ സംഘടനയും പൊലീസും സദാ ജാഗ്രതയിലാണെന്നും പറഞ്ഞു. ഗണഗീതമൊക്കെ ചൊല്ലി പ്രാർത്ഥനയും കഴിഞ്ഞ് ശാഖ പിരിഞ്ഞു. ശാഖ കഴിഞ്ഞ് ഞങ്ങൾ പോയത് ഗണേഷേട്ടന്റെ അടുത്താണ്. പൂട്ടാനുള്ള തത്രപ്പാടിലാണ്. ദൂരെ എവിടെയോ വാടകയ്ക്ക് വീട് എടുത്തിട്ടാണ് നില്ക്കുന്നത്. ഭാര്യയും മക്കളും ഇവിടെയുണ്ട്. മക്കൾ കോൺവെന്റ് സ്കൂളിലാണ് പഠിക്കുന്നത്. ആ വിദ്യാലയത്തിൽ ജാതീയതയുടെ വേലിക്കെട്ടില്ലല്ലോ എന്നാണ് ഗണേഷേട്ടൻ പറയുന്നത്. മാവോയിസത്തെ കുറിച്ചൊക്കെ ഞങ്ങൾ ചോദിച്ചു. അദ്ദേഹം പറഞ്ഞത് ഇങ്ങനെയാണ്. പണിയെടുക്കുന്നതിന് കൂലി, പഠിക്കാനുള്ള അവകാശം, വൈദ്യുതി, വെള്ളം, ചികിത്സ, ഇവ ചോദിക്കുന്നത് എങ്ങനെ മാവോയിസമാവും. നമ്മുടെ നാട്ടിലെ കാലിത്തൊഴുത്തിന് സമാനമായ വീടുകളിലാണ് ഇവർ കിടക്കുന്നത്. ആകാശത്തേക്കു നോക്കുമ്പോൾ നക്ഷത്രങ്ങൾ കാണാൻ കഴിയും. യാതൊരു വിധ സൗകര്യങ്ങളുമില്ലാതെയുള്ള ദുരിതമനുഭവിക്കുന്ന പാവപ്പെട്ടവർ

ഇവിടുന്ന് തിരഞ്ഞെടുപ്പിൽ വോട്ട് ചെയ്യാൻ മാത്രമേ ഇവർക്ക് അവകാശമുള്ളൂ. ദളിതൻമാരെ സ്ഥാനാർത്ഥിയാക്കില്ല. ഇനി സംവരണ സീറ്റിൽ ആണെങ്കിൽ നിലനിർത്തും. സവർണ്ണന്റെ ബിനാമി ആയിട്ടാണെന്നു മാത്രം. കൃഷിഭൂമി സവർണ്ണന്റെ കൈയിൽ നിന്ന് പാട്ടത്തിനെടുത്താണ് ഭൂരിഭാഗം പേരും ഇവിടെ കൃഷി ചെയ്യുന്നത്. കൃഷി മോശമായാൽ സ്വന്തം ഭാര്യയെയും മക്കളെയും ശരീരമുപയോഗിക്കുന്ന രീതിയാണിവിടെ. 16-ാം നൂറ്റാണ്ടിൽ പോലും കേട്ടുകേൾവി ഇല്ലാത്ത ജാതീയ ദുർമ്മേദസിന്റെ മേച്ചിൽപ്പുറമാണ് ഇവിടം. ഇവരുടെ ദുഃസ്ഥിതികൾ കാണാൻ ആർക്കും സമയമില്ല. ഏതെങ്കിലും ഒരു ഭാഗത്തു നിന്ന് പ്രതിഷേധ സ്വരം ഉയർന്നാൽ അത് മാവോയിസമായി ചിത്രീകരിച്ച് അവരെ ജയിലിലടയ്ക്കും. പീഡിപ്പിക്കും. ജീവിക്കാൻ അവകാശത്തിനു വേണ്ടി യാചിക്കുന്നത് എങ്ങനെ സമരമാവും? അവർ എങ്ങനെ മാവോയിസ്റ്റാവും? ഇവിടെ ഭീകര വാദികളായി മാവോയിസ്റ്റുകൾ വളർന്നിട്ടില്ല. അത് ഛത്തീസ്ഗഡ് പോലെയുള്ള സംസ്ഥാനങ്ങളിലല്ലെ എന്നാണ് ഗണേഷേട്ടൻ പറയുന്നത്. ഒരു ദളിതന്റെ നിഴൽ സ്പർശിക്കാൻ പോലും പാടില്ലെന്നു പറയുന്ന സവർണ്ണ മഹാത്മാക്കൾ ഇവിടുണ്ട്. സർവ്വാധികാര മേഖലകളിൽ ഇവരുടെ വിളയാട്ടമാണ്. രാഷ്ട്രം എന്താണെന്ന് അറിയാത്തവന് രാഷ്ട്രീയം എങ്ങനെ അറിയും. ഇവിടെ ആ പദത്തിന്റെ അർത്ഥം തന്നെ അവർക്കറിയില്ല എന്നാണ് അദ്ദേഹം പറഞ്ഞത്. കുറേപ്പേർ സാധനം വാങ്ങിക്കുവാൻ അവിടെ വന്നിരുന്നു. ഗണേഷേട്ടൻ സംസാരിക്കുന്ന ഭാഷ അറിയാതെ അവർ സൂക്ഷിച്ചുനോക്കുന്നുണ്ടായിരുന്നു. സവർണ്ണന്റെ മേച്ചിൽപുറങ്ങളിൽ ചവിട്ടി മെതിക്കപ്പെട്ടവർ. മതപരിവർത്തനം ചെയ്യുന്നതല്ല. ചെയ്തു പോകുന്നതാണ്. അവർക്കു താല്പര്യമുണ്ടായിട്ടല്ല. എത്രകാലം ഇങ്ങനെ അടിമയായി പിടിച്ചു നില്ക്കാൻ കഴിയുമെന്നു ഞാനും ചിന്തിച്ചു. ഞങ്ങൾ ധരിച്ച പൂണൂൽ പൊട്ടാതെ സൂക്ഷിക്കാൻ സന്തോഷേട്ടനോട് പറഞ്ഞു. അവയില്ലെന്നു കണ്ടാൽ കൊല്ലാൻ പോലും ഇവർ മടിക്കില്ലെന്ന് നമുക്കറിയാമായിരുന്നു.

ജാതീയതയുടെ രാക്ഷസീയതയിൽ കോർത്തിണക്കിയ ഇവിടത്തെ ഹിന്ദുരാഷ്ട്രീയ സങ്കല്പത്തോട് ഈ വിയോജിപ്പ് അന്നു രാത്രി ഞാൻ സന്തോഷേട്ടനോട് പറഞ്ഞു. മറുപടിയില്ല. ചിലകാര്യങ്ങൾക്ക് മറുപടിയില്ലാത്തതാണ് നല്ലതെന്നായിരുന്നു മറുപടി. പറഞ്ഞത് ഇതൊന്നും ഇല്ലാത്ത വ്യവസ്ഥിതിയിലും ഏതെങ്കിലും അനാചാരങ്ങളും അന്ധവിശ്വാസങ്ങളും ഉണ്ടാകും - അത് മനുഷ്യസഹജമാണ്. മനുഷ്യന്റെ മാനസിക ദുർബ്ബലതകളാണ് ഇങ്ങനെയൊക്കെ ചിന്തിപ്പിക്കുന്നത്. അതിന് സംഘത്തെ പഴിപറയേണ്ട എന്നാണ് സന്തോഷേട്ടൻ പറയുന്നത്. ആർ എസ് എസിന്റെ സാംസ്കാരിക നയം തന്നെ വർഗ്ഗീയവും പിന്തിരിപ്പനുമാണ്.

“ആർ എസ് എസ് ഉയർത്തിപ്പിടിക്കുന്ന പ്രത്യയശാസ്ത്രം കലയും സാഹിത്യവുമുൾപ്പെടെയുള്ള സാംസ്കാരിക ജീവിതത്തിന്റെ അടരുക

ളെയും സ്വാധീനിക്കത്തക്കവിധമാണ് പ്രവർത്തിക്കുന്നത്. ഒരു രാജ്യം ഒരു മതം ഒരു ദേശീയത എന്ന ആർഎസ്എസ് മുദ്രാവാക്യത്തിനിണങ്ങുംവിധം സാംസ്കാരിക ഘടനയെ മാറ്റാനുള്ള ആസൂത്രിത ശ്രമങ്ങൾ നടക്കുന്നുണ്ട്. പിന്തിരിപ്പനും കാലഹരണപ്പെട്ടതുമായ ആചാരങ്ങളും വിശ്വാസങ്ങളും പുനരുജ്ജീവിപ്പിക്കാൻ പരിവാർ സംഘടനകൾ ശ്രദ്ധാലുക്കളാണ്."

ശനിയാഴ്ച ഞങ്ങൾ നാട്ടിലേക്ക് തിരിച്ചു. കണക്കിന്റെ പുസ്തകം എഴുതണം എന്നൊരാഗ്രഹം ഉണ്ട്. ഒരു മാസത്തോളം ഞാനുണ്ടാവില്ല എന്ന് സന്തോഷേട്ടനോടു പറഞ്ഞു. നാട്ടിലെത്തി രണ്ട് ദിവസമേ അവിടെ നിന്നുള്ളു. അപ്പോഴേക്കും ജയേട്ടൻ എറണാകുളത്ത് വരാൻ പറഞ്ഞു. ഞാൻ എഴുതാനുദ്ദേശിക്കുന്ന കണക്കിന്റെ പുസ്തകം പിറവത്തെ ചിന്മയാ ആശ്രമത്തിൽ നിന്നെഴുതാമെന്ന് പറഞ്ഞു. എന്റെ അമ്മയോട് മദ്ധ്യപ്രദേശിലെ അനുഭവങ്ങൾ പങ്കുവെച്ചു. ഓരോരുത്തരുടെയും തലേലെഴുത്താണത് എന്നാണ് അമ്മ പറഞ്ഞത്. തൊട്ടുകൂടായ്മയും തീണ്ടലും ഉള്ള കാലത്ത് നമുക്കൊരു തമ്പുരാന്റെ ഇല്ലത്തുനിന്നും ഭക്ഷണം കിട്ടിയിരുന്നു എന്ന അമ്മയുടെ വാക്കുകൾ. "ഭക്ഷണം കിട്ടി..... അത് അവർ തിന്നതിന്റെ ബാക്കി പാളയിലാ വിളമ്പിയത് എന്ന വ്യത്യാസമേ ഉള്ളൂ" എന്ന് പറഞ്ഞ് അച്ഛൻ ഖണ്ഡിച്ചു. അമ്മ അതുകേട്ട് ചിരിക്കുകയും ചെയ്തു.

അവിടെനിന്നും ഞാൻ എറണാകുളത്തേക്ക് പോയി. അവിടെ വച്ചാണ് .... എന്നൊരാളെ ജയേട്ടൻ പരിചയപ്പെടുത്തിത്തന്നത്. ജോലി രുദ്രാക്ഷം, ഗോമൂത്രം എന്നിവ വില്ക്കലാണ്. ആദ്യകാല സംഘ പ്രചാരകനാണ്. 1,00,000 രൂപ വില വരുന്ന ഏകമുഖ രുദ്രാക്ഷം വരെ വില്പനക്കുണ്ട്. ഇദ്ദേഹവും ഭക്തിയിലൂടെ ഭയം സൃഷ്ടിച്ച് രുദ്രാക്ഷം വാങ്ങിപ്പിക്കും. നേപ്പാളിലെയും ഭൂട്ടാനിലെയും കല്ലുകൾ വീട്ടിൽ വെച്ചാൽ പോസിറ്റീവ് എനർജി ഉണ്ടാകുമെന്നാണ് പറയുന്നത്. ഏതായാലും ഇയാൾ നേപ്പാളിലും ഭൂട്ടാനിലും പോയിട്ടില്ല. ഹൈദരാബാദിൽ സംഘ കാര്യാലയത്തിൽ നിന്ന് വാങ്ങിക്കുന്നതാണിതെന്ന് ഇദ്ദേഹത്തിന്റെ ഭാര്യ എന്നോട് പറഞ്ഞിരുന്നു. ഇന്ത്യയിലെ ചില ഗ്രാമങ്ങളിൽ നിന്ന് സ്വയം സഹായ സംഘങ്ങൾ വഴി കാര്യാലയത്തിൽ എത്തി അവിടെ നിന്നും ശേഖരിക്കുന്നതാണിത്. എല്ലാ ജില്ലകളിലും ഇയാൾ രുദ്രാക്ഷ പ്രദർശനം വയ്ക്കാറുണ്ട്.

ജയേട്ടൻ എന്നെ സ്വകാര്യമായി വിളിപ്പിച്ചു നാഗ്പൂരിലെ ബൈഠക്കിൽ തീരുമാനിച്ച പ്രകാരം കേരളത്തിൽ ഞങ്ങളൊരു സെൽ രൂപീകരിച്ചിട്ടുണ്ട്. ...... എന്നാണിതിനെ വിളിക്കുന്നത്. വലിയ ബിരുദദാരികളായ പെൺകുട്ടികളിലൂടെ വിപുലപ്പെടുത്താനാണ് തീരുമാനം. വിദേശ രാജ്യങ്ങളിൽ ജീവിക്കുന്ന സ്വയം സേവകരുടെ പെൺകുട്ടികളെ നാഗ്പൂരിൽ നിന്നുതന്നെ ട്രെയിനിങ് കഴിച്ച് വിവിധ മേഖലകളിൽ സേവനം ചെയ്യുന്ന ആളുകളെ സ്വാധീനിച്ച് 10 വർഷത്തെ പ്രവർത്തന

അജണ്ട നിശ്ചയിച്ചിട്ടുണ്ട്. ഉദ്യോഗസ്ഥന്മാർ നമ്മെ സഹായിക്കും. കണ്ണൂരിൽ ഞങ്ങൾക്ക് യുദ്ധകാലാടിസ്ഥാനത്തിൽ ഒരു പദ്ധതിയുണ്ട്. വിജയിക്കാനായാൽ കുറച്ച് മാറ്റങ്ങൾ വരുത്താൻ കഴിയും. നമുക്കൊരാളെ കാണാൻ പോകാമെന്നുപറഞ്ഞ് തൃപ്പൂണിത്തുറയിലേക്ക് പോയി. അവിടെ ഒരു വീട്ടിൽ റിഷി എന്നൊരാളെ പരിചയപ്പെട്ടു. വ്യവസായിയാണെന്ന് അറിഞ്ഞു. വൈറ്റിലയിലെ ഒരു ഹോട്ടലിൽ അദ്ദേഹത്തിന്റെ കാറിൽ ഞങ്ങളൊരുമിച്ചാണ് വന്നത്. ബി ജെ പി യുടെ മുരളീധരനുമുണ്ടായിരുന്നു. ഹോട്ടൽ മുറിയിൽ മുരളിയേട്ടനാണ് ചർച്ച തുടങ്ങിയത്. കണ്ണൂരിലെ ജനങ്ങൾക്ക് മുത്തപ്പൻ ഒരു വികാരമാണ്. കുന്നത്തൂർപാടി, പുരളിമല, പറശ്ശിനിക്കടവ് എന്നിവിടങ്ങളിൽ തീർത്ഥാടന പ്രവാഹമാണ്. ഇവ മൂന്നിലും നമ്മുടെ സംഘടനയ്ക്ക് യാതൊരു ബന്ധവും ഇല്ല. നമുക്ക് കണ്ണൂരിൽ മുത്തപ്പന്റെ പേരിലൊരു ഹെറിറ്റേജ് ടൂറിസം നടപ്പിൽവരുത്തി ലോകശ്രദ്ധ ആകർഷിക്കണം. കുറേ ആളുകൾക്ക് ജോലി, വിദേശഫണ്ട് എന്നിവ മുതൽക്കൂട്ടാവും. അതിനൊരു പദ്ധതിയുമായാണിവിടെ എത്തിയിരിക്കുന്നത്. കണ്ണൂർ ജില്ലയിൽ പുഴക്കരയിലെ കല്ലിൽ കിടന്ന കുട്ടിയെ പാടിക്കുറ്റി (മുത്തപ്പന്റെ വളർത്തമ്മ) എടുത്ത് വളർത്തിയതാണ്. വളർന്നത് പറശ്ശിനിക്കടവിലാണ്. ആ കല്ലും സ്ഥലവും ഇപ്പോഴുമുണ്ട്. പക്ഷേ, ആ സ്ഥലത്തിന് ഇന്നത്ര പ്രാധാന്യമില്ല. അവിടെ എല്ലാ വർഷവും തെയ്യം കഴിക്കാറുണ്ട് എന്നുമാത്രമേ ഉള്ളൂ. ആ മഠപ്പുര നമ്മുടെ കൈവശമാക്കണം. അതിനൊരു തന്ത്രമുണ്ട്. റിഷിയും ഭാര്യയും കുട്ടിയും സുധീഷും കണ്ണൂരിൽ ട്രെയിനിൽ പോകുന്നു. അവിടെ റെയിൽവേ സ്റ്റേഷനിൽ നമ്മുടെ സ്വയം സേവകർ കാറുമായി കാത്തുനില്ക്കും. അദ്ദേഹത്തിന്റെ കൂടെ നിങ്ങൾ അവിടെ പോവുക. ശ്രീധരൻ എന്ന വേറൊരു സ്വയം സേവകൻ നിങ്ങളെ അനുഗമിക്കും. ഒരു ജ്യോതിഷിയുടെ പ്രവചനത്തിൽ പൂർവ്വികസ്ഥാനം ഇവിടാണെന്നും അവിടെ മുത്തപ്പന് കേന്ദ്രമുണ്ടെന്നും അവിടെ ചില ബുദ്ധിമുട്ട് അനുഭവപ്പെട്ടതായി ദൈവവിളി കണ്ടിരുന്നെന്നും നിങ്ങൾ അവരെ ധരിപ്പിക്കണം. നിങ്ങൾ അവിടെ വരുന്ന കാര്യം മുൻകൂട്ടി പറഞ്ഞിട്ടുണ്ട്. 25,000 രൂപ അവരുടെ കൈയിൽ നേർച്ചയ്ക്കായി ഏല്പിക്കണം. തെയ്യത്തിന്റെ സമയമായതുകൊണ്ട് പണത്തിന് അത്യാവശ്യം കാണും. മൊത്തത്തിൽ ഒരു കമ്മിറ്റി ഉണ്ടാക്കി. മഠപ്പുര നവീകരിക്കാൻ ഞാനും സഹായിക്കുമെന്ന് സമ്മതിക്കണം. രക്ഷാധികാരിയായി അദ്ദേഹത്തെ വച്ച് ഒരു ട്രസ്റ്റിന് രൂപം നല്കുക. ബാക്കി അംഗങ്ങൾ നമ്മുടെ വ്യവസായികളായ സ്വയംസേവകരായിരിക്കും. ആ മഠപ്പുരയുടെ മുകളിൽ ഒരു ക്രിസ്ത്യാനിക്ക് കുറച്ചു സ്ഥലമുണ്ട്. അവിടെ കൃത്രിമ ജലാശയത്തോടുകൂടി മുത്തപ്പന്റെ ജീവിതകഥ അനുസ്മരിപ്പിക്കുന്ന ചരിത്രസ്മാരകം പണിയണം. അതിന്റെ രൂപരേഖ കമ്പ്യൂട്ടറിൽ കാണിച്ചു തന്നു. വിനോദസഞ്ചാരത്തിന്റെ മുത്തപ്പൻ മാതൃക. 5 കോടിയുടെ പ്രൊജക്ടായിരുന്നു അത്. ആ സ്ഥലം ക്രിസ്ത്യാനിക്ക് മാത്രമേ കൊടുക്കൂ. അത് സാര

മില്ല. ക്രിസ്ത്യാനിയായ കുര്യൻചേട്ടനോട് സ്ഥലം എടുക്കാൻ പറഞ്ഞ് പിന്നീട് നമ്മുടെ ട്രസ്റ്റിൽ എഴുതാം. ഇത്രയും പറഞ്ഞശേഷം കുറെ നാട്ടു കാര്യങ്ങളിലേക്കൊക്കെ സംഭാഷണം പോയി. ശേഷം റിഷിയേട്ടന്റെ വീട്ടിൽ കിടന്ന് രാവിലെ കണ്ണൂർ എക്സ്പ്രസിന് പോകാൻ തീരുമാനിച്ചു. സംഭാഷണം അവസാനിച്ചു. റിഷിയേട്ടന്റെ വീട്ടിൽ എത്തി നാളത്തെ കാര്യം ഭാര്യയോട് അദ്ദേഹം അവതരിപ്പിച്ചു. മുൻപ് പറഞ്ഞപോലെ രാവിലത്തെ കണ്ണൂർ എക്സ്പ്രസിനു ഞങ്ങൾ കണ്ണൂരെത്തി. അവിടെ ഒരു സ്വയംസേവകൻ കാറുമായി വന്നിട്ടുണ്ടായിരുന്നു. വഴിയിൽ നിന്ന് ശ്രീധരേട്ടൻ കയറി മഠപ്പുരയിലെത്തി. തെയ്യത്തിന്റെ മുന്നൊരുക്കത്തിൽ നില്ക്കുന്ന അവർ ഞങ്ങളെ സ്വീകരിച്ചു. കാര്യങ്ങൾ അവതരിപ്പിച്ചു. ഞങ്ങൾ പറഞ്ഞതൊക്കെ അംഗീകരിച്ചു. അവിടെനിന്നും ഉച്ചഭക്ഷണ കഴിച്ച് ക്രിസ്ത്യാനിയുടെ സ്ഥലം നോക്കാൻ പോയി. "ഞങ്ങളുദ്ദേശിച്ച പ്രൊജക്ടിന് ധാരാളം" എന്ന് ആ സ്ഥലം കാണാൻ പോയപ്പോൾ റിഷിയേട്ടൻ പറഞ്ഞു. വൈകുന്നേരമായപ്പോൾ എല്ലാവരോടും യാത്രപറഞ്ഞ് 25,000 രൂപ അവർക്ക് നല്കി. കുറേ സന്തോഷത്തിന്റെ നിമിഷങ്ങൾ സമ്മാനിച്ച് വീണ്ടും കാണാമെന്ന് പറഞ്ഞ് ഞങ്ങൾ അവിടെ നിന്ന് തിരിച്ച് എറണാകുളത്തേക്ക് മടങ്ങി. അവർ തൃപ്പൂണിത്തുറയിലേക്കും ഞാൻ പ്രാന്തകാര്യാലയത്തിലേക്കുമാണ് പോയത്.

രണ്ട് ദിവസം കാര്യാലയത്തിൽത്തന്നെ നിന്നു. ജയേട്ടൻ വന്നു. അദ്ദേഹം പറഞ്ഞു, മടിക്കേരിയിൽ പോകണം അവിടെ നമ്മുടെ സെല്ലിന്റെ പെൺകുട്ടികൾക്ക് വേണ്ടി (അതായത് നാഗ്പൂരിൽ ട്രെയിനിങ് കഴിഞ്ഞവർ) ഒരാഴ്ചത്തെ ശിബിരം നാളെ തുടങ്ങും. രണ്ടു ദിവസം വേദഗണിതം അവരെ പഠിപ്പിക്കണം. സുധീഷിന്റെ പ്രവർത്തനങ്ങൾ അവരോട് പങ്കുവയ്ക്കുകയും വേണമെന്ന് പറഞ്ഞതനുസരിച്ച് മടിക്കേരിയിലേക്ക് യാത്രയായി. ഞാൻ മടിക്കേരിയിലെത്തി. അവിടെയുള്ള ഹോസ്പിറ്റലിലാണ് ക്യാമ്പ് നടക്കുന്നത്. ആ ഹോസ്പിറ്റലിന്റെ ഏറ്റവും മുകളിലത്തെ നിലയാണ് ക്യാമ്പിന്റെ സ്ഥലം. ഞാൻ മുകളിൽ കയറി. ക്യാമ്പംഗങ്ങൾ മുമ്പ് അവർക്ക് നല്കിയ നിർദ്ദേശമനുസരിച്ച് എന്നെ സ്വീകരിച്ചു. 30 പേരടങ്ങുന്ന പെൺകുട്ടികളുണ്ട്. ഉയർന്ന വിദ്യാഭ്യാസമുള്ളവർ. ചാണക്യന്റെ *അർത്ഥശാസ്ത്ര*വും, *മഹാഭാരത*ത്തിലെ ശകുനിയുടെ കുടിലതന്ത്രങ്ങളും നാഗ്പൂരിൽ നിന്ന് അരച്ച് കലക്കികുടിച്ചവരായിരുന്നു അവരെല്ലാവരും. ജയേട്ടൻ പറഞ്ഞതനുസരിച്ച് എന്റെ വേദഗണിതക്ലാസ് അവിടെ എടുത്തു. കേരളത്തിൽ വിവിധ പഞ്ചായത്തിൽ പ്രവർത്തിക്കുന്ന പഞ്ചായത്ത് സെക്രട്ടറിമാർ, ഉയർന്ന ആസൂത്രണ ഉദ്യോഗസ്ഥർ എന്നിവരൊക്കെ അവർക്ക് ക്ലാസുകളെടുക്കാൻ വന്നിരുന്നു. വ്യത്യസ്ത വിഭാഗങ്ങളായി തിരിച്ച് ഓരോ ഗ്രൂപ്പിനും ഓരോ ദൗത്യം അവിടെ നിന്നും നല്കും. 10 വർഷം വ്യക്തമായ പ്രവർത്തന അജണ്ട അവരുടെ മുൻപിലുണ്ട്. വളരെ മന്ദഗതിയിലാണ് അവരുടെ പ്രവർത്തന രീതി. വിശ്വാമിത്രന്റെ കഠിന തപസ്സ് ഇളക്കിയ മേനകയുടെ

സൗന്ദര്യത്തെപറ്റി വ്യാസനെഴുതിയതു പോലുള്ള രൂപാകൃതിയിലുള്ള ആ 30 പേർക്ക് ആരേയും വശീകരിക്കാനും വരുതിയിലാക്കാനും കഴിയുമെന്നത് എനിക്ക് മനസ്സിലായി. ആദിവാസി പെൺകുട്ടികൾക്ക് ആയുധപരിശീലനം നല്കുന്നതിന്റെ ഭാഗമായി 4 പേരടങ്ങുന്ന കുട്ടികൾ എന്റെ കൂടെ നാട്ടിൽ വന്നു. എന്റെ വീട്ടിൽ ഒരു ദിവസം തങ്ങി. അവർ ആറളത്തുപോയിരുന്നു. പിന്നീട് ഞാൻ നാട്ടിൽ നിന്നും ഗണിതപുസ്തകം എഴുതാൻ പിറവത്ത് ചിന്മയാശ്രമത്തിലേക്കാണ് പോയത്. അവിടെ നിന്നാണ് എന്റെ പുസ്തകം ഞാൻ പൂർത്തിയാക്കുന്നത്. ആ പുസ്തകത്തെക്കുറിച്ച് നിരവധി പത്രങ്ങളിൽ എഴുതിയിരുന്നു. "ഈസി മാത്സ്" എന്നാണ് ആ ബുക്കിന് പേര് കൊടുത്തത്. ശേഷം ബോംബെയിലേക്ക് തിരിച്ചുപോയി. സന്തോഷേട്ടൻ കണ്ണൂരിൽ നിന്നാണ് വണ്ടികയറിയത്. ഞങ്ങൾ ബോംബെയിൽ ചില മലയാളികളുടെ പരിപാടികളിലൊക്കെ പങ്കെടുത്തിരുന്നു. വിദേശത്ത് ഹിന്ദു വിശ്വവിഭാഗ് എന്ന പേരിലാണ് സംഘം പ്രവർത്തിക്കുന്നത്. അവർ വനവാസികളെ വശീകരിക്കാൻ വേണ്ടി ഇലക്ട്രോണിക് ഉപകരണങ്ങൾ, സൗന്ദര്യ വർദ്ധക വസ്തുക്കൾ എന്നിവ അടങ്ങുന്ന പെട്ടികൾ കപ്പൽ വഴി ബോംബെ കാര്യാലയത്തിലെത്തിക്കും. പെട്ടികളുടെ എണ്ണമൊക്കെ കാര്യാലയത്തിൽ കിട്ടിയിട്ടുണ്ട്. അസമിലേക്കാണ് പോയത്. 150 പെട്ടിയുമായാണ് അസമിലേക്ക് അവിടേനിന്ന് യാത്രയായത്. രണ്ട് ദിവസത്തെ യാത്രവേണം. ഗുവാഹത്തിയിൽ എത്താനാണ് സംഘ നിർദ്ദേശം. തണുപ്പ് കാലാവസ്ഥ തന്നെയായിരുന്നു അസമിലേതും. കാര്യാലയം റെയിൽവേ സ്റ്റേഷനിൽ നിന്നും വളരെ അകലെയാണ്. സംഘവ്യാപനം പൊതുവേ കുറവാണ്. ട്രെയിനിൽ നിന്നിറങ്ങി സാധനങ്ങൾ മറ്റൊരു വണ്ടിയിൽ അവിടത്തെ സ്വയംസേവകർ കാര്യാലയത്തിലെത്തിച്ചു. ഞങ്ങൾ കാറിലാണ് കാര്യാലയത്തിലെത്തിയത്. ബോംബെയിൽ നിന്ന് വിളിച്ചു പറഞ്ഞതുകൊണ്ട് കാത്ത് വേണ്ടി വന്നില്ല. എത്തുമ്പോൾ തന്നെ രാത്രിയായിരുന്നു. വിശ്രമിക്കാൻ റൂം നല്കി. രാവിലെ ശാഖയുണ്ട്. സ്വയംസേവകരൊക്കെ കുറവാണ്. രമേശൻ എന്ന തലശ്ശേരിക്കാരനായ വനവാസി പ്രവർത്തകൻ അവിടെ രാവിലെ വന്നിരുന്നു. വ്യത്യസ്ത രീതിയിലാണ് സംഘം അസമിൽ പ്രവർത്തിക്കുന്നത്. വനവാസി മേഖലകളിൽ നിരവധി വിദ്യാലയങ്ങളിലൂടെയാണ് സംഘം വ്യാപിപ്പിക്കുന്നത്. നല്ല മികവ് പ്രവർത്തനത്തിൽ കാഴ്ചവയ്ക്കുന്നവർക്ക് സമ്മാനമായാണ് ഞങ്ങൾ കൊണ്ടുവന്ന പെട്ടി കൊടുക്കുന്നത്. മതപരിവർത്തനവും മതതീവ്രവാദവും ഒരുപാടുള്ള മേഖലയാണ്. തൊഴിലവസരവും വിദ്യാഭ്യാസവും വാതിൽക്കൽ പോലും എത്താത്ത സ്ഥലങ്ങളുണ്ട് അസമിൽ. കൃഷിയെ ആശ്രയിച്ച് കഴിയുന്ന സമൂഹം. അവരെ നയിക്കാൻ ഒരു ഗവൺമെന്റ് ഉണ്ടോ എന്നതുപോലും സംശയമാണ്. വളരെ തന്ത്രപരമായിട്ടാണ് സംഘടനാ പ്രവർത്തനം നടത്തുന്നത്. കോൺവെന്റ് സ്കൂളിൽ പഠിക്കുമ്പോൾത്തന്നെ ക്രൈസ്തവ മതാശയം

ഇവിടത്തെ കുട്ടികളെ സ്വാധീനിക്കുന്നതായി സംഘടന കരുതുന്നു. വലിയ ഉദ്യോഗസ്ഥന്മാർപോലും ക്രൈസ്തവ മതം പ്രചരിപ്പിക്കുന്നതായി സംഘ ദൃഷ്ടിയിലുണ്ട്. ഇവിടെ സംഘം മറ്റൊരു തന്ത്രമാണ് ഉപയോഗിക്കുന്നത്. ഇവിടത്തെ സവർണ്ണ ജന്മികളുടെ മക്കൾ ഇന്ത്യയുടെ വിവിധ ഭാഗങ്ങളിലുള്ള സംഘവിദ്യാലങ്ങളിൽ പഠിക്കുന്നുണ്ട്. എറണാകുളത്തെ സരസ്വതി വിദ്യാലയത്തിലടക്കം ഇവിടത്തെ കുട്ടികളെ പഠിപ്പിക്കുന്നുണ്ട്. അവർക്കവിടെ പ്രത്യേക പരിശീലനം നല്കും. ഉന്നതവിദ്യാഭ്യാസം സംഘടനതന്നെ അവർക്കു നല്കും. ഇതിന് പെൺകുട്ടികളെ ഉപയോഗിച്ചാണ് തന്ത്രങ്ങൾ ആവിഷ്കരിക്കുന്നത്. മതപരിവർത്തനത്തിന് ഏറ്റവും കൂടുതൽ സഹായം ചെയ്യുന്ന ഹിന്ദുക്കളുടെ പേരുകൾ നല്കും. ഉദാഹരണമായി ഞങ്ങൾ അവിടെ എത്തിയതിന്റെ 3 ദിവസം മുമ്പ് ഒരു സംഭവമുണ്ടായി. അവിടത്തെ പ്രശസ്ത അഭിഭാഷകൻ ക്രൈസ്തവ മതപ്രചാരകനായിരുന്നു. അയാളെ പെൺകുട്ടികളെ കൊണ്ട് വശീകരിപ്പിച്ച് ഹോട്ടൽമുറി എടുപ്പിച്ചു. അവിടെനിന്ന് കാമകേളികൾ രഹസ്യക്യാമറയിൽ പകർത്തി കുറച്ച് കഴിഞ്ഞ് സ്വയംസേവകരെത്തി. കല്യാണം കഴിക്കാമെന്ന് സമ്മതപത്രത്തിലെഴുതിവാങ്ങിയ ശേഷം കാര്യാലയത്തിൽ 2 ദിവസം താമസിപ്പിച്ച് മതപരിവർത്തനം ഉണ്ടാക്കി. 'ഏതെങ്കിലും തരത്തിൽ നിങ്ങൾ മുൻ നടപടിക്രമങ്ങൾ ചെയ്യാനിടയായി എന്ന് സംഘത്തിന് ബോദ്ധ്യം വന്നാൽ അറിയാലോ' എന്ന താക്കീതും നല്കി പറഞ്ഞയച്ചു. ഇത്തരം തന്ത്രങ്ങൾ ഇല്ലായിരുന്നെങ്കിൽ ഹിന്ദുമതം തന്നെ അവിടെ ഉണ്ടാകില്ല എന്നാണ് രമേശേട്ടൻ പറഞ്ഞത്. ഹിന്ദുമതത്തെ തകർക്കുന്നത് ഇവിടത്തെ ഉയർന്ന ജാതീയചിന്തകൾ തന്നെയാണെന്നാണ് പറഞ്ഞത്. അല്ലെങ്കിൽത്തന്നെ ഈ ഹിന്ദുമതവും അത് ഭാരതത്തിന്റെ പൈതൃകവുമാണെന്ന വാദവും എത്രമാത്രം പൊള്ളയാണ്. "ഇന്നത്തെ സമൂഹത്തിന്റെ സാമാന്യബോധം കരുതുന്നത് ഹൈന്ദവത ഇന്ത്യയിലെ മുസ്ലീം, ക്രിസ്ത്യൻ തുടങ്ങിയ പ്രത്യേകവിഭാഗങ്ങൾ ഒഴികെയുള്ളവരുടെ മതമാണെന്നാണ്. ഈ പൊതുവിശ്വാസത്തിലെ ഒരു വൈരുദ്ധ്യം ശ്രദ്ധിക്കുന്നത് രസാവഹമായിരിക്കും. അതായത്, ഹിന്ദു, ഹൈന്ദവ എന്നീ സംജ്ഞകൾ 18-ാം നൂറ്റാണ്ടിന്റെ അവസാനത്തിലാണ് രൂപംകൊണ്ടത്. അത് ആദ്യമായി ഉപയോഗിച്ചതാവട്ടെ, ബ്രിട്ടീഷ് ഭരണാധികാരികളും. ഇന്ത്യയുടെ സത്ത ഒരു വിഭാഗം ഹിന്ദുക്കളുടെ ക്ലാസിക്കുകളായ - വേദം, മനുസ്മൃതി, ശാസ്ത്രങ്ങൾ - തുടങ്ങിയ പരമ്പരാഗത ആശയങ്ങളിലാണ് അടങ്ങിയിരിക്കുന്നത് എന്നവർ കരുതി. ചുരുക്കത്തിൽ അവയെ പിന്തുണച്ചതും വിശദീകരിച്ചതും ബ്രാഹ്മണരായിരുന്നു. ഇത് ബ്രിട്ടീഷുകാർ സ്വാംശീകരിക്കുക മാത്രമല്ല, ഔദ്യോഗികമായ അംഗീകാരവും നല്കിയ ബ്രാഹ്മണനിയമങ്ങൾ എല്ലാ അമുസ്ലീം ജാതികൾക്കും ബാധകമാക്കുന്ന നിയമവ്യവസ്ഥ സൃഷ്ടിച്ചുകൊണ്ട് ഒരു പുതിയ ബ്രാഹ്മണ ആധിപത്യത്തിന് രൂപം നല്കി. ബ്രാഹ്മണാധിപത്യത്തെ അംഗീകരിച്ചുകൊണ്ട് ബ്രാഹ്മ

ണരെ ഗുമസ്തന്മാരായും, സഹായികളായും നിയോഗിച്ചു. ഈ കെട്ടു കഥകൾ "ഇന്ത്യ ഒരു ഹിന്ദു സമൂഹമാണ്" എന്ന് പ്രചരിപ്പിച്ചു.

സവർണ്ണൻമാരായ സ്വയം സേവകരുടെ കുത്തഴിഞ്ഞ പ്രവർത്തനം വല്ലാത്ത ആപ ത്ത് വരുത്തുന്നതായാണ് രമേശേട്ടൻ പറഞ്ഞത്. അങ്ങനെയൊരു സംഭവം വിവരിച്ചു തന്നു. ഒരിക്കൽ ഒരു വനവാസി ക്ഷേത്രത്തിൽ ഗണപതിക്ഷേത്രം നിർമ്മിക്കണം. ഗണപതിയെ പ്രതിഷ്ഠിക്കാൻ ഇവിടത്തെ സംഘ നേതാവിനോട് അവിടത്തെ മൂപ്പൻ അനുവാദം ചോദിച്ചു. അനുവാദം നല്കിയില്ല. ഗണപതിയെ പൂജിക്കാൻ ദളിതന് അനുവാദമില്ലാ എന്നും സവർണ്ണന് മാത്രമാണ് അധികാരമെന്നും കള്ളം പറഞ്ഞു. എവിടെ നിന്നോ ആരോ നല്കിയ ഗണപതിയെ മൂപ്പൻ പ്രതിഷ്ഠിച്ചു. ഈ സംഭവമറിഞ്ഞ നേതാവ് ആ ക്ഷേത്രമടക്കം അഗ്നിക്കിരയാക്കി. മൂപ്പനെയും കുടുംബാംഗങ്ങളെയും കാര്യാലയത്തിന്റെ ചുറ്റിലും വൃത്തിയാക്കിപ്പിച്ചു. ഇത്തരം മോശമായ സംഭവങ്ങളാണ് ഇവിടെ അരങ്ങേറുന്നത്. സവർണ്ണരായ സ്വയംസേവകർ സ്വേച്ഛാധി തികളെ പോലെയാണ് ഇവിടത്തെ ദളിതരോട് പെരുമാറുന്നത്. ജാതീയതയുടെ വിളനിലമാണിവിടം. അന്ധവിശ്വാസങ്ങൾ വർ ദ്ധിച്ചിരിക്കുന്നു. ജീവിതമൂല്യങ്ങൾ ഇല്ലാത്ത അവസ്ഥ. സവർണ്ണൻ ദളി തനോട് കാണിക്കുന്ന വിവേചനങ്ങളാണ് സത്യത്തിൽ മതപരിവർ ത്തനത്തിലേക്ക് നയിക്കുന്നത്. തനിക്ക് സമൂഹത്തിൽ ജീവിക്കാൻ നിവർത്തിയില്ലാതെ വരുമ്പോൾ ഒരുവന് വരുന്ന പ്രതിഷേധമാണ് ക്രൈസ്തവമതം സ്വീകരിക്കാനിടയാക്കുന്നത്. ദുരിതകയത്തിൽ നിന്നും ദുരിതത്തിലേക്ക് നീങ്ങുന്ന കാഴ്ച ഞാനവിടെ കണ്ടിരിക്കുന്നു. 20 വർ ഷമായി ഈ മേഖലയിൽ പ്രവർത്തിക്കുന്ന പ്രവർത്തനാനുഭവം എനി ക്കുണ്ടെന്ന് രമേശേട്ടൻ പറഞ്ഞു. അവിടെ നിന്നും ബോംബെയിലേക്ക് തിരിച്ചു വന്നു. ശേഷം യു പിയിലേക്ക് പോയി. വാരണാസിയിലേക്കാണ് പോയത്. 29 മണിക്കൂർ യാത്രയാണ് ബോംബെയിൽ നിന്ന് വാരണാ സിയിലേക്ക്. രാമന്റെ ജന്മസ്ഥലം. നിരവധി ആശ്രമങ്ങളും, പുണ്യസ്ഥല ങ്ങളുംകൊണ്ടു പുകൾപെറ്റ ഗംഗയുടെ പ്രഭാവം കൊണ്ടും പുണ്യമായ നാട്. ലോകത്തിലെവിടെയുമുള്ള ഹിന്ദുവിന് മോക്ഷഭൂമിയാണ് വാരണാസി. പതിനായിരക്കണക്കിന് സന്ന്യാസിവര്യന്മാരാൽ പവിത്രമായ സ്ഥലം. വാരണാസിയിലെത്തി. അവിടത്തെ കാര്യാലയം രാമന്റെ പേരിലാണ്. അവിടേക്കുള്ള സ്വയംസേവകർ വന്ന് ട്രെയിനിൽ നിന്ന് സാധനങ്ങൾ കാര്യാലയത്തിലെത്തിച്ചു. തണുപ്പുണ്ട്. ഗംഗയുടെ തീരത്തൂടെ നടന്നു.

രാമന്റെ ത്രേതായുഗവും കൃഷ്ണന്റെ ദ്വാപരയുഗത്തിലും തുടങ്ങി 4 യുഗങ്ങളും നെഞ്ചിലേറ്റി പരിലസിച്ച പുണ്യവതിയായ ഗംഗ മലീമസമായിരിക്കുന്നു. മനുഷ്യന്റെ മനസ്സുപോലെ അവൾക്കുമുണ്ട് മാറ്റം. മാലിന്യം പതഞ്ഞു പൊങ്ങിക്കിടക്കുന്ന ഗംഗ ഇതൊന്നുമറിയാതെ പരന്ന് വിസ്തൃതമായി കിടക്കുന്നു. സംഘത്തിന്റെ മറ്റൊരു തലമാണ്

ആർ എസ് എസ് ഭീകരതയുടെ മുഖം

യു പി ദളിതനായ ഗുഹനെ വാരിപ്പുണർന്ന രാമന്റെ അയോദ്ധ്യയിൽ പോലും ജാതിചിന്തകൾകൊണ്ടു മനുഷ്യനെ മറച്ചിരിക്കുന്ന സ്ഥലമാണ്. ശാഖയിലും ജാതീയതയുണ്ട്. വിവിധ ജാതികൾക്ക് പ്രത്യേകം പ്രത്യേകം ശാഖകളാണുള്ളത്. 'മീര' എന്ന കാടത്തം നിറഞ്ഞ ആചാരം ഇന്നും അവിടെ നിലനില്ക്കുന്നു. ഭർത്താവ് നഷ്ടപ്പെട്ട സ്ത്രീയെ പൂജാ വിധികളോടെ ഏതെങ്കിലും ആശ്രമമുറ്റത്ത് തള്ളും. വൃന്ദാവനത്തിലാണ് മിക്കവാറും തള്ളുക. കൃഷ്ണന്റെ ജന്മസ്ഥലം. പിന്നീട് അവർ വ്യഭിചാരികളായി മാറും. ചെറിയ തുകയ്ക്ക് ശരീരം വിറ്റു കഴിയേണ്ടിവരുന്ന അമ്മമാർ ഇന്നും അവിടെയുണ്ട്. ഭർത്താവ് മരിച്ചാൽ ആത്മഹത്യ ചെയ്യുന്ന സ്ത്രീകൾ കൂടുതലാണ്. സതി എന്ന ആചാരം ചിതയിലൂടെ വേണമെന്നില്ലല്ലോ. ചെറിയ ചെറിയ പ്രദേശം ഇന്നും അന്ധവിശ്വാസത്തിലും അനാചാരത്തിലും നിറഞ്ഞു നില്ക്കുന്നു. പ്രേതവും യക്ഷിയുമായി സ്വതന്ത്രമായി വിഹരിക്കുന്നു. ഈ പേരിലാണ് പെൺ വാണിഭവും വ്യഭിചാരവും അവിടെ അരങ്ങേറുന്നത്. അയോദ്ധ്യയിൽ ക്ഷേത്രം വേണമെന്ന് അവിടത്തുകാർക്ക് വലിയ നിർബ്ബന്ധമൊന്നുമില്ല. ഭാരതത്തിലെ രാജനൈതിക രംഗം കീഴടക്കാൻ രാമൻ ഒരു വികാരമാണ് എന്ന് അറിയുന്ന സംഘത്തിന്റെ കൂർമ്മബുദ്ധിയിൽ ഉദിച്ച ഒന്നാണ് 'ബാബറി മസ്ജിദ് പൊളിക്കലും രാമക്ഷേത്ര നിർമ്മാണവും'. ആ പ്രക്ഷോഭത്തിൽ ദളിതനാണ് പങ്കെടുത്തത്. അവരാണ് കൊല്ലപ്പെട്ടതും. സവർണ്ണരുടെ പേരിലുള്ള കേസുകൾ എല്ലാം തേച്ച് മായ്ച്ചുകളഞ്ഞു.

വളരെ ആസൂത്രിതമായി കലാപങ്ങളും ലഹളകളും സൃഷ്ടിക്കുമ്പോൾ ആ ചുഴിയിൽ വീണു പോകുന്നത് പാവങ്ങളായ ദളിത വിഭാഗത്തിൽ പെട്ടവരാണെന്ന് ഉത്തരേന്ത്യൻ പര്യടനം എന്നെ പഠിപ്പിച്ചു. വാരണാസിയുടെ മുഖം വിശുദ്ധമല്ല. അന്ധവിശ്വാസത്തിന്റെ വേലിയേറ്റം ബാധിച്ച അന്ധത വന്നിരിക്കുന്നു. അവിടത്തെ രാത്രികളിൽ മിന്നുന്ന തെരുവുവിളക്കുകൾ പോലും പറയുന്നത് കാമാന്ധതയുടെ കഥകളാണ്. അത്തരം വൃത്തികെട്ട സ്ഥലമായി ആ പുണ്യസ്ഥലം മാറി. ഭക്തിയോടെ നമിച്ചും പ്രതിഷേധത്തോടെ മനസ്സ് നീറിയും ഞാൻ അവിടെ നിന്നിറങ്ങി. ഇങ്ങനെ ബിഹാറും ഗുജറാത്തും രാജസ്ഥാനും മാറിമാറി കുറേ വർഷങ്ങൾ കഴിച്ചുകൂട്ടി. സ്വന്തമായി പുസ്തകം പ്രിന്റ് ചെയ്ത് അത് വിറ്റ് കഴിയുവാനുള്ള അവസാനത്തെ തീരുമാനം ധീരമായിത്തന്നെ എടുത്തു. മുംബൈയിലേക്ക് തിരിച്ചുവന്നു. അവിടെ നിന്നാണ് ഗുജറാത്ത് കലാപത്തിന്റെ യാഥാർത്ഥ്യം അവിടത്തെ മലയാളികളിൽ നിന്നറിയുന്നത്. ഒരു ഉമ്മയുടെ 4 കുട്ടികളെ അവരുടെ മുന്നിൽവെച്ച് കഴുത്ത് പിടിച്ച് സെപ്റ്റിക് ടാങ്കിലിട്ട് കൊന്ന അനുഭവം. ആ ഉമ്മയെ പീഡിപ്പിച്ച് തലയിൽ പെട്രോളൊഴിച്ച് കത്തിച്ച ദ്രോഹികളുടെ അനുഭവങ്ങളായിരുന്നു ഞാൻ കേട്ടത്. ഒരു മാസം മാത്രം പ്രായമുള്ള കുഞ്ഞിനെ അമ്മയിൽ നിന്നും കവർന്നെടുത്ത് ആകാശത്തേക്ക് എറിയാൻ ശ്രമിക്കുമ്പോൾ ആ കുഞ്ഞിന് തന്റെ പ്രിയപ്പെട്ടവർ നല്കിയ സ്വർണ്ണാഭരണങ്ങൾ ശരീരത്തിൽ കിടക്കുന്നത് രാക്ഷസന്മാർ കണ്ടു. ചുരികകൊണ്ടറുത്ത് ആ ആഭരണം കവർന്നെടുത്ത് ചോരയൊലിക്കുന്ന ആ കുഞ്ഞിനെ ആകാശത്തേക്കെറിഞ്ഞു. ആ ഉമ്മയെയും ഉപയോഗിച്ച ശേഷം കൊന്നു. യാദൃച്ഛികമായി അവിടെ എത്തിയ ഭർത്താവിനെ കയർ കഴുത്തിലിട്ട് തൂക്കിക്കൊന്നു. ഗർഭിണിയുടെ വയറ്റിൽ ശൂലമിറക്കി ഭ്രൂണത്തെ ആകാശത്തേക്കുയർത്തി ഓം കാളി വിളിച്ച വൈതാളികന്മാരുടെ ആ കഥ എന്നെ വല്ലാതെ വേദനിപ്പിച്ചു. ഞാൻ നാട്ടിലേക്ക് തിരിച്ചുവന്നു. പുസ്തകമിറക്കാനുള്ള പണം കൈയിലില്ല. ജയേട്ടൻ വിളിച്ച് ഒരുകാര്യം ആവശ്യപ്പെട്ടു. റാണി പബ്ലിക്ക് സ്കൂളിൽ ചെല്ലണം. ഏതുവിധത്തിലും അവിടെ നിന്ന് ആ വിദ്യാലത്തിൽ താമസിച്ച് പഠിക്കുന്ന ഉത്തരേന്ത്യയിലെ കുട്ടികളുടെ പേരുവിവരം ശേഖരിക്കണം. ഇതായിരുന്നു ആവശ്യം. ഞാൻ ഒരു വർഷം അവിടെ വേദഗണിത അദ്ധ്യാപകനായി ജോലിചെയ്തു. എന്റെ പുസ്തകം പ്രകാശനം ചെയ്തതും അവിടെ വച്ചായിരുന്നു. എല്ലാ ടീച്ചർമാരേയും 50,000 രൂപയുടെ വേദഗണിത കോഴ്സ് എടുപ്പിച്ചു. പകുതി മാനേജ്മെന്റാണ് നല്കിയത്. വേദഗണിത പ്രചാരകരായ പ്രീത ടിച്ചറെയും വിജയരാഘവൻ മാസ്റ്ററേയും അവിടെ വിളിച്ചു ക്ലാസെടുപ്പിച്ചു. ഹൈന്ദവിയത അവിടെ വളർത്താൻ ശ്രമം നടത്തിയിരുന്നു. മരവിച്ച മനസ്സുമായി പതുക്കെ എന്റെ പ്രവർത്തനങ്ങളിൽ നിന്നും പിന്മാറി സംഘ ഉത്തരവാദിത്വങ്ങളെല്ലാം അവസാനിപ്പിച്ചു. പ്രാന്ത പ്രചാരകന് ഞാനൊരു കത്തെഴുതി. ശരിക്കും

ഈ കത്താണ് സംഘത്തിന് എന്നേയും എനിക്ക് സംഘത്തിനേയും വെറുക്കാനിടയാക്കിയത്. കൊല്ലുമെന്ന് കൃത്യമായി അറിഞ്ഞിട്ടും കാവിയുടെ പുലരിതേടി നടന്ന ഞാൻ എന്ന യാത്രികൻ ചുവപ്പിന്റെ പുലരിതേടി വഴിയൊന്നു മാറിയപ്പോൾ എനിക്കെതിരെ അപവാദങ്ങളുടെ പെരുമഴയായി. ഈ സംഘടനയിൽ നിന്നും മാറിയാൽ ശാരീരികവും മാനസികവുമായി ഇല്ലാതാക്കാൻ ശ്രമിക്കും എന്നത് ഒരു അജണ്ടയായിട്ടാണ് നടപ്പിലാക്കുന്നത്. എന്റെ സംഘടന കഴിഞ്ഞ ഡിസംബറിൽ കളർ പേജിൽ എന്നെ വാഴ്ത്തി എഴുതിയ *ജന്മഭൂമി* പത്രം 5 മാസം കഴിഞ്ഞപ്പോൾ എന്നെ തീർത്തും മോശമായും ചിത്രീകരിച്ചു. ഞാൻ ശരിയും ശാസ്ത്രീയവുമായ വഴി തെരഞ്ഞെടുത്തതായിരുന്നു അതിനു കാരണം. പ്രാന്ത പ്രചാരക്ജിക്ക് ഞാനൊരു കത്തെഴുതി. എഴുതിയ ആ കത്തിന്റെ ഉള്ളടക്കം ഞാനിവിടെ കൂട്ടിച്ചേർക്കട്ടെ,

To

ശശിധരൻ പ്രാന്ത പ്രചാരക്

മാധവ നിവാസ്,

കൊച്ചി.

നമസ്തേ,

ഞാൻ സുധീഷ് മിന്നി. 5 വയസ്സുമുതൽ തുടങ്ങിയതാണ് എന്റെ സംഘ പ്രവർത്തനം. ഓർമ്മവെച്ച നാൾമുതൽ ഗുരുവായ ഭഗവപതാക എന്റെ ഹൃദയത്തിൽ കൊളുത്തിയുള്ള ഈ യാത്ര ഇന്നും തുടരുന്നു. എന്നെപോലെ എത്രയോ പേർ എന്റെ മുന്നിലും പിന്നിലുമായി ഈ യാത്രയിൽ പങ്കു ചേരുന്നു. പരമവൈഭവം സാദ്ധ്യമാക്കാനുള്ള ആ യാത്രയിൽ എന്റെ എത്രയോ മുന്നിലാണ് അങ്ങയുടെ സ്ഥാനം. അത്യുത്സാഹത്തോടെ ഒരു കാലത്ത് സംഘ പ്രവർത്തനം ചെയ്ത എനിക്ക് ഒരു ഭയം തോന്നുന്നു. ഈ യാത്ര തേടുന്നത് ദേവപദമല്ലെന്നൊരു തോന്നൽ. വർഷങ്ങളോളം അപരന്റെ പണം അപഹരിച്ചും കൊന്നും കുടുംബത്തെ പോറ്റിയ രത്നാകരൻ എന്ന കള്ളൻ സപ്തർഷികളിൽ നിന്നും തനിക്ക് കിട്ടിയ മന്ത്രം ധരിച്ച് 'മാനിഷാദ' എന്ന ആപ്തവാക്യത്തിലൂടെ രാമായണ കഥ നമുക്ക് നല്കിയ വാല്മീകിയായി. എന്റെ തോന്നലുകളും ഇങ്ങനെയാണ്. ഞാനിന്നുമൊരു കാട്ടാളത്വത്തിലാണോ ജീവിക്കുന്നത്. അതുകൊണ്ടാണ് ഇങ്ങനെയൊരു കത്തെഴുതുന്നത്. പറ്റുമെങ്കിൽ ഇതിനൊരു മറുപടി നല്കണമെന്ന അപേക്ഷ എനിക്കുണ്ട്. കണ്ണൂർ ജില്ലയിലെ സംഘ പ്രസ്ഥാനത്തിലൂടെ ഞാൻ നടത്തിയ യാത്രയിൽ ഞാൻ കണ്ട സ്വയം സേവകർ 'കടിഞ്ഞാണില്ലാത്ത

കാമാന്ധതയുടെ കുതിര'കളാണ്. രാവിലെ മുഴുവനും കിടന്നുറങ്ങി രാത്രികാലങ്ങളിൽ ഇരയെ തേടുന്ന മൃഗങ്ങളെ പോലെ അവരും ഇരകളെ തേടുന്നു. ശാഖ അവന് നിഷിദ്ധമാകുന്നു. ആയുധങ്ങൾ സമാഹരിക്കുകയും മൂർച്ച കൂട്ടുകയും ചെയ്യുന്നു. എങ്ങും വ്യഭിചാരവും കള്ളവും. ഇവർ തേടുന്നതെന്താണ്? കുറിയുടെയും ഫണ്ടിന്റെയും പേരിൽ നിരവധി വെട്ടിപ്പുകൾ. പണം കടംകൊടുത്ത് ഗുണ്ടാപ്പിരിവുകൾ നടത്തുന്നു. അന്യന്റെ സമ്പത്ത് പിടിച്ചുപറിക്കുന്നു. വ്യാപകമായ പരാതികളാണ് എങ്ങും ഉയർന്ന് പൊങ്ങുന്നത്. കൊടുങ്ങല്ലൂരും ഗുരുവായൂരും ചങ്ങനാശ്ശേരിയും, തൃപ്പൂണിത്തുറയിലും അങ്ങ് നിയോഗിച്ച പ്രചാരകന്മാർ ഹിന്ദുരാഷ്ട്രത്തെയല്ല സൃഷ്ടിച്ചത്. സ്വയംസേവകന്റെ ഭാര്യയേയും അപഹരിച്ച് അവർ എവിടേക്കോ കടന്നു കളഞ്ഞു. ഈ സംഭവങ്ങൾ ഞാൻ പറയാതെതന്നെ അങ്ങേയ്ക്കറിയാമല്ലോ. ത്യാഗത്തിന്റെ നിറമായ അഗ്നിവർണ്ണമുള്ള കാവിയണിഞ്ഞാണ് രാവണൻ സീതയെ അപഹരിച്ചത്. ശരിക്കും രാവണന്റെ പിന്മുറക്കാരാകുന്നുണ്ടോ അങ്ങയുടെ പ്രചാരകന്മാർ എന്നൊരു ആത്മപരിശോധന സംഘ് സ്വയം നടത്തേണ്ടത് അത്യാവശ്യമാണ്. നമ്മുടെ തൃതീയ സർസംഘചാലക് പൂജനീയ ദേവാസ്ജി പറഞ്ഞ വാക്കുകൾ എനിക്ക് ഓർമ്മവരുന്നു. സമൂഹത്തിലെ മലീമസമായവരെ ഞങ്ങൾക്ക് നല്കൂ. അവരെ ശാഖയെന്ന യന്ത്രത്തിലിട്ട് നന്മയുടെ പ്രതിരൂപമാക്കിത്തരാം. ഇത് ശരിയാണോ. എന്നിട്ടാണോ തൃപ്പയാറിലെ ശാഖയിൽ നിന്ന് നാലോളം കുട്ടികളെ പ്രകൃതി വിരുദ്ധ പീഡനത്തിനിരയാക്കിയ പ്രചാരകൻ ഇപ്പോൾ എവിടെയാണ്? വനവാസികളുടെ ക്ഷേമത്തിനുവേണ്ടി അങ്ങ് നിയോഗിച്ച ഹരി എന്ന പ്രചാരകൻ ഇപ്പോൾ ജയിലിലാണുള്ളത്. ശത്രുപാളയത്തിന്റെ ഭിത്തി ഭേദിച്ചതിനല്ല. വനവാസിയായ ഒരു സഹോദരിയെ വഴി പിഴപ്പിച്ചതിന്. നമ്മൾ പറയാറില്ലെ നൂപുരനാദം കേൾക്കും ശംഖനാദം മുഴങ്ങും. സമരസഭയുടെ ആ സ്വരനാദം ഹൈന്ദവ ലഹരിയിൽ മുങ്ങുമെന്ന്? എന്റെ മകനെ ശാഖയിലേക്ക് അയച്ചു പോയല്ലോ എന്ന് ഓർത്തു ദുഃഖിക്കുന്ന അമ്മമാരുടെ വിലാപങ്ങളാണ് എല്ലായിടത്തും മുഴങ്ങുന്നത്. എത്രയോ ബലിദാനത്തിന്റെ പുണ്യം തേടിയാണ് ഈ സംഘടനയുടെ വളർച്ച. മുന്നിൽ പിടഞ്ഞു വീണുമരിച്ചവർ നമുക്കു നല്കിയ ഊർജ്ജമാണ് സംഘടന. ഇതെഴുതുന്നതിൽ ദുഃഖമുണ്ട് ബലിദാനിയകളുടെ ഭാര്യമാരെ പോലും കാമകേളികൾക്കുപയോഗിക്കുന്ന സംഘ അധികാരികൾ കണ്ണൂരിലുണ്ട്. അവർക്കു സംഘ് മാസാമാസം നല്കുന്ന പണം അസമയത്ത്, ആരുമില്ലാത്ത സമയത്ത്

വാതിലിൽ മുട്ടി എത്തിച്ചു കൊടുക്കാൻ മത്സരിക്കുന്ന താലൂക്ക് കാര്യവാഹ്കളായ സംഘ അധികാരിമാർ ചെയ്യുന്നതെന്താണ്? ഓരോ കലാപങ്ങളും സ്വയം സൃഷ്ടിക്കുന്നവരായി സ്വയംസേവകർ മാറിയിരിക്കുന്നു. അമ്പലങ്ങളിൽ പച്ചപെയിന്റടിച്ചും, പശുവിനെ അറുത്ത് അമ്പലമുറ്റത്തെറിഞ്ഞും ലഹളക്ക് കോപ്പുകൂട്ടുന്നു. ആയുധ സമാഹരണം നടത്തുന്നു. സമാധാനത്തോടെ കഴിയുന്ന വരെ ഭയപ്പെടുത്തുന്നു....... എങ്ങോട്ടാണിയാത്ര...? വൈതാളിക തയുടെ നീർച്ചുഴിയിലേക്ക് ചലിക്കുന്നവരായി ഓരോ സ്വയംസേ വകരും മാറിക്കഴിഞ്ഞിരിക്കുന്നു.

ഉത്തരേന്ത്യയിൽ മറ്റൊന്നാണ് നടക്കുന്നത്. സവർണ്ണരുടെ അരാജകത്വം എങ്ങും നടമാടുന്നു. 16-ാം നൂറ്റാണ്ടിൽ കേരളത്തിൽ നടമാടിയ അയിത്തവും അനാചാരങ്ങളും ഉത്തരേന്ത്യയിൽ വ്യാപ കമാണ്. ദളിതന്റെ ഭാര്യയെയും പെൺകുട്ടികളെയും ഉപയോഗിച്ച് രാസലീലകളാടി പീഡനത്തിന് വിധേയമാകുന്നവരുടെ കണ്ണുനീർ തുള്ളികൾ കൊടിയ ശാപമായി ഭവിക്കുന്നു. "യത്ര നാര്യസ് തു പൂജ്യതെ തത്രേ്ത ദേവസ്തു രമ്യത." എവിടെ സ്ത്രീകൾ പൂജിക്ക പ്പെടുന്നുവോ അവിടെ ദേവന്മാർ പ്രീതിപ്പെടുന്നു എന്ന് ചൊല്ലി പഠിച്ചവർ സ്ത്രീത്വത്തെ പിച്ചിച്ചീ ന്തുന്ന രാക്ഷസന്മാരാകുന്നു. സ്വന്തമായി ഭൂമിയില്ലാതെ, കിടക്കാൻ ഇടമില്ലാതെ ദളിതർ തെരുവ് ഭവനമാക്കുന്നൊരു ദുരവസ്ഥ ഉത്തരേന്ത്യയിൽ കാണാൻ കഴിയും. വിദ്യാലയത്തിന്റെ പടിവാതിൽക്കലെത്താത്ത ബാല്യവും കൗമാ രവും യൗവനവും. നാട്ടിൽ നിരക്ഷരത വർദ്ധിക്കുന്നു. ഇതെല്ലാം കണ്ടിട്ടും കണ്ടില്ലെന്ന് നടിക്കുന്ന സംഘടന ഏത് സാമൂഹിക മാർഗ്ഗമാണ് വരുത്തുന്നത്. കാണാൻ മാത്രം പേരിന് അനാഥാല യങ്ങളും സേവാപ്രവർത്തനങ്ങളും നടത്തുന്ന സംഘടന ഇവരുടെ കണ്ണുനീരിനെ വൻസാമ്പത്തിക സ്രോതസായി മാറ്റുന്നു. ഇതെന്ത് നീതിബോധമാണ്. എന്റെ ഈ കത്തിന് എന്ത് മറുപടിയാണ് നല്കാനുള്ളത്. ഒരു തെറ്റിനെ മറ്റൊരു വലിയ തെറ്റുകൊണ്ട് മറയ്ക്കുന്നത് പാപിയുടെ സ്വർഗ്ഗമെന്ന വ്യർത്ഥമായ ലക്ഷ്യത്തി ലേക്കാണ് എന്ന് സംഘടന തിരിച്ചറിയണം. ഹിന്ദുരാഷ്ട്രം എന്ന സ്വപ്നം സഫലമാകാൻ അങ്ങ് നിയോഗിക്കപ്പെട്ട പ്രചാരകർ കലാപത്തിലൂടെ ദുഃഖവും അരക്ഷിതാവസ്ഥയും വിറ്റ് വൻ സാമ്പത്തിക നേട്ടം കൊയ്യുന്നു. ഇത് സംഘടനയുടെ ലക്ഷ്യത്തിൽ നിന്നുള്ള തിരിച്ചുപോക്കാണ്.

ഇതിന് മറുപടി നല്കണമെന്ന് ഞാൻ വിനീതമായി അങ്ങയോട് അപേക്ഷിക്കുന്നു.

എന്ന്

സുധീഷ് മിന്നി (പ്രചാരക്)

(ഒപ്പ്)

ഈ കത്തിന് ശേഷവും ഞാൻ ചിന്തിച്ചത്, കോടിക്കണക്കിന് ആസ്തിയുള്ള ലോകത്തിലെ തന്നെ ഏറ്റവും വലിയ പ്രസ്ഥാനമാണ് സംഘ്. ആ പണത്തിന്റെ സുഖലോലുപതയിൽ അധികാരികൾ കഴിയുന്നു. ഗുരുദക്ഷിണ എന്ന വർഷത്തിലൊരിക്കൽ നടക്കുന്ന ചടങ്ങിൽ കോടിക്കണക്കിന് രൂപയാണ് സംഘിന് ലഭിക്കുന്നത്. ഇത് നികുതിയില്ലാത്ത പണമാണ്. ഗുരുവായ ഭഗവ പതാകക്കു മുമ്പിൽ ഒരു സ്വയംസേവകൻ ഓരോ ദിവസത്തെയും തന്റെ സമ്പാദ്യത്തിന്റെ ഒരു ഭാഗം മാറ്റിവെച്ച് ഗുരുദക്ഷിണയായി ധ്വജത്തിനു മുന്നിൽ നിക്ഷേപിക്കും. ഒരു ജില്ലയിൽത്തന്നെ 17 കോടി ഒരു വർഷം കേരളത്തിന് ലഭിക്കും. സംസ്ഥാന ഗുരുദക്ഷിണ 250 കോടിയിലധികമാണ്. പുറംലോകം ആർ എസ് എസ് ആയി അറിയാത്തവരായ കേരളത്തിലെ വലിയ കച്ചവട ക്കാരും കരാറുകാരും ഉദ്യോഗസ്ഥ പ്രമാണിമാരും വൻതുകകൾ ദക്ഷി ണയെന്ന പേരിൽ നല്കുന്നുണ്ട്. ഈ തുകയിൽ ഒരു ചെറിയ ഭാഗം കേരളത്തിലേക്കെടുത്ത് ബാക്കി തുക നാഗ്പൂർ കേന്ദ്രത്തിലേക്കയക്കു കയാണ് ചെയ്യുന്നത്. ഏറ്റവും കൂടുതൽ ഗുജറാത്തിലാണ്. ആ സംസ്ഥാനത്ത് ഒരു വർഷത്തെ ഗുരുദക്ഷിണ 1000 കോടിയാണ്. ഇത്രയും സംഖ്യകൊണ്ട് എന്ത് സേവന പ്രവർത്തനമാണ് ഇവർ നടത്തുന്നത്. അറിയില്ല. ഇങ്ങനെ ലഭിക്കുന്ന തുകകൾ ഉപയോഗിച്ചുകൊണ്ടാണ് എല്ലാ ഗൂഢാലോചന പ്രവർത്തനങ്ങളിലും ഇന്ത്യയൊട്ടാകെ നടത്തിക്കൊണ്ടി രിക്കുന്നത്. ഇത് ഇന്ത്യയിൽ തീവ്രവാദപ്രവർത്തനങ്ങളും വർഗ്ഗീയ ലഹ ളകളും ഉണ്ടാക്കി രാജ്യത്തിന്റെ സമാധാന ജീവിതത്തെ തകർക്കുമെന്ന് ഓരോ ദിവസം കഴിയുമ്പോഴുമുള്ള സംഭവവികാസങ്ങൾ എന്നെ ബോദ്ധ്യപ്പെടുത്തി. ഇതുവരെ പ്രച്ഛന്നവേഷധാരിയായി മാറിയതുപോ ലെയാണ് എന്റെ ജീവിതം. കള്ളം പറഞ്ഞും ചെയ്തും വഞ്ചിച്ചും ഒരുപാട് അപരാധങ്ങൾ ചെയ്തു. രാക്ഷസീയതയിൽ നിന്നും മാനവികതയിലേക്ക് മാറിയ കുട്ടിയാണ് ഞാൻ. “താൻ ചെയ്ത എല്ലാ തെറ്റുകളും ഏറ്റുപറയു ന്നവനെ പാർട്ടി സ്വീകരിക്കണം” എന്ന ഇ എം എസിന്റെ വാക്കുകൾ കടമെടുത്തുകൊണ്ട് ചെങ്കൊടിയുടെ തണലിൽ നന്മയുടെ വിപ്ലവത്തിന് ഞാനും പങ്കുചേരും....... എന്റെ പ്രാണൻ എടുക്കും വരെ.....

നാട്ടിലെ സംഘർഷം

സത്യന്റെ കൊലപാതകത്തിനുശേഷം നിരന്തര സംഘർഷാവസ്ഥ നാട്ടിൽ ഉരുത്തിരിഞ്ഞു വന്നു. രാത്രികാലങ്ങളിൽ സംഘം ചേർന്ന് കാവിഗ്രാമം എന്ന ലക്ഷ്യം പൂർത്തിയാക്കുവാൻ പല സഖാക്കളുടെയും കോൺഗ്രസ് പ്രവർത്തകരുടെയും വീട്ടിൽ മാരകായുധങ്ങളുമായി ചെന്ന് ഭീഷണിപ്പെടുത്തുന്നത് പതിവ് സംഭവങ്ങളായി മാറി. കോൺഗ്രസ് പ്രവർത്തകനായ ദിനേശനെ വധിക്കാൻ ബസിൽ കയറി വെട്ടിയതും പിന്നീട് അദ്ദേഹം സംഘ സ്വയം സേവകനായതും മുൻപ് ഞാൻ വിശദീകരിച്ചുവല്ലോ. അതുപോലെ കോൺഗ്രസ് പ്രവർത്തകനായ

ഗണേശനേയും വീട്ടിൽ കയറി വെട്ടിയിരുന്നു. ഗത്യന്തരമില്ലാതെ പിന്നീടവർ അക്കരെ സഖാക്കളുടെ അടുത്ത് താമസമായി. സംഘടനാ നേതാക്കൾക്കുപോലും നിയന്ത്രിക്കാനാവാത്ത തരത്തിൽ നാട്ടിൽ സ്വയം സേവകർ മാറി. ദൂരെ സ്ഥലങ്ങളിൽനിന്ന് സ്ത്രീകളെ കൊണ്ടുവന്ന് വ്യഭിചാരവും ബോംബ് നിർമ്മാണവും കളവും നാട്ടിൽ വർദ്ധിച്ചു വന്നു. ഇക്കരെ ഞാൻ താമസിക്കുന്ന പ്രദേശത്ത് സഖാക്കൾ ദുർബ്ബലമായിരുന്നു. പലപ്പോഴും ഇക്കരെയുള്ള സഖാക്കൾക്ക് ചെറുത്തുനില്പിന് സഹായിക്കാൻ അക്കരെനിന്നുള്ള സഖാക്കൾ വരികയാണ് പതിവ്. അന്ന് ചെറിയൊരു വാർപ്പ്പാലം പുഴയുടെ കുറുകെ ഉണ്ടായിരുന്നു. അക്കരെനിന്നുള്ള യാത്രക്കാർക്ക് ഇക്കരെ വരാനും ബസിൽ കൂത്തുപറമ്പിൽ പോവാനും പാലംവഴി യാത്രയ്ക്ക് എളുപ്പമായിരുന്നു. സംഘം സ്വയം സേവകരെ സംബന്ധിച്ചിടത്തോളം ആ പാലം തകർത്താൽ അക്കരെയുള്ള സഖാക്കളുടെ സഹായം ഇക്കരെയുള്ളവർക്ക് കിട്ടില്ല എന്ന് മനസ്സിലാക്കി ആ പാലം രാത്രി സുധാകരൻ, ബാബു, മനോഹരൻ അടങ്ങുന്ന സംഘം തകർത്തുകളഞ്ഞു. കുറച്ച് കാലം യാത്രചെയ്യുന്നതിന് വലിയ പ്രയാസം അവിടത്തെ സാധാരണക്കാർക്ക് അനുഭവപ്പെട്ടിരുന്നു. ഇക്കരെയുള്ള സഖാക്കൾക്ക് എല്ലാവിധ പ്രവർത്തന സ്വാതന്ത്ര്യവും നിഷേധിക്കുന്ന തരത്തിൽ നാട്ടിലെ സ്വയം സേവകർ മാറിയെന്നത് സി പി ഐ (എം) നെ "പ്രതിരോധം ശക്തമാവണം' എന്ന ചിന്തയിലേക്ക് നയിച്ചു. ശക്തമായ സംഘർഷമുണ്ടാകുമെന്ന് പോലീസ് ഇന്റലിജൻസ് മനസ്സിലാക്കിയതിനെ തുടർന്ന് സമാധാനയോഗം- ഇരുകൂട്ടരും പൗര മുഖ്യന്മാർ അടങ്ങുന്നവർ ആയിത്തറ സൗത്ത് എൽ പി സ്കൂളിൽ ചേർന്നു. ആദ്യ ശ്രമം വിഫലമായി. ആസൂത്രിതമായി സംഘ് സമാധാന യോഗം ബഹിഷ്കരിച്ചു. കുറച്ചു ദിവസങ്ങളായി വിവിധ സംഘ ശക്തി പ്രദേശങ്ങളിൽ നിന്നും സെലക്ടീവായ സ്വയംസേവകരെ ആയിത്തറയിൽ പല സ്വയംസേവകരുടെ വീടുകളിലും താമസിപ്പിച്ചു. പൊലീസ് ഇന്റലിജൻസ് റിപ്പോർട്ട് പൊലീസിന് ലഭിക്കുന്നതിന് മുമ്പേ സംഘത്തിന് കിട്ടിയിരുന്നു മറപ്പുര കേന്ദ്രീകരിച്ച് ആയുധ പരിശീലനം, ബോംബ് നിർമ്മിക്കൽ എന്നിവ നടത്താൻ ഇവർക്ക് താല്പര്യമുണ്ടായിരുന്നു. പക്ഷേ, അതിന്റെ ചുറ്റുപാടും ആറോളം സഖാക്കളുടെ കുടുംബം താമസിക്കുന്നതുകൊണ്ട് ഇതിനൊരു തടസ്സമെന്ന് സംഘത്തിന് അറിയാമായിരുന്നു. ജസ്റ്റിസ് വി ആർ കൃഷ്ണയ്യർ അടക്കമുള്ളവർ നാട്ടിൽ വന്ന് സമാധാന അന്തരീക്ഷം സൃഷ്ടിക്കുവാൻ വീണ്ടും ശ്രമം നടത്തി. അങ്ങനെ 1999 ഒക്ടോബർ 11 ന് വൈകുന്നേരം സമാധാനയോഗം ചേർന്നു. സമാധാനം അനിവാര്യമെന്ന് സമ്മതിച്ച് ഇരുകൂട്ടരും പിരിഞ്ഞു. അന്ന് രാത്രി മറപ്പുരയ്ക്ക് ചുറ്റുമുള്ള സഖാക്കളുടെ വീടുകളിൽ തീയിട്ട് നശിപ്പിക്കുവാൻ പദ്ധതിയിട്ടു. അങ്ങനെ സഖാക്കൾ രാവിലെ ജോലിക്കുപോയ സമയം നോക്കി അഞ്ചോളം വീടുകൾ അഗ്നിക്കിരയാക്കി. സ്ത്രീകളും കുട്ടികളും വീട്ടിൽ നിന്നും ഇറങ്ങിയോടി. ആകെ

ഒരു പ്രക്ഷുബ്ധാവസ്ഥയിൽ അകപ്പെട്ടനാടായി ആയിത്തറ മാറി. ആ വാർത്ത കേട്ട സഖാക്കൾ തന്റെ വീട്ടിലേക്കോടിവന്നു. അവരെ ഇല്ലാതാക്കാൻ എല്ലാ സ്വയംസേവകരും കൈയിൽ ബോംബുമായി വന്നു. തട്ടുപറമ്പിൽ ശശി (കാര്യവാഹ്) ആയിത്തറ തട്ടുപറമ്പിലാണ് താമസം. ഓടുന്നതിനിടെ കല്ലിൽ തടഞ്ഞ് തന്റെ കൈയിലുള്ള ബോംബ് പൊട്ടി ശരീരം ചിതറി തെറിച്ചു. ഈ കാഴ്ച കണ്ട് സ്വയംസേവകരെല്ലാവരും തങ്ങളുടെ കൈയിലുള്ള ബോംബ് വയലിലേക്കെറിഞ്ഞു. ഈയൊരു സംഭവത്തോടുകൂടി അവിടത്തെ സഖാക്കളെല്ലാം കുടുംബാംഗങ്ങളെയും കൂട്ടി അക്കരയിലേക്ക് പോയി. സി പി ഐ (എം) കാർ ബോംബെറിഞ്ഞാണ് ശശിയെ കൊന്നത് എന്ന് വരുത്തിത്തീർക്കുകയാണുണ്ടായത്. ശശിയുടെ മരണം നാട്ടിൽ ഭീകരാവസ്ഥ സൃഷ്ടിച്ചു. സഖാക്കളെ കൊല്ലുന്നതിനുള്ളവരുടെ ലിസ്റ്റ് തയ്യാറാക്കിക്കൊടുക്കാൻ സുധാകരനേയും മറപ്പത്തൂർ അശോകനേയും സംഘടന ഏല്പിച്ചു. അങ്ങനെ ബ്രാഞ്ച് സെക്രട്ടറി സജീവൻ, ശ്രീജിത്ത്, രാഗേഷ്, രവി, മറപ്പത്തൂർ സുമേഷ് (ചെത്തുകാരൻ) എന്നീ സഖാക്കളെ കൊല്ലാനുള്ള ഹിറ്റ്ലിസ്റ്റ് തയ്യാറാക്കി. കൊല്ലാനുള്ള ആസൂത്രണം രാത്രികാലങ്ങളിൽ കമലകാട്ടിൽ നടന്നു. ആദ്യം സുമേഷിനെ കൊല്ലാനായിരുന്നു പരിപാടി. ചെത്തു തൊഴിലാളിയായ അദ്ദേഹത്തെ തെങ്ങിൽ നിന്നിറങ്ങുമ്പോൾ പിടികൂടാനായിരുന്നു പദ്ധതി. അങ്ങനെ ഒരു ദിവസം സുമേഷ് വരാൻ സാദ്ധ്യതയുള്ള ഒരിടത്തേക്ക് സംഘംകൊല്ലാനായി വരുത്തിയ ജിത്തു, ഷാജി, ജിതേഷ് എന്നിവരടങ്ങുന്ന സംഘം വന്നു. ഭാഗ്യത്തിന് സഖാവ് ആ ദിവസം വന്നിരുന്നില്ല. പകരം സ്വയംസേവകനായ പ്രേമനായിരുന്നു തെങ്ങിന്റെ മുകളിലുള്ളത്. സുമേഷിനെ മുമ്പ് കണ്ടിട്ടില്ലാത്തവരാണ് തെങ്ങിനു ചുവട്ടിൽ. സുമേഷാണെന്ന് കരുതി പ്രേമൻ ഇറങ്ങുന്നതും കാത്ത് നിന്നു. ഇതൊന്നും അറിയാതെ പ്രേമൻ താഴെയിറങ്ങി. കൊല്ലാൻ നോക്കുന്ന സമയം ആയിത്തറ സുധാകരൻ സ്ഥലത്തെത്തി. "അരുത് അത് നമ്മുടെ ആളാ" എന്ന് പറഞ്ഞ് പ്രേമനെ രക്ഷപ്പെടുത്തി. ആ ശ്രമം പരാജയപ്പെട്ടു. പുറത്തുനിന്നുള്ളവർ കൊല്ലാൻ വേണ്ട എന്ന തീരുമാനമെടുത്തു. അങ്ങനെ എല്ലാദിവസവും രാവിലെ ആയിത്തറ അച്യുതൻ സ്മാരക വായനശാലയിൽ വായിക്കാൻ കൂടാറുള്ള ശ്രീജിത്ത്, രാജീവൻ, സജേഷ്, രാഗേഷ് എന്നിവരെ കൊല്ലാനായി പദ്ധതിയിട്ടു. ആ പദ്ധതിയിലൂടെയാണ് രാവിലെ 8.30 സമയം, 2000 ഡിസംബർ 4 ന് അച്യുതൻ സ്മാരക വായനശാലയിൽ രാവിലെ ഒത്തുകൂടിയ സഖാക്കൾക്ക് നേരെ ആക്രമണമുണ്ടായത്. മറ്റെല്ലാവരും ഓടി. ഒടുവിൽ ശ്രീജിത്തിനെ അവർ വെട്ടി. തല അറുത്തുമാറ്റിയ നിലയിലായിരുന്നു ആ സഖാവിന്റെ ശരീരം ഉണ്ടായിരുന്നത്. സഖാവിന്റെ അമ്മ സരോജിനി അപ്പുറത്ത് തമ്പുരാന്റെ പറമ്പിൽ ജോലി ചെയ്യുകയായിരുന്നു. ശബ്ദം കേട്ട് ഓടിവന്നു കമിഴ്ന്നു കിടന്ന ചോര കുതിർന്ന തല തിരിച്ചു വച്ചപ്പോഴാണ് തന്റെ മകനാണിതെന്ന്

മനസ്സിലായത്. ആ ഒരന്തരീക്ഷം, ആ അമ്മയുടെ വിലാപം നാട്ടിലെ ആളുകൾക്ക് അടക്കാനാവാത്ത ദുഃഖമായിരുന്നു. സുധാകരൻ, മനോഹരൻ, ഷാജി, അശോകൻ എന്നിവരുടെ നേതൃത്വ ത്തിലായിരുന്നു കൊലപാതകം. കൊലയാളികൾ തിരിച്ചുപോകുമ്പോൾ സ്വാമിയായ വിജേഷ് എന്ന സഖാവ് വീട്ടിൽ നിന്നും രക്ഷപ്പെടാനായി ശ്രമം നടത്തുമ്പോൾ അമ്മയുടെ (വത്സല)മുന്നിൽ നിന്നും ബോംബെറിഞ്ഞ് ഭീതി സൃഷ്ടിച്ച വിജേഷിന്റെ കഴുത്തിനും ആഞ്ഞുവെട്ടി. മാലയിട്ട സ്വാമിയായ സഖാവിനെ അവർ കൊലപ്പെടുത്തി. പെറ്റമ്മയുടെ മുമ്പിൽ നിന്നാണ് രണ്ട് കൊലപാതകവും നടത്തിയത്. അത്രയും ക്രൂരമായി എന്റെ നാട്ടിലെ സ്വയം സേവകർ മാറി എന്നതിന് ഇതിൽപ്പരം എന്ത് തെളിവാണ് നല്കേണ്ടത്. രാക്ഷസന്മാരുടെ താവളമായി സംഘഗ്രാമം മാറി. അല്ല മാറ്റിയതായിരുന്നു സംഘ്. പവിത്രൻ സഖാവിനെ വെട്ടിക്കൊല ചെയ്യാൻ ആസൂത്രണം ചെയ്തതും അത് നടപ്പിലാക്കിയതും എന്റെ നാട്ടിൽ നിന്നു തന്നെയായിരുന്നു. കണ്ണൂരിലെ നിരവധി കൊലകൾക്ക് ഇവിടത്തെ സ്വയംസേവകരെ സംഘ് തന്ത്രപരമായി ഉപയോഗിച്ചു എന്നത് അറിയാമല്ലോ. ഇരിട്ടിയിലെ ഏരിയ സെക്രട്ടറിയെ കൊല്ലാൻ തില്ലങ്കേരിയിലെ വത്സന്റെ ആസൂത്രണം നടപ്പിലാക്കാൻ സന്തോഷിന്റെ അംബാസിഡർ കാറിൽ ആയുധവുമായി പോയ നാലംഗസംഘത്തെ പൊലീസ് അറസ്റ്റ് ചെയ്തിരുന്നു. പടിയൂരിൽ വെച്ച് രാത്രിയാണ് പൊലീസ് അറസ്റ്റ് ചെയ്തത്. സംഘത്തിന് പൊലീസിലുള്ള സ്വാധീനമുപയോഗിച്ച് പിന്നീടവരെ വെറുതേ വിട്ടു. അല്ലെങ്കിൽ അന്ന് ഏതോ സഖാവിന്റെ വിവാഹച്ചടങ്ങിന് പങ്കെടുത്ത് മടങ്ങുന്ന സമയം ഏരിയ സെക്രട്ടറിയെ കൊല്ലാൻ ആയിരുന്നു പരിപാടി. എന്തോ ഭാഗ്യത്തിന് പൊലീസ് വാഹനപരിശോധനയിൽ സുധാകരനടങ്ങുന്ന സംഘത്തെ പൊലീസ് തടഞ്ഞ് അറസ്റ്റ് ചെയ്തതു കൊണ്ട് ആ ശ്രമം വിജയിച്ചില്ല.

വേദഗണിതം

“വേദഗണിത' ത്തിന്റെ പ്രചാരകൻ എന്ന് എന്നെ അറിയപ്പെടുന്നത് മുൻപ് സൂചിപ്പിച്ചുവല്ലോ. 3 വർഷത്തോളമുള്ള ട്രെയിനിങ്ങിലൂടെയാണ് ഞാനീ വിഷയം പഠിച്ചത്. ശരിക്കും ‘കണക്കിന്റെ മാജിക്’ എന്ന് ഇതിനെ വിശേഷിപ്പിക്കാം. തികച്ചും മതേതരമായ ഈ വിഷയം സംഘ് മതപരമാക്കി പഠിപ്പിക്കുന്നു. ഗുജറാത്തിൽ ഈ വിഷയം പാഠ്യവിഷയമാക്കിയപ്പോൾ നേരിടേണ്ടി വന്ന വിവാദങ്ങളൊക്കെ മാധ്യമങ്ങളിലൂടെ കണ്ടതാണല്ലോ. യോഗയും ആയുർവ്വേദവും എന്നതുപോലെ തന്നെ മനുഷ്യരാശിയുടെ പരിണാമഘട്ടത്തിൽ അവന്റെ ആവശ്യങ്ങളെ ഗ്രന്ഥരൂപത്തിൽ അവതരിപ്പിക്കാൻ ഇന്ത്യക്കാർക്ക് കഴിഞ്ഞു. ആ കഴിവാണ് യഥാർത്ഥത്തിൽ ‘വേദഗണിതം’ എന്ന ശാസ്ത്രശാഖയായി വികസിച്ചത്.

ആയിരത്തിതൊള്ളായിരം കാലഘട്ടത്തിൽ അന്നത്തെ പ്രധാന

മന്ത്രിയായ പി വി നരസിംഹറാവുവിന്റെ ഇംഗ്ലണ്ടിലേക്കുള്ള പര്യടനമാണ് വേദഗണിതത്തിന് കൂടുതൽ മാധ്യമശ്രദ്ധ ഉണ്ടാക്കിയത്. ഇംഗ്ലണ്ടിലെ പ്രശസ്തമായ ലിവർപൂൾ സർവ്വകലാശാലയിലെ ഒരു ചടങ്ങിൽ പങ്കെടുക്കുകയായിരുന്നു റാവു. ആ സദസ്സിൽ അദ്ദേഹത്തെ പരിചയപ്പെടുത്തിയത് അവിടത്തെ ഗണിതശാസ്ത്ര തലവനായിരുന്നു. റാവു നമ്മുടെ വിശിഷ്ട അതിഥിയാണെന്നും അദ്ദേഹം ഇന്ത്യയുടെ പ്രധാനമന്ത്രി എന്നതിലുപരി ഈ സർവ്വകലാശാലയിലെ എല്ലാ കുട്ടികളും നിർബ്ബന്ധമായും പഠിക്കേണ്ട 'വേദഗണിതം' ഇദ്ദേഹത്തിന്റെ നാട്ടിൽ നിന്നാണ് ഉടലെടുത്തത് എന്നുമാണ് പരിചയപ്പെടുത്തലിന്റെ ഭാഗമായി ആ സ്വാഗതഭാഷകൻ ചെയ്തത്. വളരെ ആശ്ചര്യത്തോടെയാണ് ആ വാക്കുകൾ റാവു ശ്രവിച്ചത്. കാരണം അദ്ദേഹത്തിന് വേദഗണിതം എന്ന വിഷയത്തെക്കുറിച്ച് ഒന്നും അറിയില്ലായിരുന്നു. ഉദ്ഘാടന പ്രസംഗത്തിൽ അദ്ദേഹം ഭാരതം വേദഗണിതത്തെ പോലുള്ള അമൂല്യ വിജ്ഞാനശേഖരത്തിന്റെ രത്നഖനിയാണെന്നും പറഞ്ഞ് ആ വാക്കുകൾ അവസാനിപ്പിച്ചു. ഇന്ത്യയിലേക്ക് മടങ്ങിന റാവു തന്റെ ലിവർപൂൾ അനുഭവം *ഇന്ത്യൻ എക്സ്പ്രസ്* പത്രത്തിലെ ലേഖനത്തിലൂടെ പങ്കുവെച്ചു. ലോകം മുഴുവൻ ഇന്ത്യയിലെ പുരാതന ശാസ്ത്ര മേഖലകളെപറ്റി പഠിക്കൻ ശ്രമിക്കുമ്പോൾ നാം ബോധപൂർവ്വമോ അല്ലാതെയോ നിരുത്സാഹപ്പെടുത്തുന്നതായി ആ ലേഖനത്തിൽ ചൂണ്ടിക്കാട്ടി. തുടർന്ന് ഈ വിഷയത്തെ പറ്റി ഗവേഷണം നടത്താനൊരു ശ്രമം അക്കാലത്ത് നടന്നിരുന്നു. അതിൽ വിജയിക്കുന്നതിനു പകരം വിവാദമാണ് ഉണ്ടായത്. ഈ വിഷയം കൂടുതലും കൈകാര്യം ചെയ്തിരുന്നത് 'സവർണ്ണാധിപന്മാരും' സംഘ സ്വയം സേവകരുമായതുകൊണ്ടും ഈ വിവാദം ശക്തിപ്പെട്ടു.

ചരിത്രം

വേദകാലഘട്ടത്തിൽത്തന്നെ ഭാരതത്തിൽ സംഖ്യാബോധം ഉണ്ടായിരുന്നു. വേദസാഗര ലിപിയിൽ ഏകം(1), ദ്വയം (2), തൃണി (3).... എന്നിങ്ങനെ സംഖ്യകൾക്ക് നാമകരണം ചെയ്തതായി കാണാം. 'ശതശതസഹസ്രസ്യാം' എന്ന് തുടങ്ങുന്ന *വാല്മീകി രാമായണ*ത്തിലെ വാനര സംഖ്യാ ശാസ്ത്രത്തിന്റെ വളർച്ച എത്രത്തോളം ഭാരതീയർ വശമാക്കിയിരുന്നുവെന്ന് കാണിക്കുന്നതാണ്. ഭാരതീയ തച്ചുശാസ്ത്രത്തിലെ 'ഗണിതസഞ്ചയം' വളരെ മഹത്തരമാണ്. പെരുന്തച്ചന്റെ മാസ്മരികതയെ അദ്ദേഹത്തിന്റെ ഗണിതപാടവമെന്ന് കാണാൻ കഴിയും. ഭാസ്കാരാചാര്യരുടെ *ലീലാവതി* ലോകപ്രശസ്തമായ ഗണിതശാസ്ത്ര ഗ്രന്ഥമാണ്. ഒരു മുത്തശ്ശിക്കഥയുടെ നൈർമ്മല്യത്തോടെ അവതരിപ്പിക്കുന്ന കൃതിയാണത്.

ആനക്കൂട്ടത്തിന്റെ പകുതിയും, പകുതിയുടെ മൂന്നിലൊന്നും കാട്ടിനുള്ളിൽ പോയതായി കണ്ടു. ആറിലൊന്നും അതിന്റെ ഏഴിലൊന്നും നദിയിൽ വെള്ളം കുടിച്ചിരുന്നു. എട്ടിലൊന്നും അതിന്റെ ഒമ്പതിലൊന്നും

താമരപൊയ്കയിൽ കുളിച്ചിരുന്നു. മൂന്നു പിടിയാനകളാൽ അനുഗത നായി ഒരു കൂറ്റൻ കൊമ്പനാന അവിടെ കുളിക്കുന്നതായും കാണാൻ കഴിഞ്ഞു. എന്നാൽ ആ കാട്ടിൽ എത്ര ആനകളുണ്ട്?

ഇത്തരം ചോദ്യങ്ങളാണ് *ലീലാവതി*യിലുള്ളത്. ആര്യഭടന്റെ *ആര്യഭടീയം*, ശ്രീ ശങ്കരാചാര്യരുടെ *തന്ത്രസംഗ്രഹം* എന്നിവയും ഈ വിഭാഗത്തിൽ പെടുന്നതാണ്. *തന്ത്രസംഗ്രഹ*ത്തിലെ ഒരു ചോദ്യം താഴെ ചേർക്കുന്നു.

രണ്ട് സംഖ്യകളുടെ വർഗ്ഗങ്ങളുടെ തുക 100. വർഗ്ഗ സംഖ്യാ വ്യത്യാസം 28. സംഖ്യകളേവ?

യ^2 + വ^2 =100

യ^2 - വ^2 = 28

ചെയ്യുന്ന രീതി - $\frac{100 + 28}{\text{യ}}$ = $\sqrt{64}$ = 8 ® യ

$\frac{100 - 28}{\text{യ}}$ = $\sqrt{36}$ = 6 ® വ

വരാഹമിഹിരന്റെ *ബൃഹദ്സംഹിത*, ജൈഷ്ഠദേവന്റെ *വരഗണിതം* എന്നിവ പ്രസിദ്ധമായ ഇന്ത്യൻ ഗണിത ശാസ്ത്ര ഗ്രന്ഥങ്ങളാണ്. വേദങ്ങളിൽ യാഗശാല അളക്കുന്നവനെ 'അധ്വൈര്യം' എന്നാണ് വിളിക്കുക. *ശുൽബസൂത്രം* എന്ന ഗ്രന്ഥത്തിൽ യാഗശാലയിലെ ഓരോന്നിന്റെ അളവുകൾ പ്രതിപാദിക്കുന്നുണ്ട്. ഇത്തരം ഗണിത രീതികളെ കോർത്തിണക്കി *വേദഗണിതം* എന്ന പേര് നല്കി പുസ്തക രൂപത്തിലാക്കിയത് പുരി ശങ്കരാചാര്യരായ ഭാരതീതീർത്ഥ സ്വാമി കളാണ്. മൂന്ന് വോള്യങ്ങളായി ഇറക്കിയ ഈ ഗ്രന്ഥങ്ങളിൽ രണ്ടെണ്ണം അമേരിക്കയിൽ കത്തി നശിച്ചു. ഇംഗ്ലണ്ടിൽ നിന്നും വന്ന കെന്നത്ത് വില്യംസിനെ പോലുള്ള ഗണിത ശാസ്ത്രജ്ഞൻ സ്വാമിയെ വന്നു കണ്ട് എട്ടോളം ഗ്രന്ഥങ്ങൾ ഇംഗ്ലീഷിലെഴുതിയിട്ടുണ്ട്. വളരെയധികം ആളുകൾ ഈ ഗ്രന്ഥം അമൂല്യമായി സൂക്ഷിച്ചിട്ടുണ്ട്. ദുഷ്കരമായ ഗണിത പ്രശ്നങ്ങൾ ലളിതമായി പ്രതിപാദിക്കുന്ന രീതിയിലാണ് ഇവ രചിച്ചിട്ടുള്ളത്. ഇന്ത്യൻ ഗണിത ശാസ്ത്രജ്ഞനായ ശർമ്മ വേദഗണിത ത്തിന്റെ വ്യാഖ്യാനം രൂപപ്പെടുത്തിയിട്ടുണ്ട്. സംഘ് ഇതിനെ 'ഹിന്ദുരാഷ്ട്ര' സ്ഥാപനത്തിന്റെ ആയുധമായാണ് പ്രയോഗിക്കുന്നത്. ഈ ഗണിതം മൂന്നുവർഷ കോഴ്സിലൂടെ പരിശീലിപ്പിച്ച പ്രചാരകന്മാരെ വിവിധ വിദ്യാലയങ്ങളിൽ വിട്ട് അവിടെ ക്ലാസുകൾ നടത്തി കുട്ടികളെ ശാഖയിലേക്ക് തിരിച്ചുവിടുന്ന പ്രവർത്തനമാണ് വേദഗണിത പഠനത്തിലൂടെ സംഘ് ചെയ്തുകൊണ്ടിരിക്കുന്നത്. ഞാനെഴുതിയ *Easy Maths* എന്ന പുസ്തകം തികച്ചും മതേതരമായി പഠിപ്പിക്കുന്നതിന് അഞ്ചാം ക്ലാസിലെ കുട്ടികൾക്കായി രൂപപ്പെടുത്തിയതാണ്. എല്ലാ പത്രങ്ങളിലും വളരെ പ്രാധാന്യത്തോടെ ഈ പുസ്തകത്തെ കുറിച്ചുള്ള പരാമർശങ്ങൾ ഉണ്ടായിട്ടുണ്ട്. ഈ വിഷയം ഞാൻ വിവിധ സ്കൂളുകളിൽ

പ്രത്യേകിച്ച് ക്രിസ്ത്യൻ മുസ്ലീം കുട്ടികളെ പഠിപ്പിച്ചു. ഇതിന്റെ ഭാഗമായി ധാരാളം കുട്ടികളെ ശാഖാ പ്രവർത്തനത്തിലേക്ക് എത്തിച്ചിട്ടുണ്ട്. അവരുടെ രക്ഷിതാക്കളെയും പറ്റിക്കാൻ എനിക്ക് കഴിഞ്ഞിട്ടുണ്ട്. ഇത് സംഘിന്റെ ഹിഡൺ അജണ്ടയാണ്. യോഗയും ആയുർവ്വേദവും പൂജയും പഠിച്ച മാരീചവേഷമണിഞ്ഞ മായാവികളെ പ്രചാരകരായി എല്ലായിടത്തും നിയോഗിക്കപ്പെട്ടിട്ടുണ്ട്. ഇവർ ചാരന്മാരാണ്. പല വ്യാജ ഐഡന്റിറ്റി ഉപയോഗിച്ച് കമ്യൂണിസ്റ്റുകാർക്കിടയിലും ക്രിസ്ത്യൻ മുസ്ലീം ജനങ്ങൾ കൂടുതലുള്ള ഗ്രാമത്തിലും വന്ന് ട്യൂഷൻ സെന്റർ നടത്തിയോ യോഗാസെന്റർ നടത്തിയോ സമൂഹത്തിന്റെ പുരോഗമന ജനാധിപത്യ ശക്തികളെ തകർത്ത് വർഗ്ഗീയതയ്ക്ക് അഴിഞ്ഞാടാനും അതുവഴി രാഷ്ട്ര ഭരണത്തിലേക്ക് എത്തിച്ചേരാനുമുള്ള ശ്രമമാണ് നടത്തിവരുന്നത്.

'എന്തുകൊണ്ട് ഞാൻ സി പി എം നെ തെരഞ്ഞെടുത്തു'

ഞാൻ മുമ്പ് എഴുതിച്ചേർത്ത അനുഭവങ്ങളിൽ ഇതിനുത്തരമുണ്ട്. എങ്കിലും അല്പം വിശദീകരണം കൂടി ആവശ്യമുണ്ട്. കണ്ണൂർ ജില്ലയിലുടനീളം ഞാൻ നടത്തിയ യാത്രയിൽ കരളലിയിക്കുന്ന കദനകഥകളും അനുഭവങ്ങളുമാണ് എനിക്ക് ഉണ്ടായത് എന്ന് വിശദീകരിച്ചുവല്ലോ.... ശത്രുവെന്നും തീവ്രവാദി എന്നുമൊക്കെ നമ്മേ പഠിപ്പിച്ചിരുന്ന എൻ ഡി എഫിന്റെ സൽക്കാരം സ്വീകരിക്കാനും അവരിൽ നിന്നും പണം വാങ്ങി കൊലപാതകങ്ങൾ ഒത്തുതീർക്കാനും രഹസ്യമായി സൗഹൃദം തുടരാനും ഒരു മടിയുമില്ലാത്ത സംഘ അധികാരിമാരുടെ തനിനിറം പുന്നാട് സംഭവത്തിലൂടെ എനിക്ക് ബോദ്ധ്യമായി. ആയുർവ്വേദത്തിലെ 'ത്രിദോഷ'ങ്ങൾ എന്ന് പറയുന്ന വാതം, പിത്തം, കഫം എന്നതുപോലെ മൂന്ന് ശത്രുക്കളാണ് എന്നെന്നും നമ്മുടേത് - അത് മുസ്ലീം, ക്രിസ്ത്യൻ, കമ്യൂണിസ്റ്റ് എന്നിവയാണെന്ന് പറയുന്ന ഈ സംഘിലെ കപട മനീഷിയായ കുമ്മനത്തിനെ പോലുള്ളവർ മാറാടിൽ വെട്ടേറ്റുവീണ ഹിന്ദുക്കളുടെ ചോര പണത്തിനുവേണ്ടി തീവ്രവാദികൾക്ക് വില്ക്കുമ്പോൾ എങ്ങനെയാണ് ഈ സംഘടനയോട് നീതി പുലർത്തേണ്ടത് എന്ന് എനിക്ക് തോന്നിത്തുടങ്ങി.

സർവ്വജാതിക്കാരേയും ഒരു മാലയിൽ കോർത്ത് വിശ്വഹിന്ദുവിന് രൂപംനല്കാൻ ആഗ്രഹിക്കുന്ന ഈ സംഘടന ഉത്തരേന്ത്യയിൽ ദളിതനെ ചവിട്ടി മെതിക്കുന്നത് കാണുമ്പോൾ..... അമ്പലങ്ങളിൽ അവന് പ്രവേശനം നിഷേധിക്കുന്നത് കാണുമ്പോൾ അവന്റെ പെൺമക്കളെയും പെങ്ങളെയും ഭാര്യയെയും നിർദ്ദാക്ഷിണ്യം പിടിപ്പിക്കുന്നത് കാണുമ്പോൾ ഒരു പ്രതിഷേധ സ്വരം പോലും സംഘം അധികാരികളിൽ നിന്ന് ഉണ്ടാവുന്നില്ല. ഇത്തരം നെറികേട് എങ്ങനെയാണ് മനുഷ്യത്വമുള്ള ഒരാൾക്ക് സഹിക്കാൻ കഴിയുക.... ഈ സാഹചര്യത്തിലാണ് സംഘപരിവാർ ബന്ധം വലിച്ചെറിയാൻ ഞാൻ നിർബ്ബന്ധിതനായത്.

എല്ലാ ജാതിമത വിഭാഗങ്ങളിലും പെട്ട മനുഷ്യരെ ഒന്നായിക്കണ്ട്, ജാതിദ്വേഷമോ, മതവൈരമോ പ്രകടിപ്പിക്കാതെ ദരിദ്രരും അശരണരുമായ സാധാരണക്കാർക്ക് വേണ്ടി തങ്ങളുടെ ശക്തിയും കഴിവും പ്രയോഗിക്കുന്ന ഒരു പ്രസ്ഥാനമാണ് സി പി എം എന്ന് കാലക്രമേണ എനിക്ക് മനസ്സിലായി. സംഘർഷങ്ങളും കലാപങ്ങളും ഉണ്ടാകുമ്പോൾ സി പി ഐ (എം) സ്വീകരിക്കുന്ന നിലപാടുകൾ ചിലപ്പോഴൊക്കെ ഞാൻ സംഘ് പ്രവർത്തകനായിരിക്കെതന്നെ എന്നെ സ്പർശിച്ചിരുന്നു. മനുഷ്യപ്പറ്റുള്ള ഒരു സാമൂഹ്യ ജീവിതം രൂപപ്പെടുത്തി എടുക്കാനാണ് സി പി ഐ (എം) പ്രവർത്തിക്കുന്നത് എന്ന് ക്രമേണ ബോദ്ധ്യപ്പെട്ടതു കൊണ്ടും കൂടിയാണ് ഞാൻ സി പി ഐ (എം)നെ പിന്തുണയ്ക്കുന്നത്.

ഉപസംഹാരം

"**എ**ത്തേണ്ടതാമിടത്തെത്തിയാലും ശരി
മദ്ധ്യേമരണം വിഴുങ്ങിയാലും ശരി
മുന്നോട്ടു തന്നെ നടക്കും വഴിയിലേ
മുള്ളുകളൊക്കെ ചവിട്ടി മെതിച്ചു ഞാൻ"

എന്ന വള്ളത്തോൾ കവിതയിലെ ആശയം പോലെയാണ് ഇന്നെന്റെ ജീവിതം. എന്റെ വീട്ടുകാരെയും മറ്റ് കുടുംബാംഗങ്ങളെയും ആ സംഘടനയിലെ സഹപ്രവർത്തകരെയും വേദനിപ്പിക്കലാകും എന്നതുകൊണ്ടാണ് സി പി എം ലേക്ക് വരാൻ വൈകിയത്. നിരന്തരമായ ചിന്ത നേരിന്റെ പക്ഷത്തേക്ക് ചേരണമെന്ന് എന്നെ പ്രേരിപ്പിച്ചു. അങ്ങനെയാണ് എന്റെ പ്രിയ സുഹൃത്തുക്കളായ കരിപ്പായി ഷാജി (ലോക്കൽ സെക്രട്ടറി) ഞള്ളി പ്രജി (ബ്രാഞ്ച് അംഗം) ഇവരോട് എന്റെ തീരുമാനം പറഞ്ഞത്. രണ്ട് ദിവസം കൂടി ചിന്തിച്ചുറപ്പിക്കാൻ അവരെന്നോട് പറഞ്ഞു. ആ രണ്ട് ദിവസവും കഴിഞ്ഞ് ഞാൻ ആവശ്യപ്പെട്ടതനുസരിച്ച് അവരെന്നെ പി.ജയരാജേട്ടന്റെ അടുത്തെത്തിച്ചു. ഇതെന്റെ ശാഠ്യമായിരുന്നു. കാരണം എന്റെ ആദ്യത്തെ സംഘടന ഏറ്റവും കൂടുതൽ വെറുക്കുന്ന ആളാണ് പി ജയരാജേട്ടൻ. സംഘം ഇത്രയും വെറുക്കുന്ന ആളാകുമ്പോൾ തീർച്ചയായും നന്മയുള്ള ആളായിരിക്കും അദ്ദേഹമെന്ന് 25 വർഷത്തെ സ്വയം സേവക ജീവിതത്തിൽ നിന്ന് ഞാൻ മനസ്സിലാക്കിയതുകൊണ്ടാണ് അങ്ങനെയൊരു തീരുമാനം എടുത്തത്. അദ്ദേഹത്തിന്റെ മാർഗ്ഗ നിർദ്ദേശത്തിലൂടെയാണ് എനിക്ക് ഒരു സഖാവ് ആവേണ്ടത്. അദ്ദേഹം തുടർന്ന് നിർദ്ദേശിച്ച തരത്തിൽ എല്ലാ പരിപാടിയിലും പങ്കെടുത്ത് സംഘത്തിന്റെ വർഗ്ഗീയ ഫാസിസ്റ്റ് വിപത്തിനെക്കുറിച്ച് ഞാൻ സംസാരിച്ചു. ഈ പരിപാടികളിലെ ജനസാന്നിദ്ധ്യം ഞാൻ

തെരഞ്ഞെടുന്ന പാത ശരിയാണ് എന്ന് പേർത്തും പേർത്തും എന്റെ മനസ്സാക്ഷിയെ ബോദ്ധ്യപ്പെടുത്തി.

കേരളത്തിൽ നാം ജാതീയതയുടെ ഭീതിയില്ലാതെയും മതഭ്രാന്ത് ഇല്ലാതെയും മാന്യമായി നടക്കാൻ കഴിയുന്നത് സി പി ഐ (എം) പോലുള്ള പുരോഗമന പ്രസ്ഥാനത്തിന്റെ പ്രവർത്തനം കൊണ്ടാണ്. കർഷകന്റെ അദ്ധ്വാന ശക്തിയാലുണ്ടാകുന്ന കാർഷികോല്പന്നങ്ങളെ ജന്മിത്വത്തിന്റെ കരാള നിയമങ്ങളാൽ ജന്മിയുടെ ഊട്ടുപുരയിലും പത്തായത്തിലുമെത്തിച്ച് ആ സമ്പത്തുകൊണ്ട് മദിച്ച് ജീവിച്ചിരുന്ന.... ജീർണ്ണിച്ച ജന്മി- നാടുവാഴിത്ത വ്യവസ്ഥിതിയെ തകർത്ത് കേരളത്തെ ആധുനിക ജനാധിപത്യ പുരോഗമന കേരളമാക്കി മാറ്റിയതിന് നേതൃത്വം നല്കിയ, അതിനുവേണ്ടി നൂറുകണക്കിന് രക്തസാക്ഷികളുടെ ഹൃദയരക്തം ദാനംനല്കിയ, പ്രതിലോമകാരികളുടെ പ്രവർത്തനം തടയാൻ, പ്രതിജ്ഞാബദ്ധമായി ചങ്കുറപ്പോടെ ജനങ്ങളെ ശരിയായ മാർഗ്ഗത്തിൽ നയിക്കുന്ന ഒരു പാ ർട്ടിയിലേക്ക് എത്തിച്ചേരുകയാണ് എന്റെ ജീവിത ദൗത്യമെന്ന് മനഃസ്സാക്ഷി ആഹ്വാനം ചെയ്യുന്നതിനാൽ ഞാൻ സി പി ഐ (എം) ന്റെ പ്രവർത്തകനായി എത്തിച്ചേർന്നു.

കേരളത്തിൽ കമ്യൂണിസ്റ്റ്-കർഷക പ്രസ്ഥാനത്തിന്റെ നേതൃത്വ ത്തിൽ നടത്തിയ സാമ്രാജ്യത്വ വിരുദ്ധവും ജന്മി നാടുവാഴി വിരുദ്ധ വുമായ പോരാട്ടങ്ങളും; ഭൂമിക്കുവേണ്ടി, കൂലിക്കുവേണ്ടി, സാമൂഹ്യമായ അടിച്ചമർത്തലുകൾക്കെതിരെ നടത്തിയ സമരങ്ങളും; പുന്നപ്ര- വയലാറും, കയ്യൂരും- കരിവെള്ളൂരും, കാവുമ്പായിയും.... തുടങ്ങിയ നവ കേരള സൃഷ്ടിക്ക് വേണ്ടി കമ്യൂണിസ്റ്റുകാർ നടത്തിയ പോരാട്ടങ്ങളുമെല്ലാം സംഘികളുടെ കാഴ്ചപ്പാടിൽ ചരിത്രമല്ല- ചരിത്രവിരുദ്ധമാണെന്നും ഞങ്ങളെ പഠിപ്പിച്ചു. ഇത് കള്ളമാണെന്ന് ഞാൻ ഇന്ന് തിരിച്ചറിയുന്നു.

സംഘടനയ്ക്കകത്തെ കള്ളന്മാരെയും കൊള്ളക്കാരെയും സദാ ചാര വിരുദ്ധരേയും പുറത്താക്കുന്നതിനു പകരം ഒ കെ വാസുമാഷേയും അശോകനെയും പോലെയുള്ള ഉത്തമരായ പ്രവർത്തകരെ പുറത്താക്കാ നാണ് നേതൃത്വം തയ്യാറായത്. രാജ്യത്തിന്റെ അഖണ്ഡതയും ജനാധിപ ത്യ മൂല്യങ്ങളും മതനിരപേക്ഷതയും തകർത്ത് കോർപ്പറേറ്റ്വൽക്കര ണവും വർഗ്ഗീയതയും രാജ്യത്തിനകത്ത് പ്രോത്സാഹിപ്പിച്ച് ജനജീവിതം ദുസ്സഹമാക്കുമ്പോൾ ജനപക്ഷ ബദലുയർത്തി ജനങ്ങളെ സംഘടിപ്പിച്ച് മുന്നേറുന്ന സി പി ഐ (എം)ൽ ചേർന്നാൽ മാത്രമേ ജനങ്ങളോടുള്ള എന്റെ പ്രതിബദ്ധത പൂർണ്ണമാക്കാനാവുകയുള്ളു എന്ന തിരിച്ചറിവിൽ ഞാനും ഈ ചെങ്കൊടി പ്രസ്ഥാനത്തിൽ അണിചേരുന്നു. ചെങ്കൊടി കൈയിലേ ന്തി ശരിയായ ലക്ഷ്യത്തിലേക്ക് ഞാനും നിങ്ങളോടൊപ്പം അണിചേരുന്നു.

വിപ്ലവാഭിവാദ്യങ്ങൾ

www.ingramcontent.com/pod-product-compliance
Lightning Source LLC
LaVergne TN
LVHW041116150826
845673LV00007B/2076

* 9 7 8 9 3 8 4 4 4 5 9 7 3 *